ஃபிடல் காஸ்ட்ரோ

சிம்ம சொப்பனம்

ஆசிரியரின் நூல்கள்

ஹிட்லர்
ஹிட்லரின் வதைமுகாம்கள்
உலகை மாற்றிய புரட்சியாளர்கள்
குஜராத் இந்துத்துவம் மோடி
உரிமைக்குரல்: மலாலாவின் போராட்டக் கதை
சே குவேரா புரட்சியாளர் ஆனது எப்படி?
இந்தியப் பிரிவினை: உதிரத்தால் ஒரு கோடு
முதல் உலகப் போர்
இரண்டாம் உலகப் போர்
நெல்சன் மண்டேலா
மால்கம் எக்ஸ்
விடுதலைப் புலிகள்
போபால்: அழிவின் அரசியல்
ஹ்யூ ஜிண்டாவ்
மாவோ: என் பின்னால் வா!
முதல் காம்ரேட் (லெனின் வாழ்க்கை)
சர்வம் ஸ்டாலின் மயம்
ஃபிடல் காஸ்ட்ரோ: சிம்ம சொப்பனம்
சே குவேரா: வேண்டும் விடுதலை!
ஹியூகோ சாவேஸ்: மோதிப் பார்!
சுபாஷ்: மர்மங்களின் பரமபிதா
திப்பு சுல்தான்: முதல் 'விடுதலை'ப் புலி
முகமது யூனுஸ்
திபெத்: அசுரப் பிடியில் அழகுக் கொடி

ஃபிடல் காஸ்ட்ரோ

சிம்ம சொப்பனம்

மருதன்

கிழக்கு

ஃபிடல் காஸ்ட்ரோ: சிம்ம சொப்பனம்
Fidel Castro: Simma Soppanam
Marudhan ©

First Edition : May 2006
Second Edition : January 2017
208 Pages
Printed in India.

ISBN: 978-81-8368-124-7
Title No. Kizhakku 125

Kizhakku Pathippagam
177/103, First Floor,
Ambal's Building, Lloyds Road,
Royapettah, Chennai 600 014.
Ph: +91-44-4200-9603
Email : support@nhm.in
Website : www.nhm.in

Author's Email : marudhan@gmail.com

Kizhakku Pathippagam is an imprint of New Horizon Media Private Limited

This book is sold subject to the condition that it shall not, by way of trade or otherwise, be lent, resold, hired out, or otherwise circulated without the publisher's prior written consent in any form of binding or cover other than that in which it is published and without a similar condition including this the rights under copyright reserved above, no part of this publication may be reproduced, stored in or introduced into a retrieval system, or transmitted in any form or by any means (electronic, mechanical, photocopying, recording or otherwise), without the prior written permission of both the copyright owner and the above-mentioned publisher of this book.

அன்புடன்

வ்ருத்திஸ்ரீக்கு

உள்ளே...

1. க்யூபா யாருக்கு? ... 13
2. முதல் விதை ... 22
3. புரட்சிப் பாதையில்... ... 41
4. க்யூபா, மார்த்தி, மார்க்ஸ் ... 52
5. சந்தர்ப்பங்கள் உருவாகாது, உருவாக்க வேண்டும் ... 62
6. முதல் தாக்குதல், முதல் தோல்வி, முதல் சிறை ... 78
7. கரும்புத் தோட்டத்திலே ... 114
8. க்யூபா : புரட்சிக்குப் பின் ... 141
9. அமெரிக்காவின் முகத்தில் கரி! ... 156
10. நீ வாழ்ந்து கொண்டிருக்கிறாய் சே! ... 168
11. சோதனைக்குப் பின் சாதனை ... 175
12. காஸ்ட்ரோவுக்குப் பிறகு? ... 185
13. ஃபிடல் இல்லாத உலகம் ... 192
    பிற்சேர்க்கை ... 200
    ஆதாரங்கள் ... 206

அமெரிக்கா-மெக்ஸிகோ எல்லையை ஒட்டியது போல் அமைந்திருந்தது அந்தச் சுங்க அலுவலகம்.

ஜூலை 21, 2005. தமக்கு முன்னால் வந்து நின்ற ஒரு பெரிய கூட்டத்தை நிமிர்ந்து பார்த்தார், அந்த அமெரிக்கச் சுங்க அதிகாரி. ஏராளமான ஜீப்கள். அவருடைய பணி தொடங்கிவிட்டது.

மார்புக்குக் குறுக்கே கைகளைக் கட்டிக்கொண்டு நின்றிருந்த அந்த மனிதரை நெருங்கினார் அதிகாரி.

'உங்கள் பெயர்?'

'லூசியஸ் வாக்கர்.'

'தொழில்?'

'நான் ஒரு பாதிரியார்.'

'எங்கு போக வேண்டும்?'

'க்யூபா.'

சட்டென்று திரும்பினார் அந்த அதிகாரி.

'க்யூபாவா? எதற்காக?'

'நாங்கள் ஒரு குழுவாக அங்கு சென்றுகொண்டிருக்கிறோம்.'

'என்ன குழு?'

'Pastors for Peace என்ற அமைதி இயக்கக் குழுவின் தலைவர் நான்.'

'இத்தனை வண்டிகளில் என்ன கொண்டுபோகிறீர்கள்?'

'சில பரிசுப் பொருள்கள்.'

ஒவ்வொரு வண்டியாக ஏறி சோதனையிட்டனர். சீல் வைக்கப்பட்டிருந்த பெட்டிகள் உடைக்கப்பட்டன. உள்ளே கம்ப்யூட்டர்கள். ஒன்றல்ல, இரண்டல்ல, மொத்தம் 450 கம்ப்யூட்டர்கள்.

குறுக்கு விசாரணை மீண்டும் ஆரம்பமானது.

'இத்தனை கம்ப்யூட்டர்களை எதற்காக க்யூபாவுக்குக் கொண்டு போகிறீர்கள்?'

'முன்பே சொன்னேனே, இவை பரிசுப் பொருள்கள்.'

'க்யூபாவில் யார் இருக்கிறார்கள், உங்கள் உறவுக்காரர்களா?'

'சரியாகச் சொன்னீர்கள். உறவுக்காரர்கள்தாம்.'

அந்த அதிகாரி எரிச்சலடைந்தார்.

'க்யூபாவின் ராணுவத் தேவைகளுக்குத்தான் இந்த கம்ப்யூட்டர்களை எடுத்துச் செல்கிறீர்கள் என்று நான் சொன்னால் என்ன செய்வீர்கள்?'

வாக்கர் எதுவும் பேசவில்லை.

சத்தம் போட்டுக் கத்தினார் அந்த அதிகாரி. 'இங்கிருந்து ஒரு துரும்புகூட க்யூபா போகக்கூடாது. அத்தனை கம்ப்யூட்டர்களையும் முடக்கி வையுங்கள்.'

'இதை நான் அனுமதிக்க மாட்டேன்' என்றார் வாக்கர். முதல் முறையாக அவரது குரலில் கடுமை கூடியிருந்தது.

'நீங்கள் யார் அனுமதிப்பதற்கு? இங்கிருந்து யாரும் க்யூபா போகமுடியாது. இது என்னுடைய உத்தரவு.'

வாக்கர் ஒரு வார்த்தைகூடப் பேசாமல் தமது நண்பர்களிடம் திரும்பினார். ஏதோ விவாதித்தனர். சில நிமிடங்கள் கழிகின்றன.

'எப்படியோ இங்கிருந்து அவர்களை விரட்டிவிட்டோம்' என்று பெருமூச்சு விட்டபடி அந்த அதிகாரி தனது இருக்கையைவிட்டு எழுந்திருக்க முயன்றபோது அதிர்ந்து போனார். அவரது அலுவலகத்தைச் சுற்றி ஒரு சிறிய கூட்டம் கூடியிருந்தது. அந்தக் கூட்டத்துக்கு முன்னால் தலைமை தாங்குவதைப் போல கையைக் கட்டிக்கொண்டு நின்றிருந்தார் வாக்கர் பாதிரியார். அடுத்த விநாடி, தாம் நின்றுகொண்டிருந்த இடத்தில் அப்படியே அமர்ந்தார். அவரைத் தொடர்ந்து மொத்தக் குழுவினரும் அவருக்கு அருகே அமர்ந்துகொண்டனர்.

தம்மை முறைத்துக்கொண்டு நிற்கும் அந்த அதிகாரியைப் பார்த்து தெளிவாகக் கூறினார் வாக்கர்.

'நீங்கள் எங்களை அனுமதிக்கும்வரையில் நாங்கள் யாரும் இங்கிருந்து நகர மாட்டோம்.'

தகவல் மேலிடம் வரை சென்றது. உயர்மட்ட அளவில் அதிகாரிகள் கூடினார்கள். மணிக்கணக்கில் பேசினார்கள். 'அமெரிக்காவிலிருந்து யாரும் க்யூபாவுக்குப் போகக்கூடாது. தப்பித்தவறிப் போனாலும் ஒரு குண்டூசியைக்கூடக் கொண்டுபோகக் கூடாது' - இதுதான் சுங்க அதிகாரிகளுக்குக் கொடுக்கப்பட்டுள்ள உத்தரவு. அப்படியிருக்க, இவ்வளவு பெரிய குழுவையும் இத்தனை கம்ப்யூட்டர்களையும் எப்படி அனுப்பிவைப்பது?

தடுத்துவிடலாம். ஆனால் ஆர்ப்பாட்டம் செய்வது பாதிரியார் எனும் பட்சத்தில் அவரை என்ன செய்வது? 'இங்கிருந்து நகரமாட்டோம்' என்று சொல்லி அமர்ந்திருப்பவர்களை எப்படி எழுப்புவது? தடியடி நடத்தியா, துப்பாக்கிச் சூடு நடத்தியா? இவர்கள் மீது கைவைத்து, பிறகு கிறித்துவ அமைப்புகள் ஒன்று சேர்ந்து ரகளை செய்துவிட்டால்? நீண்ட விவாதங்களுக்குப் பிறகு, வேறு வழியின்றி வாக்கரின் குழுவை அனுப்பி வைத்தனர்.

●

சில நாள்கள் கழிகின்றன.

அதே சுங்க அலுவலகம். அதே அதிகாரி. வரிசை வரிசையாக வந்து சேர்ந்த ஜீப்கள் சோதனைக்காகத் தடுத்து நிறுத்தப்பட்டன. விசாரணை தொடங்குகிறது.

'நீங்கள் யார்?'

'அமைதி இயக்கத்தைச் சார்ந்தவர்கள்.'

'எங்கு போக வேண்டும்?'

'க்யூபா.'

'இன்னமும் எத்தனை பேர் இதுபோல் கிளம்பியிருக்கிறீர்கள்?'

'மொத்தம் பதிமூன்று குழுக்கள். நாங்கள் ஏழாவது அணி.'

'வண்டிகளில் என்னென்ன கொண்டு போகிறீர்கள்?'

'நிறைய...'

'யாருக்காக?'

'க்யூபாவில் உள்ள எங்கள் உறவினர்களுக்காக.'

தலையில் கைவைத்துக்கொண்டு அமர்ந்தார் அந்த அதிகாரி. 'ஒரு முறை போனால் போகட்டும் என்று அனுப்பி வைத்தால் தொடர்ந்து வந்துகொண்டேயிருக்கிறார்களே!'

'ஒரு வண்டி பாக்கியில்லாமல் கவனமாகச் சோதனையிடுங்கள்!' என்று சொல்லிவிட்டுத் தனது இருக்கையில் சோர்வுடன் அமர்ந்தார்.

துரித வேகத்தில் வண்டிகள் பரிசோதிக்கப்பட்டன. ஒரு ஜீப் முழுக்க மருந்துகள். இன்னொரு ஜீப்பில் பால் பவுடர், கண் பார்வையற்ற, காது கேளாத குழந்தைகளுக்கான கருவிகள். மற்றொரு வண்டியில் மூட்டை மூட்டையாக மூக்குக் கண்ணாடிகள். எண்ணிக்கை 50,000! ஒரு டிராக்டர்

நிறைய பொம்மைகள். நூற்றுக்கணக்கான சக்கர நாற்காலிகள், துணி வகைகள், சோப்புக் கட்டிகள். இவை தவிர குழந்தைகள் பள்ளிக்குச் செல்லத் தேவையான புத்தம் புதிய பேருந்துகளை உருட்டிக்கொண்டு வந்திருந்தனர்.

'இவ்வளவும் க்யூபாவுக்குத்தானா?'

'ம்...'

'அமெரிக்காவிலிருந்து எந்தவொரு பொருளையும் க்யூபாவுக்குக் கொண்டு போகக்கூடாது என்பது உங்களுக்குத் தெரியாதா?'

'தெரியும்.'

'பிறகு எதற்காக இப்படிச் செய்கிறீர்கள்?'

ஒட்டுமொத்தக் குழுவினரும் ஒன்றிணைந்து ஒருமித்த குரலில் கூறினர். 'ஃபிடல் காஸ்ட்ரோவுக்காக.'

அந்த அதிகாரியின் முகம் மாறியது. வாக்கர் பாதிரியாரிடம் கேட்ட அதே கேள்வியை மீண்டும் எழுப்பினார்.

'ஒரு வேளை உங்களை அனுமதிக்காவிட்டால்?'

'அமெரிக்காவின் அனுமதி எங்களுக்குத் தேவையில்லை!'

எரிச்சலைக் கட்டுப்படுத்திக்கொண்டு கேட்டார்:

'இதோ பாருங்கள். ஃபிடல் காஸ்ட்ரோ ஒரு கம்யூனிஸ்ட். கடவுளே இல்லை என்று சொல்பவர்.'

'தெரியும்'

'க்யூபா ஒரு கம்யூனிச நாடு. நீங்களோ பாதிரிமார்கள்.'

'தெரியும்.'

'உங்களுக்கு ஃபிடல் காஸ்ட்ரோவைப் பற்றித் தெரியவில்லை. தெரிந்திருந்தால் க்யூபா போக மாட்டீர்கள்.'

அந்தப் பாதிரியார் சிரித்தார்.

'உங்களுக்கு ஃபிடல் காஸ்ட்ரோவைப் பற்றித் தெரியவில்லை. தெரிந்திருந்தால் நீங்களும் எங்களோடு இணைந்திருப்பீர்கள்.'

1. க்யூபா யாருக்கு?

கொலம்பஸ் முதல் முதலாக க்யூபாவில் காலடி எடுத்துவைத்தபோது க்யூபா ஒரு ரம்மியமான கனவுப் பிரதேசமாக அவருக்குக் காட்சியளித்தது. ஓங்கி வளர்ந்த மரங்கள். இனிமையாக இசைக்கும் குயில்கள். பூத்துக் குலுங்கும் மலர்கள். மலைப் பிரதேசங்கள். இதுவரை இப்படி ஓர் அழகை அவர் தரிசித்தது கிடையாது. தான் மட்டுமல்ல, இந்த உலகமே இப்படி ஓர் அழகிய பகுதியை இதுவரை கண்டிருக்க முடியாது என்று அவர் நம்பினார். 'நிச்சயம் இது ஓர் அதிசயத் தீவாகத்தான் இருக்க வேண்டும் என்று தனது குறிப்பேட்டில் குறித்து வைத்துக்கொண்டார். க்யூபாவின் ஒவ்வொரு பகுதியையும் சுற்றிச்சுற்றி வந்து கண்களை விரித்து அதிசயித்தார். இது நடந்தது அக்டோபர் 28, 1492-ம் ஆண்டில்.

டான் ஏஞ்சல் ரஷ் காஸ்ட்ரோ ஓர் ஏழை விவசாயியின் மகன். ஸ்பெயினிலுள்ள கால்சியா எனும் பகுதியைச் சேர்ந்தவர். வலிமையான உடல்வாகு, இரும்பு போன்ற தேகம். ஆறடி இரண்டு அங்குல உயரம். முரட்டுத்தனமான தாடி, மீசை. ஏஞ்சலுக்கு க்யூபாவுடனான முதல் நேரடிப் பரிச்சயம் 1895-ல் ஏற்பட்டது. ஆனால் இவர் சந்தித்த க்யூபா, கொலம்பஸ் சந்தித்த க்யூபாவுக்கு முற்றிலும் நேர் எதிராகக் காட்சியளித்தது. வயல்வெளிப்பக்கம் குயில்

கூவிக்கொண்டிருக்கவில்லை. துப்பாக்கிகள் வெடித்துக்கொண்டிருந்தன. எந்தப் பக்கம் திரும்பினாலும் ஓயாத வெடிச்சத்தம்தான். க்யூபர்கள் தெருக்களில் இறங்கி போராடிக்கொண்டிருந்தனர்.

ஏஞ்சல் ஒரு சுற்றுலாப் பயணி அல்ல. சுற்றிப் பார்ப்பதற்காகவோ ஓய்வெடுத்துக்கொள்வதற்காகவோ அவர் க்யூபா செல்லவில்லை. அவர் ஒரு சிப்பாய். கையில் துப்பாக்கியை ஏந்திப் போரிடவே அவர் ஸ்பெயின் அரசாங்கத்தால் க்யூபாவுக்கு அனுப்பப்பட்டிருந்தார். 'அவனைச் சுடு, அவன் உனக்கு எதிரி என்றால் சுட்டுவிடவேண்டும். அவன் யார், எதற்காக அவனைச் சுடவேண்டும் போன்ற கேள்விகளைக் கேட்கக்கூடாது' என்று ஸ்பெயின் சுட்டிக் காட்டியது அதன் அப்போதைய காலனிகளுள் ஒன்றான க்யூபாவை; க்யூபர்களை. துப்பாக்கியைச் சுமந்துகொண்டு படைகளோடு ஓடினார் ஏஞ்சல்.

ஸ்பெயினைப் பொறுத்தவரை க்யூபா ஓர் அத்தியாவசியமான காலனி. ஸ்பெயினின் பொருளாதாரத்தை தூக்கி நிறுத்திக் கொண்டிருந்த தூண். என்ன இயற்கை! என்ன வளம்! கொழித்துக் கொண்டிருந்த பூமி அது. ஆனால் சமீபமாக க்யூபாவில் ஸ்பெயினுக்கு எதிரான போராட்டங்கள் மிகுதியாக வெடித்துக் கொண்டிருந்தன. ஒவ்வொரு முறை கிளர்ச்சி ஏற்படும்போதும் க்யூபர்களை இரும்புக்கரம் கொண்டு ஒடுக்கிக்கொண்டிருந்தது ஸ்பெயின். இந்த முறையும் க்யூபர்கள் வழக்கம்போல ஒடுக்கப்பட்டனர். எல்லாம் முடிந்தது. கலகக்காரர்கள் சிதறியோடினர். ஏஞ்சலுக்குக் கொடுக்கப்பட்ட பணி நிறைவேறிவிட்டது. ஏஞ்சல் மீண்டும் ஸ்பெயின் திரும்பினார்.

நியாயப்படி பார்த்தால் க்யூபாவுக்கும் அவருக்குமான உறவு அன்றே முறிந்திருக்கவேண்டும். ஆனால், ஏஞ்சலால் க்யூபாவை மறக்க முடியவில்லை. மீண்டும் க்யூபாவுக்குத் திரும்பவேண்டும் என்பதே அவருடைய் கனவாக இருந்தது. இந்தமுறை ஒரு சிப்பாயாக அல்ல, ஒரு குடியேறியாக. அங்கேயே தங்கி ஒரு புது வாழ்க்கையைத் தொடங்குவதற்காக!

முதலில் மேம்போக்காகத் தோன்றிய இந்த விருப்பம் நாளடைவில் விசுவரூபம் எடுத்தது. க்யூபாவுக்குப் போயே ஆகவேண்டும் என்று உறுதிபூண்டார். அச்சமயம், மிகச்சரியாக 'க்யூபாவுக்குப் போகிறோம், வருகிறீர்களா?' என்று நண்பர்கள் ஒரு நாள் அவரை அழைத்தபோது, சற்றும் யோசிக்காமல் பெட்டி படுக்கையை தயார் செய்யத் தொடங்கி விட்டார். க்யூபாவுக்கு ஏன் போகவேண்டும்? அங்கு சென்ற பிறகு என்ன செய்ய வேண்டும்? எங்கு தங்க வேண்டும்? என்ன வேலை செய்ய வேண்டும்? வேலை செய்வதற்கான வாய்ப்புகள் கிடைக்குமா? - எந்தக் கேள்விக்கும் ஏஞ்சலிடம் விடை இல்லை. கையில் காசு கிடையாது. தெரிந்தவர்கள், உறவினர்கள் என்று

சொல்லிக்கொள்ளும்படி யாரும் க்யூபாவில் கிடையாது. இருந்தாலும், புலம் பெயர விரும்பும் குழுவோடு தன்னை இணைத்துக்கொண்டு க்யூபாவை நோக்கிப் பயணமானார் ஏஞ்சல்.

•

அப்போதுதான் முதல் முறையாகப் பார்ப்பதைப் போல க்யூபாவைப் பார்த்தார் ஏஞ்சல். ஸ்பெயின் எத்தனை மோசமாக க்யூபாவை மாற்றிவைத்திருக்கிறது என்பதை ஆத்மார்த்தமாக உணர்ந்தார். தினப்படி வாழ்க்கையை நடத்துவதற்கே பிரயத்தனப்படவேண்டிய நிலை. நாள் முழுவதும் தோட்டத்தில் உழைத்தாலும் குறைவான கூலிதான். இது போதாதென்று ஸ்பெயின் கூடுதலாக ஒரு வரி வேறு விதித்திருந்தது. அதாவது நிலம், சம்பளம், வியாபாரம் அனைத்திலும் 6 முதல் 12 சதவிகித வரி. முன்னரே பொருளாதார நெருக்கடியில் சிக்கித் தவித்துக்கொண்டிருந்த க்யூபர்களை இந்தப் புதிய விதி மேலும் கசக்கிப் பிழிந்தது.

ஏஞ்சல் குடிபெயர்ந்த ஓரியண்ட் மாகாணத்தில் பல புரட்சியாளர்கள் ஒன்றிணைந்து தங்களது எதிர்ப்பைத் தெரியப்படுத்தினர். ஸ்பெயினுக்கு எதிராக மிகப்பெரிய அளவில் போராட இவர்களுக்கு விருப்பம். ஆனால் ஆள்கள் அதிகரித்த அளவுக்கு ஆயுதங்களின் எண்ணிக்கை அதிகரிக்கவில்லை. சரியான தலைமை அமையவில்லை. இயக்கத்தை வளர்த்துக்கொள்வதற்கு தேவையான நிதி கிடைக்க வில்லை. தொடர்ந்து இதே நிலைமைதான் நீடித்து வந்தது.

ஸ்பெயினைப் பொறுத்தவரை க்யூபா ஒரு பெரிய பிரச்னை கிடையாது. க்யூபர்களின் எதிர்ப்பை அவர்கள் வெறும் தெருக் கலவரமாகவே பார்த்தனர். பிற லத்தீன் அமெரிக்க நாடுகளில் ஸ்பெயினுக்கு எதிராகப் பெருகிவரும் எதிர்ப்புகளைக் கூட அவர்கள் பெரிதாக எடுத்துக்கொள்ளவில்லை. ஸ்பெயினுக்கு இப்போதுள்ள ஒரே முக்கிய பிரச்னை அமெரிக்காதான்.

ஸ்பெயினைப் போலவே அமெரிக்காவுக்கும் க்யூபாவை மிகவும் பிடித்துப்போயிருந்தது. ஸ்பெயின் விதித்திருந்த சட்டங்களை மீறி, க்யூபாவிலிருந்து சர்க்கரை மற்றும் பிற பொருள்களை கொள்முதல் செய்துகொண்டிருந்தது. நாளடைவில், க்யூபாவில் அமெரிக்காவின் ஆதிக்கம் அதிகரித்துக்கொண்டே போனது. அமெரிக்க நிறுவனங்கள் ஸ்பெயினோடு போட்டி போட்டுக் கொண்டு பல ஆயிரக்கணக்கான ஏக்கர் நிலங்களை வளைத்துப் பிடித்துக்கொண்டன.

அமெரிக்கா க்யூபாவைக் கண்டு மயங்கியதற்கு என்ன காரணம்? இயற்கைக் கனிமங்கள், கடற்கரைகள், வளமான பூமி, மலிவான

உடலுழைப்பு... இவை எல்லாமும்தான். ஆனால், இவை எல்லாவற்றையும்விட முக்கியமாக க்யூபாவின் புவியியல்! வட அமெரிக்காவையும் தென் அமெரிக்காவையும் இணைக்கும் பாலமாக க்யூபா விளங்கியது. க்யூபா மட்டும் சொந்தமாகிவிட்டால் அதன் வழியே ஒட்டுமொத்த லத்தீன் அமெரிக்காவுடனும் தொடர்பு கொள்வது சுலபம். தொடர்பென்றால் என்ன? மெல்ல கால்வைத்து, அப்புறம் கைவைத்து, பிறகு கபளீகரம் செய்வதுதான். வணிகத்துக்கு ஏற்ற பகுதியாகவும், புதையல் பூமியாகவும் க்யூபா இருந்தது. ஒரு கட்டத்தில், க்யூபாவை தனக்கு விற்றுவிடச் சம்மதமா என்று ஸ்பெயினை நேரடியாகவே கேட்டுவிட்டது அமெரிக்கா. அன்றிலிருந்தே ஸ்பெயின் கிட்டத்தட்ட நிம்மதியை இழந்துவிட்டது என்று சொல்லலாம்.

மொத்தத்தில், அமெரிக்கா க்யூபாவை ஒரு நாடாக மட்டும் பார்க்கவில்லை. லத்தீன் அமெரிக்காவின் கதவைத் திறக்கும் ஒரு மந்திரச் சாவியாகவே பார்த்தது. அந்தச் சாவியை அடைந்துவிடத் துடித்தது. 'அகண்ட அமெரிக்கா' எனும் கனவு சாத்தியமாக வேண்டுமானால் க்யூபா ஸ்பெயினின் பிடியிலிருந்து விலகி அமெரிக்காவோடு இணையவேண்டும். அதற்கான அத்தனை முயற்சிகளையும் அமெரிக்கா மேற்கொண்டது.

ஸ்பெயின், அமெரிக்கா இரண்டுமே க்யூபாவை போட்டி போட்டுக் கொண்டு வதைத்து வந்ததை ஏஞ்சல் கண்டுகொண்டார். அவரைப் போலவே ஸ்பெயினிலிருந்தும் பிற நாடுகளில் இருந்தும் பலர் க்யூபாவுக்கு வந்தவண்ணம் இருந்தனர். இவர்கள் அனைவருக்கும் முக்கிய வாழ்வாதாரமாகக் கரும்புகள் மட்டுமே காட்சியளித்தன. க்யூபர்களுக்கு கரும்புதான் எல்லாமும் என்பதை ஏஞ்சல் விரைவிலேயே உணர்ந்துகொண்டார். சூரியன் உதிப்பதற்கு முன்னரே எழுந்திருந்து வயல்வரப்புகளில் வரிசை வரிசையாக நின்றபடி, குனிந்து நிமிர்ந்து வேலை செய்துகொண்டிருப்பார்கள் க்யூபர்கள். களைப்படையும்போது வரப்பில் அமர்ந்து கரும்பைக் கடித்து ருசிப்பார்கள். மீண்டும் பணி தொடங்கிவிடும். கரும்புகளுக்கு மத்தியில் வாழ்ந்து வந்தாலும் க்யூபர்களின் வாழ்வு இனிப்பானதாக இல்லை. வறுமை வாட்டியது. பெரும்பாலானவர்களுக்கு காலை ஆகாரம், மதிய ஆகாரம் இரண்டுமே கரும்புச்சாறாக அமைந்து விடுவதுமுண்டு.

தோட்டங்களில் வேலை செய்பவர்கள் க்யூபர்களாக இருந்தாலும், அந்தத் தோட்டங்களின் முதலாளிகள் க்யூபர்களாக இருக்க மாட்டார்கள். பார்க்கும் இடமெல்லாம் கரும்புகள் சகட்டுமேனிக்கு விளைந்துகிடந்ததென்னவோ உண்மைதான். ஆனால், அவற்றை விருப்பப்பட்டவர்களுக்கு விருப்பப்பட்ட விலையில் விற்கும்

உரிமை க்யூபர்களுக்குக் கிடையாது. கரும்பிலிருந்து கிடைக்கும் சக்கைகள் க்யூபர்களுக்கு. இனிப்பான சாறை உறிஞ்சிக்கொள்வது என்னவோ ஸ்பெயினும் அமெரிக்காவும்தான். இந்த இரு நாடுகளின் நிறுவனங்கள்தான் க்யூபா முழுக்க ஈக்களைப் போல பரவியிருந்தன. 'இது உனக்கு', 'இது எனக்கு' என அடித்துப்பிடித்து பங்கிட்டுக் கொண்டிருந்தனர். ஒவ்வொரு நிறுவனத்துக்கும் ஆயிரக்கணக்கான ஏக்கர்கள் சொந்தமாக இருந்தன.

நிலத்தை வளைத்துப் பிடிப்பதில் ஸ்பெயினைவிட அமெரிக்காவே வெகு தீவிரமாக இருந்தது. செழிப்பான நிலங்கள் அதி வேகமாகக் கையகப்படுத்தப்பட்டன. வேறு யாரும் வந்துவிடுவதற்குள் கிடைத்தவற்றை அபகரித்துக்கொள்ளவேண்டும் என்ற வெறியுடன் அமெரிக்க நிறுவனங்கள் செயல்பட்டன. மென்மேலும் கரும்புகளைப் பயிரிடவும், விளைந்த கரும்புகளை வெட்டியெடுத்து, பதப்படுத்தி, சர்க்கரையைப் பிரித்து எடுக்கவும் தோதான தொழில்நுட்பக்கருவிகள் தருவிக்கப்பட்டன. தோட்டங்களை ஒட்டினாற்போல் பல ஆலைகள் கட்டப்பட்டன.

குறிப்பாக அமெரிக்காவின் யுனைடெட் ஃப்ரூட் கம்பெனி மிகப்பெரிய அளவில் க்யூபாவில் ஆதிக்கம் செலுத்திக்கொண்டிருந்தது. க்யூபா தவிர பிரேசில், சிலி, அர்ஜென்டைனா, கவுதிமாலா என்று பல நாடுகளிலும் நிலங்களை வாங்கி (அதாவது வளைத்துப்போட்டு) தங்களது ஆதிக்கத்தைப் பெருக்கிக்கொண்டிருந்தனர். பெரும்பாலும் கரும்பு, வாழை இரண்டுமே மிகுதியாகப் பயிரிடப்பட்டன. அடிமைகளையும் குறைந்த ஊதியத்தில் கிடைக்கும் வேலையாள்களையும் கொண்டு விளைபொருள்கள் அறுவடை செய்யப்பட்டன. பிறகு தங்களது கப்பல் களில் அவற்றை ஏற்றி ஐரோப்பிய, ஆசிய நாடுகளுக்கு ஏற்றுமதி செய் தனர். க்யூபாவில் மட்டும் யுனைடெட் ஃப்ரூட் நிறுவனம் இரண்டு லட்சத்து நாற்பதாயிரம் ஏக்கர் நீர்வளமுடைய நிலப்பரப்பை கையகப்படுத்திக்கொண்டது. ஆனால் அவர்களது கொள்முதல் விலை மிகவும் குறைவு. ஒரு ஏக்கர் வெறும் மூன்று டாலர் மட்டுமே. கிட்டத்தட்ட பகல் கொள்ளை. இது 1890-களில் இருந்த நிலை.

யுனைடெட் ஃப்ரூட் நிறுவனம் ஒரு தனியார் அமெரிக்க நிறுவனமாக மட்டும் இயங்கவில்லை. கிட்டத்தட்ட ஓர் அரசாங்கம் போலவே செயல்பட்டது. சொந்தமாகக் கப்பல்களை வாங்கிக் குவித்தது. தனது கைக்காசில் ரயில் பாதை போட்டது. துறைமுகங்களை ஆழப்படுத்தியது, விரிவுபடுத்தியது. வழித்தடங்களை அமைத்தது. அரசாங்கத்தால் மட்டுமே செயல்படுத்த முடிகின்ற மிகப்பெரிய பணிகளை இந்நிறுவனம் அநாயாசமாகச் செய்து முடித்தது. ஆனால் ஒரே வித்தியாசம், அரசாங்கம் இந்தப் பணிகளைச் செய்தால் அவை

பொதுப்பணிகள். யுனைடெட் ஃப்ரூட் நிறுவனம் இவற்றைச் செய்து முடித்ததற்குக் காரணம் அவர்களது சுயநலம், சொந்த லாபம்.

அப்போதைய க்யூப அரசாங்கத்தால், பூதாகரமாக வளர்ந்து நின்ற யுனைடெட் ஃப்ரூட் நிறுவனத்தின் சுண்டு விரல் நகத்தைக்கூட அசைத்துப்பார்க்க முடியவில்லை என்பதே நிஜம். க்யூப அரசின் பலவீனத்தை தனக்குச் சாதகமாகப் பயன்படுத்திக்கொண்டது யுனைடெட் ஃப்ரூட். அரசாங்கத்துக்கு உதவ தாம் தயாராக இருப்பதாகவும் அரசாங்கத்தின் பாதுகாவலனாகச் செயல்பட விரும்புவதாகவும் அறிவித்தது. கிளர்ச்சிக்காரர்களை ஒடுக்க ஒரு துணை இருப்பது அவசியம் என்று கருதிய க்யூப அரசாங்கம், இதற்கு சம்மதித்தது. உடனே யுனைடெட் ஃப்ரூட் தனது பணியைத் தொடங்கியது. முதல் கட்டமாக, பூர்வீக க்யூப விவசாயிகள் மீது தாக்குதலைத் தொடுத்தது. தனது சொந்தச் செலவில் ஒரு சிறிய காவல் படையை உருவாக்கியது. காவல் படை போதவில்லை என்று சொல்லி பின்னர் ஒரு பிரத்தியேக ராணுவ அமைப்பையும் உருவாக்கியது. க்யூபாவில் முதல் முறையாகத் தொடங்கப்பட்ட ராணுவ அமைப்பு யுனைடெட் ஃப்ரூட் நிறுவனம் ஏற்படுத்திக் கொடுத்ததுதான் என்பது விசித்திரமான உண்மை. க்யூப அரசாங்கம் கைகளைப் பின்புறம் கட்டிக்கொண்டு வேடிக்கை பார்த்ததைத் தவிர வேறொன்றும் செய்யவில்லை.

யுனைடெட் ஃப்ரூட் நிறுவனத்தைத் தவிர க்யூபாவில் அரசாங்கம் என்ற ஒன்று செயல்படுகிறதா என்றே யாருக்கும் தெரியவில்லை. பள்ளிக்கூடங்கள் கிடையாது. சாலைகள் கிடையாது. மருத்துவமனைகள் கிடையாது. வேலைவாய்ப்பு வசதிகள் கிடையாது. ஆனால் பலமான ராணுவம் மட்டும் உண்டு. எல்லாமே கரும்புகளுக்காகத்தான். கரும்புகள் மட்டும் இல்லையென்றால் க்யூபாவின் சரித்திரத்தை முதல் பக்கத்திலிருந்து மீண்டும் மாற்றி எழுதவேண்டிவரும். இயற்கை இரக்கப்பட்டு வழங்கிய இந்தக் கொடையை நம்பியே க்யூபர்கள் உயிர் வாழ்ந்தனர். சர்க்கரைதான் க்யூபாவின் உயிர்நாடி என்றான பிறகு, கரும்புகள் பயிரிடும் நிலங்களை வைத்திருப்பவர்களே அதிகாரம் படைத்தவர்களாக மாறினர். அவர்களுக்கு அடிபணிந்து ஊழியம் செய்யும் விவசாயிகள் கிட்டத்தட்ட அடிமைகளைப் போலவே வாழப் பழகிப் போயிருந்தனர். யுனைடெட் ஃப்ரூட் நிறுவனம் கொழுத்துக் கொண்டே போனது. அவர்களது ஏற்றுமதிக்கும் லாபத்துக்கும் வரிகள் விதிக்கக்கூட திராணியற்றுப் போயிருந்தது க்யூப அரசாங்கம். யுனைடெட் ஃப்ரூட் நிறுவனத்தாரின் வாயிலிருந்து வரும் வார்த்தைகளே சட்டமாக மதிக்கப்பட்டது.

•

ஏஞ்சலுக்கும் கரும்புகளே அடைக்கலம் கொடுத்தன. தோட்டத்தில் வேலைக்குப் புகுந்த மாத்திரத்திலேயே ஏஞ்சலுக்குத் தெரிந்துவிட்டது, அவரது புதிய வாழ்வின் தொடக்கப்புள்ளியே கரும்புகள்தான் என்று. முதலில் அவருக்கு சிறுசிறு வேலைகளே அளிக்கப்பட்டன. சொற்பமான வருமானம்தான். ஏஞ்சலுக்கு திருப்தி ஏற்படவில்லை. புதிதாக, பெரிய அளவில் வேறு ஏதேனும் செய்ய வேண்டும் என்று விரும்பினார். நிறைய சிந்தித்தார். தன்னுடைய பணியைச் செய்து முடித்துவிட்டு, கிடைக்கும் நேரத்தில் தோட்டங்களை சுற்றிச்சுற்றி வந்தார். அங்கு நடைபெறும் ஒவ்வொரு பணியையும் கவனமாகப் பதிவு செய்துகொண்டார். தான் தேடிக்கொண்டிருக்கும் அற்புத வாய்ப்பு யார் கண்களுக்கும் படாமல் இங்கேதான் எங்கோ ஒளிந்துகிடக்கிறது என்ற நம்பிக்கை அவருக்கிருந்தது.

ஒரு திட்டம் உருவானது. தொழிலாளர்களை அழைத்து அவர்களிடம் பேசினார். மளமளவென்று சிலரைத் தேர்ந்தெடுத்து அவர்களைத் தனது கட்டுப்பாட்டின் கீழ் கொண்டுவந்தார். பிறகு ஓர் அமெரிக்க நிறுவனத்தை அணுகி 'தோட்ட வேலை செய்வதற்கு தகுந்த வேலையாள்களை அனுப்பிவைக்கட்டுமா?' என்று கேட்டார். அவர்களும் ஒப்புக்கொண்டனர். ஏஞ்சல் எதிர்பார்த்த வருவாய் கிடைத்தது. தனது திட்டத்தை அடுத்த கட்டத்தை நோக்கி நகர்த்தினார் ஏஞ்சல். நிலங்களை குத்தகைக்கு எடுத்து சீரமைத்தார். சர்க்கரை ஆலைகளுக்குத் தேவைப்படும் விறகுகளை வெட்டியெடுத்து வந்து விற்கத்தொடங்கினார். ஏஞ்சலுக்குக் கீழே வேலை செய்பவர்களின் எண்ணிக்கையும் அதிகரித்தது. லாபமும்தான்.

ஏஞ்சலின் பணியும் சுலபமானதாயிற்று. பிற தொழிலாளர்களைப் போல் கடுமையாக உழைக்கவேண்டிய அவசியம் இல்லாமல் போனது. ஆனாலும், ஏஞ்சல் சதாசர்வகாலமும் உழைத்துக் கொண்டேயிருந்தார். புதிதாக வேறு என்ன செய்யலாம் என்று சிந்தித்துக்கொண்டேயிருந்தார். நீண்ட நாள்களாக ஒரு காட்சி அவரை அரித்துக்கொண்டிருந்தது. வயலில் வேலை செய்யும் கூலியாள்களும் கரும்புகளை வண்டிகளில் ஏற்றிக்கொண்டு செல்லும் வேலையாள்களும் குடிக்கத் தண்ணீர் தேடி அலைந்துகொண்டேயிருந்தனர். எவ்வளவு நீரைப் பருகினாலும் களைப்பு தீரவில்லை. தண்ணீரின் தேவை அதிகரித்துக்கொண்டேயிருந்தது.

இந்தத் தேவையை மிகச் சரியாகப் பயன்படுத்திக்கொண்டார் ஏஞ்சல். கழுதை வண்டி ஒன்றை தயார் செய்துகொண்டார். பெரிய பெரிய பீப்பாய்களில் எலுமிச்சம்பழச்சாறை நிரப்பிக்கொண்டார். அவ்வளவுதான்! எப்பொழுது விற்பனையைத் தொடங்குவார் என்று காத்திருந்ததைப் போல தொழிலாளர்கள் உற்சாகமாகப்

பழச்சாறு வாங்கி பருகத்தொடங்கினர். ஏஞ்சலே இந்த வெற்றியை எதிர்பார்க்கவில்லை. அவர் ஒரு பழ வியாபாரியாகவே மாறிப்போகும் அளவுக்கு விற்பனை சூடு பிடித்தது. கையால் பழங்களைப் பிழிய இயலவில்லை. துணிந்து ஒரு தொழிற்சாலையை ஏற்படுத்தினார்.

இத்தோடு விட்டாரா? மரங்களை வெட்டியெடுத்து வந்து மேஜை, நாற்காலி, கட்டில் என்று தயாரித்து ஏற்றுமதி செய்தார். பணம் சேர்ந்தது. கிடைத்த பணத்தை நிலங்களில் செலவிட்டார். வெகு விரைவில் 1940 ஏக்கர் நிலம் அவருக்குச் சொந்தமானது. ஓரங்குல நிலத்தையும் விட்டுவைக்காமல் கரும்புகள் பயிரிட்டார். கரும்புகள் செழித்து வளர்ந்தன. யுனைடெட் ஃப்ரூட் நிறுவனத்திடம் ஒப்பந்தம் செய்துகொண்டு அவர்களிடமிருந்த நிலத்தை குத்தகைக்கு எடுத்துக் கொண்டு கரும்புகள் விளைவித்து அந்தக் கரும்புகளை அவர்களுக்கே விற்பனையும் செய்தார்.

அத்தனையும் அசுர கதியில் ஏற்பட்ட மாற்றங்கள். அடுத்த வேளைச் சாப்பாட்டுக்கு வழி தெரியாமல் க்யூபாவில் குடிபெயர்ந்த ஏஞ்சல் ரஷ் காஸ்ட்ரோ, இப்போது ஆயிரக்கணக்கான ஆள்களை பணியிலமர்த்தி சம்பளம் கொடுக்கும் முதலாளியாக வளர்ந்தது அனைவரையும் வியக்க வைத்தது. கால்சியாவில் ஏஞ்சல் பிறந்த வீட்டின் புகைப்படத்தைப் பார்த்தால் அவரது இளம்பருவ ஏழைமையைப் புரிந்துகொள்ளலாம். படுக்கையறை, சமையலறை இரண்டும் ஒன்றுதான். அந்த ஒற்றை அறையில்தான் ஏஞ்சலின் குடும்பத்தினர் தங்கியிருந்தனர். அதே ஒற்றை அறையில்தான் வளர்ப்புப் பிராணிகளும் தங்கிக்கொள்ளும்.

ஏஞ்சல் தன்னைச் சிறிதும் மாற்றிக்கொள்ளவில்லை. முதல் நாள் க்யூபாவில் நுழைந்தபொழுது எப்படி உழைத்தாரோ அதே போல் தொடர்ந்து உழைத்தார். பணம் சேர்ந்துவிட்டதே இனி எதற்கு வேலை செய்யவேண்டும் என்று முடங்கிப்போகவில்லை. மென்மேலும் லாபம் பெருகவேண்டும் என்று விரும்பினார். அதே சமயம் யுனைடெட் ஃப்ரூட் நிறுவனத்தைப் போல தொழிலாளர்களை உறிஞ்சியெடுக்க வேண்டும் என்று அவர் என்றுமே விரும்பியதில்லை. தன்னிடம் பணிபுரியும் தொழிலாளர்களுக்கு காலையிலும் மாலையிலும் இவரே உணவு கொண்டுசென்று கொடுப்பது வழக்கம். முரடர், கோபக்காரர், கண்டிப்பானவர் என்று பெயர் வாங்கியிருந்தாலும் மனிதாபிமானம் மிக்கவர் என்ற நல்ல பெயரும் இவருக்குக் கிடைத்தது.

ஏஞ்சலின் முதல் மனைவி மேரி அர்கோடா. இவரைப் பற்றி அதிகம் தெரிந்துகொள்ள முடியவில்லை. தொடக்கப்பள்ளி ஆசிரியராக இவர் பணிபுரிந்தார் என்று சொல்பவர்கள் உண்டு. ஒரு மகனும் இரு மகள்களும் பிறந்த பிறகு மேரி பிரிந்துவிட்டதாகத் (அல்லது

இறந்துவிட்டதாக) தெரிகிறது.* மேரியின் பிரிவுக்குப் பிறகு டான் ஏஞ்சல் தன் வீட்டில் பணிப்பெண்ணாக இருந்த தன்னை விட 25 வயது குறைந்த லினா ரஷ் கொன்சாலஸ் என்பவரை மணம் செய்து கொண்டார். டான் ஏஞ்சலின் முதல் திருமணம் திருச்சபையில் நடைபெறவில்லை. ஆனால் லினாவை முறைப்படி தேவாலயத்தில் வைத்து திருமணம் செய்துகொண்டார். லினா ஒரு க்யூபர். விவசாயக் குடும்பத்திலிருந்து வந்தவர். தீவிர மதநம்பிக்கையாளர். டான் ஏஞ்சலைப் போலவே லினாவும் முறைப்படி பள்ளியில் சேர்ந்து கல்லாதவர். ஆனால் சுயமாக எழுதப்படிக்க கற்றுக்கொண்டவர். அவரது குடும்பத்தினர் அனைவரும் ஆழ்ந்த மத நம்பிக்கையுடையவர் களாக இருந்ததால் லினாவுக்கும் இயல்பாகவே இறைநம்பிக்கை இருந்தது.

ஏஞ்சலின் வீடு இருந்த பகுதியில் குறைவான கட்டடங்கள் மட்டுமே இருந்தன. 30 அல்லது 40 கிலோ மீட்டருக்கு அப்பால் இறைச்சி வெட்டும் பகுதி ஒன்று இருந்தது. சற்று தள்ளி ஒரு பேக்கரி. ஏஞ்சலுக்குச் சொந்தமான பண்டகசாலை ஒன்றும் அதே பகுதியில் இருந்தது. மற்றபடி, இந்தப் பகுதியை நகரம் என்று சொல்ல முடியாது. வேண்டுமானால் ஒரு பெரிய பண்ணை என்று சொல்லலாம். இந்தப் பண்ணையில்தான் 1926-ம் ஆண்டு ஆகஸ்டு மாதம் 13-ம் நாள் அதிகாலை சுமார் இரண்டு மணிக்கு அலெஜாண்ட்ரோ ரஸ் காஸ்ட்ரோ பிறந்தார்.

'காஸ்ட்ரோ மிக மிக ஆரோக்கியமான குழந்தை. பிறக்கும்போதே அவன் பத்து கிலோ எடையுடன் இருந்தான்' என்று பின்னர் குறிப்பிட்டார் ஏஞ்சல். அடுத்துப் பிறந்தவன் ரால் காஸ்ட்ரோ. இவர்களைத் தவிர ஐந்து பெண் குழந்தைளையும் லினா பெற்றெடுத்தார். காஸ்ட்ரோ பிறந்து மூன்று வருஷங்களுக்குப் பிறகே, ஏஞ்சல் லினாவைத் திருமணம் செய்துகொண்டதால் குட்டி காஸ்ட்ரோவுக்கு தனது தந்தை மற்றும் தாயார் மணந்துகொள்வதை நேரில் பார்க்கும் வாய்ப்பு கிடைத்தது! ஏஞ்சல், லினா இருவருமே பள்ளிக்குச் சென்று படித்தவர்கள் அல்ல என்பதால், தன்னுடைய குழந்தைகளை மிகச் சிறந்த பள்ளிக்கூடத்தில் சேர்க்கவேண்டும், மிக நன்றாகப் படிக்க வைக்கவேண்டும் என்று கனவு கண்டனர்.

---

* முதல் மகனின் பெயர் பெட்ரோ எமிலியோ. மகளின் பெயர் லிடியா.

2. முதல் விதை

ஃபிடல் காஸ்ட்ரோ, தனக்கு நினைவு தெரிந்தநாள் முதலாக நேசித்தது அவரது வீட்டைத்தான். குறிப்பாக வீட்டின் கீழ்ப்பகுதியில் அமைந்திருந்த பண்ணை. எந்நேரமும் சிறுவன் காஸ்ட்ரோ இங்கு தான் அமர்ந்திருப்பான். கோழிகள், வாத்துகள், பன்றிகள், கிளிகள் அனைத்தையும் சுற்றிச்சுற்றி வந்து வேடிக்கை பார்ப்பான். அவை எழுப்பும் ஓசைகளைக் கேட்டு மகிழ்வான். சுற்றிக்கொண்டிருக்கும் கோழிகளைச் சீண்டிவிடுவான். வாத்துகளைத் துரத்திக்கொண்டு ஓடுவான். பன்றிகள் உறங்கும்போது தொலைவில் இருந்து பார்த்து ரசிப்பான்.

இவர்கள் வசிக்கும் பகுதிக்கு அருகே சேவல் சண்டை மிகப் பிரபலம். கரும்பு அறுவடை செய்யப்படும் சமயத்தில் ஒவ்வொரு ஞாயிற்றுக் கிழமையும் இங்கு சேவல் சண்டை நடைபெறும். பெரிய குழி ஒன்றை வெட்டி வைத்திருப்பார்கள். இதற்குள்தான் சேவல்கள் ஒன்றோடொன்று மோதிக்கொள்ளும். இதற்காகவே பிரத்யேகமாக சேவல் வளர்ப்பார்கள். இங்கு கொண்டுவந்து மோதவிடுவார்கள். சேவல் இல்லாதவர்கள் பிற சேவல்கள் மீது பந்தயம் கட்டி ரசிப்பார்கள்.

காஸ்ட்ரோ சேவல் சண்டையை ஆர்வத்துடன் வேடிக்கை பார்ப்பான். சேவல்கள் பறந்து பறந்து

சண்டையிடும்போது சிதறிவிழும் சிறகுகளை ஆச்சரியத்துடன் பார்த்து ரசிப்பான். வெற்றிபெற்ற சேவலையும், தோல்வியடைந்த சேவலையும் உற்று உற்றுப் பார்ப்பான். பந்தயத்தை மட்டுமல்ல, பந்தயத்தை வேடிக்கை பார்க்கும் மக்களையும்கூட வேடிக்கை பார்ப்பான். வெற்றிபெற்ற சேவல் மீது பணத்தைக் கட்டிய ஆள்கள் பெரும் கூச்சலுடன் குதித்துக்கொண்டிருப்பார்கள். அவர்களிடம் ஏராளமான பணம் சேர்ந்திருக்கும். கையில் பணம் கிடைத்தவுடன் மதுவிலும் கொண்டாட்டத்திலும் பணத்தைக் கொட்டுவார்கள். அந்த இடமே அமர்க்களமாக மாறிவிடும். எல்லாவற்றையும் வேடிக்கை பார்த்துக்கொண்டே நடந்துபோவான் காஸ்ட்ரோ. சேவல் சண்டை நடைபெறும் குழிக்கு அருகாமையில் பல பனையோலை குடிசைகள் அமைந்திருக்கும். அவற்றையும் நோட்டம் விடுவான்.

இந்தக் குடிசைகளில் பெரும்பாலும் ஹைத்தி அகதிகள்தான் தங்கியிருப்பார்கள். 20-ம் நூற்றாண்டின் தொடக்கத்தில் க்யூபாவுக்கு வந்து சேர்ந்தவர்கள் இந்த அகதிகள். கரும்புத்தோட்டங்களில் விவசாயிகளாக இருப்பவர்கள். காஸ்ட்ரோவுக்கு இந்தக் குடிசைவாசிகளில் சிலரைத் தெரியும். அவர்களுக்கும் காஸ்ட் ரோவை நன்றாகவே தெரியும். அந்தப் பண்ணையிலேயே பெரிய வீடு இவர்களுடையதுதானே! காஸ்ட்ரோவைப் பார்க்கும்போதெல்லாம் தன்னுடைய வீட்டுக்குள் வருமாறு அழைப்பார்கள். காஸ்ட்ரோவும் உற்சாகத்துடன் அவர்கள் வீட்டுக்குப் போவான். அவர்கள் ஏழைகள் என்று அவனுக்கு அப்போது தெரியாது. ஆனால் தரைகள் அழுக்காக இருப்பதையும், தங்கும் இடம் சிறிதாக இருப்பதையும் அவன் குழப்பத்துடன் பார்ப்பான். அந்த வீட்டில் தங்கியிருப்பவர்கள் கிழிந்த ஆடைகளை அணிந்திருப்பதையும் பார்ப்பான்.

சேவல் சண்டைக்கு அடுத்தபடியாக அவனுக்குப் பிடித்த பகுதி கரும்புத்தோட்டங்கள். எந்தத் தோட்டத்தைப் பார்த்தாலும் நுழைந்துவிடுவான். கரும்பை உடைத்துச் சுவைப்பான். தோட்டங ்களில் பணிபுரியும் விவசாயிகளின் குழந்தைகளோடு இணைந்து சுற்றுவான். பிறகு, ஏதாவது ஒரு மணல்மேட்டில் அமர்ந்து, விவசாயிகள் எப்படி வேலை செய்கிறார்கள் என்று கவனிப்பான். ஏஞ்சல், லினா இருவருமே காஸ்ட்ரோவை கட்டுப்படுத்தியது கிடையாது. சிறிய வயதிலேயே அவனுக்கு முழு சுதந்தரம் அளித்திருந்தார்கள். தான் விரும்பியதை விரும்பியபடியே செய்ய அவனுக்குப் பரிபூரண உரிமை அளிக்கப்பட்டிருந்தது. பள்ளியில் முறைப்படி சேர்ந்து புத்தக வாசிப்பைத் தொடங்குவதற்கு முன்னரே காஸ்ட்ரோ தன்னைச் சுற்றி நடைபெறும் சம்பவங்களைக் கவனித்து பாடம் பயிலத் தொடங்கிவிட்டான்.

அப்போது காஸ்ட்ரோவுக்கு 5 அல்லது 6 வயதிருக்கும். ஓரியண்டில் காஸ்ட்ரோ குடியிருந்த பகுதியில் தேவாலயங்கள் இல்லாமல் போனாலும் குழந்தைகளுக்கு ஞானஸ்நானம் அளிப்பதற்காக மட்டுமே ஒரு பாதிரியார் வந்து போவதுண்டு. அங்கிருந்த அனைவருமே இந்தப் பாதிரியாரிடம் ஞானஸ்நானம் பெற்றவர்கள் தான். மதநம்பிக்கையில்லாதவர்கள்கூட தங்கள் குழந்தைக்கு கடமைக்காகவாவது ஞானஸ்நானம் செய்து வைப்பார்கள். அவ்வாறு ஞானஸ்நானம் பெறாமல் விடுபட்டுப் போனவர்களை யூதர்கள் என்று அழைப்பது வழக்கம்.

யூதர் என்ற பதத்துக்கு காஸ்ட்ரோவுக்கு அப்போது அர்த்தம் தெரியாது. இருந்தாலும், அவராகவே ஒரு கற்பனை செய்து வைத்திருந்தார். அதாவது யூதர் என்றால் அதிகச் சத்தமிடும் ஒரு விநோதப் பறவை. அதுவும் சாதாரணமான பறவை அல்ல. கறுப்பான, அருவருப்பான பறவை. யாரையாவது சுட்டிக்காட்டி 'அதோ போகிறாரே அவர் ஒரு யூதர்' என்று சொன்னால் பறவை களைப் பற்றிப் பேசிக்கொள்கிறார்கள் (அதாவது திட்டிக் கொள்கிறார்கள்) என்று காஸ்ட்ரோ நினைத்துக்கொள்வார்.

காஸ்ட்ரோவுக்குத் தெரிந்தவர்கள் அனைவரும் மதப்பற்றாளர்கள். அவர்கள் கடவுளை நம்பியதுடன் கிருத்துவப் பிரார்த்தனை சபையில் இருந்த பல புனிதர்களையும் நம்பினர். இந்தப் புனிதர்கள் அதிகாரபூர்வமானவர்கள். மிகுந்த செல்வாக்கு கொண்டவர்கள். ஒவ்வொருவருக்கும் ஒவ்வொரு புனிதர் இருந்தார். அந்தப் புனிதரின் பெயரை ஒட்டியே பொதுவாகக் குழந்தைகளுக்கு பெயர்கள் வைக்கப்படும். அதாவது ஞானஸ்நானத்தை இந்தப் புனிதர்தான் நடத்தி வைப்பார். ஃபிடல் என்பது அத்தகைய ஒரு புனிதரின் பெயர்தான்.

கிருத்துவப் பிரார்த்தனை சபையைச் சாராத புனிதர்களையும் க்யூபர்கள் வணங்கிவந்தனர். அவர்களுள் மிக முக்கியமானவர் புனித லாசரஸ். புனித லாசரஸ் மீது நம்பிக்கையில்லாதவர்களை தேடினாலும் கண்டுபிடிக்க முடியாது. ஆவி, பேய் மீதும் பலருக்கு நம்பிக்கை யிருந்தது. அனைத்துவிதமான மூடநம்பிக்கைகளும் மக்களிடையே பரவிக்கிடந்தன. ஒரு வீட்டுச்சேவல் மூன்று முறை கூவி பதில் கிடைக்கவில்லையென்றால் ஏதேனும் பெரும்கேடு ஏற்படும் என்று நம்பினர். இரவில் ஆந்தை பறந்து அதன் சத்தம் நம் காதில் கேட்டால் பெரும் ஆபத்து என்று நம்பினர். உப்பு தூவும் பெட்டி கீழே விழுந்து சிதறிவிட்டால், சிந்திய உப்பிலிருந்து ஒரு துளி எடுத்து இடது தோள் மீது தூவிக்கொள்வார்கள். இது பரிகாரம். இப்படிச் செய்யவில்லை யென்றால் கற்பனைக்கெட்டாத விபரீதங்கள் நடந்துவிடும். இன்னும் எத்தனை எத்தனையோ நம்பிக்கைகள், பயங்கள், பரிகாரங்கள்.

வீட்டில் யாருக்காவது ஏதாவது சுகவீனம் ஏற்பட்டால் மருத்துவரிடம் போகாமல் புனித மாதாவிடம்தான் முறையிடுவார்கள். காஸ்ட்ரோவின் தாய் லினாவும் இப்படித்தான். வீட்டில் எப்பொழுதும் பிரார்த்தனைகள் செய்து கொண்டிருப்பார். ஏஞ்சலுக்கு கடவுள் நம்பிக்கை இருந்ததா என்பதை உறுதியாகச் சொல்லமுடியாது. அவர் மதம் மீது 'ஐயம் கொண்டவராக' இருந்திருக்கலாம் என்று காஸ்ட்ரோ பின்னால் ஒரு பேட்டியில் குறிப்பிடுகிறார்.* ஏஞ்சல் யாரிடமும் மதம் பற்றியும் இறைநம்பிக்கை பற்றியும் பேசியதாகத் தெரியவில்லை.

ஞானஸ்நானம் அளிப்பதென்பது ஒரு விரிவான முக்கிய சடங்காகக் கடைபிடிக்கப்பட்டது. ஒரு குழந்தைக்கு ஞானஸ்நானம் அளிக்கும் தந்தை (இவர்களை ஞானத்தந்தை என்று அழைப்பது வழக்கம்) அந்தக் குழந்தையின் இரண்டாவது தந்தையாக மதிக்கப்பட்டார். தான் ஞானஸ்நானம் செய்யும் குழந்தையை தன் சொந்த குழந்தையாகப் பாவித்து அவர்களுக்குத் தேவைப்படும் உதவிகளைச் செய்து கொடுப்பது ஞானத்தந்தையின் பொறுப்பு. குடும்ப நண்பர்களோ அல்லது குழந்தையின் மாமனோ தான் பொதுவாக ஞானத்தந்தை யாகப் பொறுப்பேற்பார்.

காஸ்ட்ரோவுக்கு ஏஞ்சலின் நண்பர் ஒருவர் ஞானத்தந்தையாக இருக்கச் சம்மதித்தார். அவர் பெயர் டான் ஃபிடல் பினோ ஸான்டோஸ். இவர் பெரிய பணக்காரர். பிரபலமானவரும் கூட. ஏஞ்சலுடன் வியாபார ரீதியாக உறவு வைத்துக்கொண்டவர். தனக்குத் தேவைப்படும் பொழுதெல்லாம் ஏஞ்சல் இவரிடமிருந்து வட்டிக்குக் கடன் வாங்கிக் கொள்வது வழக்கம். 'மில்லியனர்' என்றுதான் இவரை அழைப்பார்கள். ஒரு பெஸோ** சம்பாதிப்பதற்குத் திண்டாடும் மக்களிடையே ஒரு மில்லியனராக இருக்கவேண்டுமானால் அவருடைய பணபலமும் செல்வாக்கும் எப்படி இருந்திருக்கும் என்று யூகிக்கலாம். காஸ்ட்ரோவுக்கு முன்னரே ஞானஸ்நானம் அளிக்கப்பட்டிருக்க வேண்டும். ஆனால் டான் ஃபிடலால் இதற்கென நேரம் ஒதுக்கி காஸ்ட்ரோ தங்கியிருந்த பகுதிக்கு வர இயலவில்லை. அதனால் இந்தச் சடங்கு ஒத்திவைக்கப்பட்டது. காலதாமதமாக ஞானஸ்நானம் அளிக்கப்பட்டதால் காஸ்ட்ரோவையும் யூதர் என்று சிலர் அழைத்தனர்.

---

* 1985-ம் ஆண்டு மே மாதம் பிரேசிலின் விடுதலை மத ஆராய்ச்சியாளர் ஃப்ரெய் பெட்டோ என்பவருக்கு அளித்த பேட்டியில்.

** க்யூப நாணயத்தின் பெயர் பெஸோ.

ஒவ்வொரு வருஷமும் ஜனவரி 6-ம் தேதியை இயேசுவின் திருவருட் தோற்ற நாளாகக் கொண்டாடுவது வழக்கம். சம்பிரதாயப்படி, கிறிஸ்து பிறந்தபோது அவருக்கு அஞ்சலி செலுத்த மூன்று ஞானிகள் வருவார்கள். அவர்கள் கேஸ்பர், மெல்காயிர் மற்றும் பால் தஸார். சாண்டாகிளாஸைப் போல் இந்த மூன்று ஞானிகளும் ஒவ்வொரு வருஷமும் குழந்தைகளுக்கு பரிசுகளைக் கொண்டுவருவார்கள்.* யார் யாருக்கு என்னென்ன பரிசுகள் வேண்டும் என்று இந்த ஞானிகளிடம் கடிதம் மூலம் தெரிவித்துவிட்டால் போதும். விரும்பிய பொருள்கள் கிடைத்துவிடும். காஸ்ட்ரோவுக்கு இந்த ஞானிகள் மீது மிகுந்த நம்பிக்கையிருந்தது. ஒரு நீண்ட கடிதத்தை எழுதினார். 'எனக்கு கார்கள் வேண்டும். ரயில்கள் வேண்டும். பிறகு படம் எடுக்கக்கூடிய கேமராக்கள் வேண்டும்.'

இரவு படுப்பதற்கு முன்னால் படுக்கைக்கு அடியில் சிறிது புல்லும் அருகே தண்ணீரும் எடுத்துவைத்துவிட்டுத் தூங்கினான் காஸ்ட்ரோ. இந்தப் புல்லும் தண்ணீரும் ஒட்டகத்துக்காக. ஒட்டகம்தான் மூன்று ஞானிகளையும் சுமந்துகொண்டு வரும். அவ்வளவு தொலைவி லிருந்து இந்த ஒட்டகம் வருவதால் (எவ்வளவு தொலைவிலிருந்து என்று அவனுக்குத் தெரியாது) அதற்கு பசியும் தாகமும் ஏற்படலாம். புல்லைச் சாப்பிட்டுவிட்டு தண்ணீரையும் குடித்துவிட்டு முழுத் திருப்தியடைந்தால்தான் பரிசுகள் கிடைக்கும். மிகுந்த நம்பிக்கையுடன் இருந்தான் காஸ்ட்ரோ. ஆனால், மறுநாள் காலை கண்விழித்து அவசர அவசரமாகத் தேடியபோது ஏமாற்றமே மிஞ்சியிருந்தது. அவன் கேட்டிருந்த பரிசுப்பொருள்கள் எதுவுமே கிடைக்கவில்லை. மாறாக, சில பொம்மைகள் மட்டுமே காணப்பட்டன. காஸ்ட்ரோவும் விடாமல் தனது முயற்சிகளை ஒவ்வொரு வருஷமும் (மொத்தம் 3 வருஷங்கள்) தொடர்ந்தான். மூன்று ஞானிகளின் கருணை அவன் மீது விழவேயில்லை. ஒட்டகம்கூட ஏமாற்றிவிட்டது. திரும்பத் திரும்ப அவனுக்குக் கிடைத்தது அட்டையால் செய்த ஊதுகுழல் மட்டுமே.

•

1930-களில் க்யூபாவில் பொருளாதார நெருக்கடி நிலவிவந்த சமயத்தில், காஸ்ட்ரோ ஸான்டியாகோ டி-க்யூபாவுக்கு அனுப்பி வைக்கப்பட்டான். அப்பொழுது அவனுடைய வயது ஐந்து. முதல் முறையாகத் தனது தாயையும் தந்தையையும் விட்டு

---

* சாண்டாகிளாஸ் அப்போது க்யூபாவில் பிரபலமாகவில்லை. அவர் ஒரு முதலாளித்துவ அடையாளமாகக் கருதப்பட்டார்.

26 • மருதன்

பிரிந்துபோவதால் காஸ்ட்ரோவுக்கு தாளாத துக்கம். ஏஞ்சல் தன்னுடைய குடும்ப நண்பர் ஒருவருடன் முன்னரே பேசியிருந்தார். அவருடைய வீட்டில்தான் காஸ்ட்ரோவும் அவரது சகோதர சகோதரிகளும் தங்கவேண்டும். ஏஞ்சலின் நண்பர் ஓர் ஆசிரியர் என்பதால் அவருடைய வீட்டில் தங்கிப் படிப்பது உபயோகமாக இருக்கும் என்பது ஏஞ்சலின் கணிப்பு. அந்த நண்பர் அவ்வளவு வசதியானவர் அல்ல என்பதால் குழந்தைகளின் தேவையைக் கவனித்துக்கொள்ளும் பொருட்டு மாதாமாதம் ஒரு குறிப்பிட்ட தொகையை அவருக்கு அனுப்பிவைப்பதாக வாக்கு கொடுத் திருந்தார்.

தன்னுடைய குழந்தைகள் எந்தவித சிரமங்களையும் சந்திக்காமல் நிம்மதியாகப் படிக்கவேண்டும் என்பதுதான் ஏஞ்சலின் விருப்பம். ஆனால், இவரது விருப்பம் முற்றிலும் நிறைவேறியதாகச் சொல்ல முடியாது. காஸ்ட்ரோ தங்கியிருந்த வீடு ஏழைமையில் உழன்று கொண்டிருந்தது. அதனால் காஸ்ட்ரோ மற்றும் அவருடைய சகோதர சகோதரிகளுக்காக ஏஞ்சல் அனுப்பிய தொகையை மொத்தக் குடும்பமும் பகிர்ந்துகொள்ளவேண்டிய நிலை ஏற்பட்டது. இதனால் அந்தக் குடும்பத்தாரோடு சேர்ந்து காஸ்ட்ரோவும் அவரது சகோதர, சகோதரிகளும்கூட சிரமப்பட வேண்டியிருந்தது. மிகச் சிறிய வீடு. மழை பெய்தால் சல்லடை போல் ஒழுகும். சரியான சாப்பாடு கிடையாது. சரியான உறக்கம் கிடையாது. மிகவும் கடுமையான அக்காலகட்டத்தில் எப்பொழுதும் பசியுடன் இருந்ததாக காஸ்ட்ரோ பின்னர் குறிப்பிட்டார்.

பசியாவது பரவாயில்லை! தங்கியிருந்த வீட்டினர் விதித்திருந்த கடுமையான கட்டுப்பாடுகளைத்தான் அவரால் சமாளிக்க முடியவில்லை. 'இதைத்தான் செய்யவேண்டும்!', 'இப்படித்தான் செய்யவேண்டும்!' என்று யாராவது சொன்னாலே காஸ்ட்ரோவுக்குப் பிடிக்காது. எரிச்சல் வரும். கட்டுப்பாடு, ஒழுங்கு என்று ஏன்தான் இப்படியெல்லாம் இம்சிக்கிறார்களோ என்று குமுறுவான். சுதந்தரமாக, விருப்பம்போல் இருக்க ஏன் யாருமே அனுமதிப்பதில்லை என்று எண்ணி வருந்துவான். ஒரு கட்டத்தில் காஸ்ட்ரோவின் சகோதர, சகோதரிகள் அந்த வீட்டைவிட்டு வெளியேறிவிட்டனர். காஸ்ட்ரோ மட்டும் பொறுமையுடன் அங்கேயே தங்கியிருந்தான்.

அவன் தங்கியிருந்த வீட்டுக்கு மிக அருகேயிருந்த லா சேல் எனும் பள்ளியில் அவன் சேர்க்கப்பட்டான். காஸ்ட்ரோவுக்கு அப்போது ஆறரை அல்லது ஏழு வயது ஆகியிருந்தது. ஆனாலும் பள்ளியில் அவனை முதல் வகுப்பிலேயே வைத்திருந்தார்கள். பள்ளி நிர்வாகத்தைப் பொறுத்தவரையில் அவன் அந்தப்பள்ளியில்

அப்பொழுதுதான் சேர்ந்திருந்தான். எனவே முதல் வகுப்பில்தான் அவன் அமரவேண்டும். இது காஸ்ட்ரோவுக்கு வருத்தத்தை ஏற்படுத்தியது. அவனுக்கு ஏற்கெனவே ஓரளவு எழுதப்படிக்கத் தெரியும். கணக்கு சுலபமாகக் கைவந்தது. ஆனாலும் முதல் வகுப்பில் அமர்ந்து எல்லாவற்றையும் மீண்டுமொரு முறை படிக்க வேண்டியிருக்குமே என்று வருந்தினான். 'நியாயப்படி பார்த்தால் நான் மூன்றாம் வகுப்பு படிக்கவேண்டும்' என்று குறைபட்டுக் கொண்டான்.

வகுப்பறையில் மாணவர்கள் காஸ்ட்ரோவுக்கு வைத்த செல்லப் பெயர் எல் கோகிரோ (El Guajiro). இதன் பொருள் முட்டாள். ஒரு நாள் வகுப்பாசிரியர் ஒருவர் காஸ்ட்ரோவை அடித்துவிட்டார். ஆசிரியரிடம் அடிவாங்குவதென்பது வெகு இயல்பான சங்கதிதான். ஆனால் காஸ்ட்ரோ அதை அத்தனை சாதாரணமாக எடுத்துக்கொள்ள வில்லை. எல்லோரும் பார்த்துக் கொண்டிருக்கும்பொழுது தன்னை ஒருவர் கைநீட்டி அடித்துவிட்டதை அவனால் சகித்துக்கொள்ள முடியவில்லை. ஆத்திரம் ஆத்திரமாக வந்தது. எதுவும் யோசிக்காமல் கண்டபடி ஆசிரியரைத் திட்டிவிட்டு ஓடத்தொடங்கினான். தன்னைப் பிடித்துவிடுவார்கள் என்ற பதைபதைப்புடன் ஓடியதால் அவசரப்பட்டு வராந்தாவின் கைப்பிடிச்சுவரைப் பிடித்துத் தாண்டிய பொழுது குப்புற விழுந்துவிட்டான். அவன் விழுந்த இடத்தில் ஆணிகள் அடிக்கப்பட்ட பலகைகள் கிடத்தப்பட்டிருந்ததால் வாயிலும் நாக்கிலும் ஆணி குத்தி ரத்தம் வந்துவிட்டது.

வேகவேகமாக எழுந்து தன்னுடைய வீட்டை நோக்கி ஓடினான் காஸ்ட்ரோ. ஒருபுறம் வலி, மற்றொருபுறம் அவமானம். வலியைவிட அவமானமே அவனை அதிகமாகப் பாதித்தது. ரத்தவெள்ளத்தில் ஓடிவந்த மகனைப் பார்த்து அலறினார் லினா. காஸ்ட்ரோ எதையும் மறைக்கவில்லை. பள்ளியில் நடந்த அனைத்துச் சம்பவங்களையும் தன் அம்மாவிடம் சொன்னான். இத்தனை முரட்டுத்தனமாக நடந்து கொண்ட தன் மகன் மீது லினாவுக்குக் கோபம் வந்தாலும் நடந்ததை மறைக்காமல் தன்னிடம் சொல்லிவிட்டதை எண்ணி பரிதாபம் கொண்டார். 'ஆசிரியர் என்பவர் கடவுள் மாதிரி. அவர் திட்டினாலும், உதைத்தாலும் எதிர்த்துப் பேசக்கூடாது. அப்படிப் பேசினால் கடவு ளுக்கு கோபம் வந்துவிடும். நீ திட்டியதால்தான் கடவுள் உன்னை ஆணியால் குத்திவிட்டார். இனி அப்படிச் செய்யாதே' என்று அறிவுரை கூறினார். காஸ்ட்ரோ மெய்யாகவே பயந்துவிட்டான். ஆசிரியரை அவ்வளவு கடுமையாகத் திட்டியிருக்கக்கூடாது என்று வருந்தினான். கடவுள் மீதும் அவனுக்குப் பயம் உண்டானது. கடவுளின் ஆற்றலைக் கண்டு வியந்துபோனான். தவறு செய்பவர்களை உடனுக்குடனே

கண்டுபிடித்து, உடனுக்குடனே ஆணியால் குத்தி தண்டனை கொடுத்து விட்டாரே, உண்மையிலேயே அவரது ஆற்றல் மகத்தானதுதான் என்று சொல்லிக்கொண்டான்.

காஸ்ட்ரோவை அடிக்காத, அவனை மிகவும் கவர்ந்த ஆசிரியர் ஒருவரும் அதே பள்ளியில் இருந்தார். பெரும்பாலும் வெள்ளை நிறத்தவரே ஆசிரியர்களாகப் பணிபுரியும் அப்பள்ளியில் ஒரே கறுப்பினப்பெண் அவர்தான். சற்றுப் பருமனான உடல்வாகு கொண்ட இந்த ஆசிரியரை காஸ்ட்ரோவைத் தவிர அனைவரும் கிண்டல் செய்தனர். கண்டிப்பும் கருணையும் சமவிகிதத்தில் இவரிடம் இருந்தது. காஸ்ட்ரோ மீது தனிப்பட்ட பாசமும் அக்கறையும் கொண்டிருந்தார். 'நீ நன்றாகப் படிக்கவேண்டும். பெரிய ஆளாக வரவேண்டும்' என்று இவர் அடிக்கடி சொல்வது வழக்கம். க்யூப சுதந்தரப் போராட்ட முன்னோடி மார்த்தியின் தேசபக்திப் பாடல்களை முதல் முதலாக காஸ்ட்ரோவுக்குக் கற்றுக்கொடுத்தவர் இவர்தான். காஸ்ட்ரோ, மார்த்தியின் புரட்சிப் பாடல்களையும் பாடுவான், தேவாலய திருச்சபைப் பாடல்களையும் பாடுவான். இரண்டு பாடல்களுமே அவனுக்குப் பிடிக்கும். இரண்டு பாடல்களுக்குமே அவனுக்கு பொருள் தெரியாது.

படிப்பைத் தவிர பிற விஷயங்களில் அதிக ஆர்வம் காட்டுவான் காஸ்ட்ரோ. நிறைய ஊர் சுற்றுவான். ஆங்கிலத்தில் படு மோசம். குறைவான மதிப்பெண்களே கிடைக்கும். ஆனால் வீட்டில் திட்டுவார்கள் என்பதால் ஆசிரியர்களிடம் மதிப்பெண் சீட்டு தொலைந்துவிட்டதாகக் கூறி இன்னொன்றை வாங்கிக்கொள்வான். அந்தப் புதிய சீட்டில் தனக்கு விருப்பப்பட்ட மதிப்பெண்களைத் திருத்தி எழுதி வீட்டில் கொண்டுபோய் காட்டுவான். 'ஆஹா! என் பையன் எவ்வளவு நன்றாகப் படிக்கிறான்' என்று அகமகிழ்ந்து பாராட்டுவார் அவன் தந்தை. இன்னொரு சீட்டில் தன் அப்பா மாதிரியே கையெழுத்து போட்டு ஆசிரியரிடம் பவ்யமாகக் கொண்டுபோய்க் கொடுத்துவிடுவான்.

நிறைய குறும்புகள். ஆசிரியர் பேச்சுக்குக் கட்டுப்படுவது கிடையாது. பொறுத்துப்பார்த்த ஆசிரியர்கள், ஒரு கட்டத்தில் பொறுக்கமாட்டாமல் காஸ்ட்ரோவைப் பற்றி ஒரு குற்றச்சாட்டை தயார் செய்து அவனுடைய வீட்டுக்கு அனுப்பிவைத்தனர். சரியாகப் படிக்கவில்லை. முறைப்படி நடந்துகொள்ளவில்லை. கட்டுப்பாடுகளை மதிப்பதில்லை. ஆசிரியர்களின் சொல்பேச்சு கேட்பதில்லை. முரட்டுத்தனம் அதிகம். ஒழுக்கம் குறைவு. இப்படியாக நீண்டது அந்தக் குற்றச்சாட்டு. அதைப் படித்துப் பார்த்த ஏஞ்சல் மிகவும் வருந்தினார். இனி காஸ்ட்ரோவை பள்ளிக்கு அனுப்பவேண்டிய அவசியம் இல்லை எனும் முடிவுக்கு வந்தார்.

ஆனால், காஸ்ட்ரோ அதற்கு ஒப்புக்கொள்ளவில்லை. என்னதான் புதிய இடம் பிடிக்கவில்லையென்றாலும் அதற்காகத் தன்னுடைய படிப்பை துண்டித்துக்கொள்ள அவன் விரும்பவில்லை. தன் தந்தையிடம் பேசினான்.

'அப்பா, நான் திரும்பவும் பள்ளிக்குப் போகவேண்டும்.'

'அது நடக்காது' என்ற ஏஞ்சல், 'நீ யாருக்கும் அடங்க மறுக்கிறாயாம். உன்னால் எல்லோருக்கும் பிரச்னையாம். திரும்பவும் உன்னை பள்ளிக்கு அனுப்பக்கூடாது என்று சொல்லியிருக்கிறார்கள்' என்றார்.

'ஓ! அப்படியா!' என்று தலையை ஆட்டிக் கேட்டுவிட்டு நேராகத் தன் அம்மாவிடம் சென்றான் காஸ்ட்ரோ.

'அம்மா உங்களிடம் சிறிது பேசவேண்டும்.'

'என்ன?'

'நீங்களும் அப்பாவும் என்னை பள்ளிக்கு அனுப்புகிறீர்கள். இல்லையென்றால் இந்த வீட்டைக் கொளுத்திவிடுவேன்!'

காஸ்ட்ரோ மீண்டும் பள்ளிக்கு அனுப்பப்பட்டான்.

●

காஸ்ட்ரோ தங்கியிருந்த வீட்டில் பெலன் எனும் பெண்மணியும் வசித்து வந்தார். இவர் ஒரு பியோனோ ஆசிரியர். ஆனால் இவருக்கு எந்த வேலையும் கிடைக்கவில்லை. இவருடைய கணவர் ஸான்டியாகோ டி-க்யூபாவின் ஹைத்தி பிரதிநிதி (Ambassador). அவர் பெயர் லூயிஸ். காஸ்ட்ரோவுக்கு இவரைப் பிடித்திருந்தது. ஒருநாள் இருவரும் பேசிக்கொண்டிருக்கும்போது, காஸ்ட்ரோ தனக்கு இன்னமும் ஞானஸ்நானம் செய்துவைக்கப்படவில்லை எனும் சங்கதியைத் தெரிவித்தார். இதைக் கேட்டு திகைத்துப்போன லூயிஸ் அதற்கான காரணத்தையும் கேட்டு அறிந்துகொண்டார். ஞானஸ்நானம் மிக மிக அவசியம் என்று கருதிய அவர், மறுகணமே காஸ்ட்ரோவின் ஞானத் தந்தையாக இருக்க தன்னுடைய சம்மதத்தைத் தெரிவித்தார்.

ஒரு நாள் மதியம் சான்டியாகோ டி-க்யூபாவில் இருந்த தேவாலயத்துக்கு காஸ்ட்ரோவை அழைத்துச் சென்றனர். அவன் மீது புனிதநீர் தெளிக்கப்பட்டது. ஞானஸ்நானம் செய்வித்தது லூயிஸ்தான் என்ற போதிலும் அவரது பெயர் காஸ்ட்ரோவின் பெயரோடு இணைக்கப் படவில்லை. ஒருவேளை முன்னரே இவரைச் சந்திக்கும் வாய்ப்பு அமைந்திருக்குமானால் ஃபிடல் காஸ்ட்ரோ லூயிஸ் காஸ்ட்ரோவாக

மாறியிருப்பான். ஃபிடல் என்பது லத்தீன் மொழிச்சொல். கற்பு, ஒழுக்கம், நெறி போன்ற பண்புகளைக் குறிக்கும் சொல். ஃபிடலின் முழுப்பெயர் ஃபிடல் அலெஜாண்ட்ரோ ரஸ் காஸ்ட்ரோ. அலெஜாண்ட்ரோ என்பது அலெக்ஸாண்டரின் பெயர். ஸ்பானிய மொழிவழக்கில் அலெஜாண்ட்ரோ என்று மாறிவிட்டது. காஸ்ட்ரோவுக்கு அலெஜாண்ட்ரோ எனும் பெயரே பிடித்திருந்தது. பள்ளியில் தன்னை அலெஜாண்ட்ரோ என்றே அவர் பெருமையுடன் கூறிக் கொண்டார்.

லூயிஸ் ஞானத்தந்தையாக மாறிவிட்டதால் அவர் மனைவி பெலன், காஸ்ட்ரோவின் ஞானத்தாயாக மாறினார். பெலன், காஸ்ட்ரோவுக்கு வீட்டிலேயே வகுப்புகள் எடுத்தார். அப்போது காஸ்ட்ரோவின் விருப்பப் பாடம் கணிதம். புத்தகத்தின் அட்டைகளைக்கூட விட்டு வைக்காமல் பெருக்கல், கூட்டல், வகுத்தல் என்று ஓயாமல் கணக்கு பழகிக்கொண்டிருப்பான். மற்றபடி அந்த வீட்டில் அவர் பெரிதாக எதையும் கற்றுக்கொள்ளவில்லை. வீட்டில் பிரச்னைகளும் பெருகிக் கொண்டே போனது. ஓரியண்ட்டில் அவரது தந்தை குவியல் குவியலாக பணத்தை வைத்திருந்து என்ன பயன்? ஆசைப்பட்டபோது ஒரு கோன் ஐஸ்கூட காஸ்ட்ரோவுக்குக் கிடைக்கவில்லை என்பதே நிஜம்.

பொறுத்துப் பொறுத்து பார்த்து பேசாமல் வீட்டைவிட்டு வெளியேறி பள்ளி விடுதியில் சேர்ந்துகொண்டான் காஸ்ட்ரோ. ஆனால் அங்கும் அதே பிரச்னை. கட்டுப்பாடுகள், கட்டுப்பாடுகள், கட்டுப்பாடுகள். கட்டுப்பாடு எனும் வார்த்தையை யார் பயன்படுத்தினாலும், அவர்களை அறைந்துவிடலாம் எனும் அளவுக்கு வெறுப்பின் உச்சத்துக்கே போனான். சட்டதிட்டங்கள் என்னென்ன என்று தெரிந்து வைத்துக்கொண்டு நேரம் கிடைக்கும்போதெல்லாம் ஒவ்வொன்றாக மீறினான். அதே சமயம் காஸ்ட்ரோ படிப்பதை விட்டுவிடவில்லை. நல்ல மதிப்பெண்களையே பெற்று வந்தான். இதனால் மூன்றாவது வகுப்பிலிருந்து ஐந்தாவது வகுப்புக்கு அனுப்பப்பட்டான்.

ஸான்டியாகோ டி-க்யூபாவில் தங்கியிருந்த காலகட்டத்தில் காஸ்ட்ரோ தான் பிறந்து வளர்ந்த ஓரியண்ட் மாகாணத்தை மறக்க இயலாதவனாக இருந்தான். கரும்புத்தோட்டங்களையும், தன் வீட்டு அடிவாரத்தில் சதா கத்திக்கொண்டிருக்கும் வளர்ப்புப் பிராணிகளையும், சேவல் சண்டை களையும் அடிக்கடி நினைத்துப் பார்த்தான். ஒவ்வொரு விடுமுறை யின்போதும் தன் வீட்டுக்கு ஓடிவந்துவிடுவான். பள்ளியில் சேர்வதற்கு முன்னால் தன் வீட்டில் அனுபவித்த எல்லையற்ற சுதந்தரத்தை நினைத்து நினைத்து ஏங்கினான். மூன்று மாதங்களுக்கு ஒரு முறை விடுமுறை அளிக்கப்பட்டது. கிறிஸ்துமஸ் சமயங்களில் இரண்டு வாரங்களுக்கு லீவு கிடைக்கும்.

காஸ்ட்ரோவுக்குப் பிடித்த முக்கியப் பொழுதுபோக்கு குதிரைச் சவாரி. அப்போது காஸ்ட்ரோவின் குடும்பத்தாருக்கு பல ஏக்கர் நிலங்கள் சொந்தமாக இருந்தன.* அவற்றில் பெரும்பாலான நிலங்கள் பைன் மரங்கள் நிறைந்த மலைச்சரிவாக இருந்தன. 700, 800 மீட்டர் உயரத்தில்தான் மேட்டு நிலம் இருக்கும். இது வளமான செம்மண் நிறைந்த பகுதி. நிக்கல் மற்றும் உலோகப் படிவங்கள் மிகுதியாக இருந்தன. காஸ்ட்ரோவுக்கு இந்தச் செம்மண் நிலத்தில் குதிரைச் சவாரி செய்வது மிகவும் பிடிக்கும். சரிவான பகுதிகளில் செல்லும்போது உற்சாகத்துடன் கத்தத் தொடங்கிவிடுவான். பிறகு, குதிரையை ஓர் இடத்தில் கட்டி வைத்துவிட்டு பைன் மரங்களை அண்ணாந்து பார்த்தபடி பொழுதைக் கழிப்பான்.

காஸ்ட்ரோவுக்கு கிறிஸ்துமஸ் பிடிக்கும். கிறிஸ்துமஸ் விடுமுறையும் ரொம்பவே பிடிக்கும். காரணம், மேற்சொன்ன உல்லாசம்தான். மற்றபடி கிறிஸ்துமஸ் பண்டிகைக்குப் பின்னால் ஒளிந்திருந்த மதநம்பிக்கைகளை அவன் ஏற்றுக்கொண்டான் என்று சொல்வதற்கில்லை. மூன்று ஞானிகள் மீதான அவனது நம்பிக்கை முன்னரே கலைந்துவிட்டது. அதே போல் கிறிஸ்துவச் சகோதரர்கள் மற்றும் பாதிரிகள் மீதான நம்பிக்கையும் தளர்ச்சியடைந்திருந்தது. ஒரு கன்னத்தில் அறைந்தால் மறுகன்னத்தையும் காட்டவேண்டும் என்று போதித்த ஆசிரியரே ஃபிடலை அழைத்து, அவனது இரு கன்னங்களிலும் மாறி மாறி அறைந்ததை அவனால் ஏற்றுக்கொள்ள இயலவில்லை.

நம்பிக்கையாளர்கள் என்று கருதப்பட்ட மற்றொரு சாரார் காஸ்ட்ரோ மீது மிகுந்த அக்கறை காட்டியது அவனுடைய பணக்கார பின்புலத்துக்காகத்தான் என்று அறிந்தபோது காஸ்ட்ரோவுக்குக் குழப்பமே எஞ்சியிருந்தது. பணம் அவர்களை எப்படியெல்லாம் உருமாற்றிவிடுகிறது என்பதை கற்றுக்கொண்டான். ஒழுக்கம் என்பது முக்கியம்தான். காஸ்ட்ரோவுக்கு அதில் சந்தேகமில்லை. ஆனால், ஒழுக்கத்தை வலியுறுத்துவதற்காக மாணவர்களை உடல் ரீதியாகத் தண்டிப்பதை அவனால் சகித்துக் கொள்ள முடியவில்லை.

●

காஸ்ட்ரோ ஆறாவது வகுப்புக்கு உயர்ந்தபொழுது அவன் டோலோரஸ் பள்ளியில் சேர்க்கப்பட்டான். அவனது மதிப்பெண்

---

* க்யூபாவில் நிலத்தை கேபல்லரியா முறையில் கணக்கெடுப்பார்கள். ஒரு கேபல்லரியா என்பது 13.4 ஹெக்டேருக்குச் சமமானது. ஏஞ்சலிடம் கிட்டத்தட்ட 800 ஹெக்டேர் நிலம் இருந்தது.

களும் உயர்ந்தன. ஏழாவது வகுப்பில் சிறந்த மாணவர்களுள் ஒருவனாக காஸ்ட்ரோ மாறியிருந்தான். சமயம் கிடைக்கும்பொழு தெல்லாம் கிராமப்புறங்களில் பயணம் மேற்கொண்டான். விளையாட்டுகளில் அதிக ஆர்வம் கொண்டவனாக விளங்கினான். குறிப்பாக கூடைப்பந்து, கால்பந்து மற்றும் பேஸ்பால். கடுமையாக மழை பெய்துகொண்டிருக்கும் சமயம் பார்த்து ஆற்றில் குதித்து நீந்துவது காஸ்ட்ரோவுக்குப் பிடித்தமானது. மலையேறுவதிலும் அவனுக்கு மிகுந்த ஆர்வம் இருந்தது. பயிற்சியின்போது சக மாணவர்கள் அனைவரும் களைப்படைந்து திரும்பினால்கூட காஸ்ட்ரோ தொடர்ந்து மலையேறிக் கொண்டிருப்பான். சில சமயங்களில் அவன் களைப்படைவதற்காக ஒட்டுமொத்தக் குழுவும் இரண்டு மணிநேரம் வரை காத்துக்கொண்டிருக்கும். ஆபத்துகள் அதிகரிக்க அதிகரிக்க இவனது ஆர்வமும் அதிகரித்துக்கொண்டே போகும். ஆபத்தான மலைச்சரிவுகள் என்றால் கொள்ளை பிரியம். ஒரு மலையை பார்த்துவிட்டால் போதும், 'எப்பொழுது இதில் ஏறப்போகி றேன்? எப்பொழுது சிகரத்தைத் தொடப்போகிறேன்?' என்று யோசிக்கத் தொடங்கிவிடுவான்.

காஸ்ட்ரோவுக்கு சில விஷயங்கள் புரிந்தன. பல விஷயங்கள் புரியவில்லை. தன்னுடைய பள்ளியில் ஏன் பணக்கார வீட்டுக் குழந்தைகள் மட்டும் படிக்கிறார்கள்? அவர்களுக்கு மட்டும்தான் படிப்பு தேவையா? தொழிலதிபர்களின் பிள்ளைகளுக்காக மட்டுமே இந்தப் பள்ளிக்கூடம் இயங்கிக்கொண்டிருக்கிறதா? தனக்கு வகுப்பெடுக்கும் ஆசிரியரின் சொந்தப்பிள்ளைகள் கூட இங்கே சேரமுடியவில்லையே! ஏன்? பல மருத்துவர்களும் வக்கீல்களும்கூட தங்களுடைய பிள்ளைகளைச் சேர்க்க முடியாமல் அவதிப்படு கிறார்களே! ஏன்?

காஸ்ட்ரோ தனது தந்தையை நினைத்துப் பார்த்தான். தான் சந்தித்த பிற மனிதர்களோடு ஒப்பிட்டுப் பார்த்தான். ஏஞ்சலும் வசதியானவர் தான். ஆயிரக்கணக்கான ஏக்கரில் நிலம் வைத்திருந்தவர்தான். ஆனால் மேல்தட்டு கலா சாரம் அவரிடம் துளியும் இல்லை. அடிப்படையில் அவர் ஒரு விவசாயி. உழைத்து மட்டுமே பொருள் சேர்த்தவர். தாயும் அப்படித்தான். காஸ்ட்ரோ படித்த பள்ளியில் இரண்டு வகையான மாணவர்கள் இருந்தனர். ஒரு பிரிவினர் பணக்காரர்களின் குழந்தைகள். காஸ்ட்ரோ இந்தப் பிரிவைச் சார்ந்தவன். மற்றொரு வகையினர் பெரும் பணக்கார மற்றும் பூர்ஷ்வாக்களின் குழந்தைகள். காஸ்ட்ரோவின் தந்தையிடம் பெருமளவு பணமிருந்தாலும் அவர் கிராமப்புறத்தைச் சார்ந்தவர் என்பதால் அவருடைய மகனான காஸ்ட்ரோ பெரும் பணக்காரப் பிள்ளைகளைக் காட்டிலும் ஒரு படி

தாழ்ந்தவனாகவே கருதப்பட்டான். இது காஸ்ட்ரோவுக்கு ஒரு வகையில் நிறைவையே அளித்தது. ஒருவேளை பெரும் நிலப்பிரபுவின் மகனாகத் தான் பிறந்திருந்தால் அவர்களுடைய வர்க்கக் கலாசாரம் தன்னையும் தாக்கியிருக்கும் என்று நினைத்து பெருமூச்சு விட்டான்.

பூர்ஷ்வா மாணவர்கள் தன்னைப் போன்ற இரண்டாந்தர மாணவர்களை தாழ்வாகப் பார்ப்பது குறித்து காஸ்ட்ரோ கவலைப்படவில்லை. ஆனால் அவர்களது நோக்கத்தையும் அவ்வாறு தாழ்வாகப் பார்ப்பதற்கான பின்னணியையும் அவன் விளங்கிக் கொள்ள முயன்றான். தனக்கே இப்படி ஒரு நிலையென்றால், தொழிலாளிகளுக்கும் ஏழை விவசாயிகளுக்கும் தொழில் பிரிவினருக்கும் எப்பேர்பட்ட மரியாதை கிடைக்கும் என்று ஒப்பிட்டுப் பார்த்தான். மற்றொரு விஷயமும் அவனை ஆச்சரியப்படுத்தியது. டோலோரஸ் பள்ளியில் மருந்துக்குக் கூட ஒரு கருப்பின மாணவனைப் பார்க்கமுடியவில்லை. இதற்கு முன் படித்த லா சேல் பள்ளியே பரவாயில்லை. ஒன்றிரண்டு கருப்பு மாணவர்கள் இருந்தனர். அவருக்கு மிகவும் பிடித்தமான கருப்பின ஆசிரியரும் இருந்தார். ஆனால் இங்கே ஒருவர் கூட கிடையாது. விசாரித்துப் பார்த்தான். 'அவர்கள் (கருப்பர்கள்) மிகவும் சிலரே இருப்பதால், பெரும் எண்ணிக்கையுள்ள வெள்ளை இனத்தவருக்கு மத்தியில் ஒரு கருப்பு மாணவன் மிகவும் மோசமாக உணர்வான்' என்று சிலர் சொன்னார்கள். இந்த பதில் காஸ்ட்ரோவைத் திருப்திபடுத்தவில்லை.

●

அக்டோபர் 1941. காஸ்ட்ரோ பெலன் கல்லூரியில் சேர்ந்தான். படிப்பில் அசுரப்புலியாக இருந்தான் என்று சொல்லமுடியாது. ஓரளவுக்கு நன்றாகவே படித்தான். விளையாடும்போதும் மலையேறும்போதும் இருந்த அதே உற்சாகம் படிப்பதிலும் இருந்திருந்தால் இன்னமும் நன்றாகப் படித்து நிறைய மதிப்பெண்களைப் பெற்றிருப்பான் என்பதில் சந்தேகமில்லை. என்ன செய்வது? வகுப்பறைக்குள் நுழைந்துவிட்டால் போதும். காஸ்ட்ரோவின் கற்பனைக் குதிரை தறிகெட்டு ஓடத்தொடங்கிவிடும். ஒரு நாவலாசிரியரைப் போல சீராக அத்தியாயம் அத்தியாயமாக கனவு கண்டுகொண்டிருப்பான். வகுப்பில் யார் வருகிறார்கள், என்ன பாடம் நடத்துகிறார்கள் போன்ற எந்த விஷயமும் நினைவில் தங்காது.

தான் எடுத்துக்கொள்ளும் அனைத்துக் காரியங்களிலும் வெற்றி பெறவேண்டும் என்பதில் காஸ்ட்ரோ உறுதியுடன் இருந்தான். தோல்வியைத் தாங்கிக்கொள்வது முடியாமல் போனது. ஒருமுறை

நண்பர்களிடம் 'எப்படியாவது பள்ளியின் பின்புறச் சுவரை உடைத்துக் காட்டுகிறேன்' என்று சவால் விட்டான். 'உன்னால் முடியாது, மாட்டிக்கொண்டால் அவ்வளவுதான்' என்று நண்பர்கள் எச்சரித்தனர். போட்டி என்று வந்துவிட்டபின் பின்வாங்கமுடியுமா? சைக்கிளை எடுத்துக்கொண்டான். அசுர வேகத்துடன் பறந்துவந்து சுவரில் மோதினான். சுவர் உடைந்தது. காஸ்ட்ரோ ஜெயித்து விட்டான். ஆனால் அவனால் அந்த வெற்றியைக் கொண்டாட முடியவில்லை. காரணம், கீழே விழுந்ததால் மயக்கம் அடைந்து மருத்துவமனையில் கட்டு போட்டுக்கொண்டு படுத்திருந்தான். அடுத்த சில நாள்களுக்கு படுத்த படுக்கைதான். நினைவே இல்லை. இந்த நிகழ்ச்சிக்குப் பிறகு காஸ்ட்ரோவுக்குக் கிடைத்த செல்லப் பெயர் எல் லோகா (El Loco). அதாவது பைத்தியக்காரன்!

•

1945-ல் இரண்டாம் உலகப்போர் முடிவுக்கு வந்தபோது காஸ்ட்ரோ உயர்கல்வியை முடித்திருந்தான். ஸ்பானிய உள்நாட்டுப்போரும் முடிவடைந்திருந்தது. எல்லோரும் அதைப் பற்றித்தான் பேசிக் கொண்டிருந்தார்கள். இடையிடையே அவர்கள் உச்சரித்த ஒரு வார்த்தை 'கம்யூனிஸ்ட்'. காஸ்ட்ரோவுக்கு கம்யூனிசம் பற்றி எதுவும் தெரியாது. ஆனால் அவர்களை எல்லோரும் ஒதுக்கிவைத்திருந்தார்கள் என்பது மட்டும் அவருக்குத் தெரியும். மற்றபடி, கம்யூனிஸ்டுகள் என்பவர்கள் யார்? கம்யூனிஸம் சொல்வது என்ன? கம்யூனிசச் சித்தாந்தத்தை கடைப்பிடிப்பவர்களை ஏன் எல்லோரும் ஒதுக்கி வைக்கிறார்கள்? அவர்கள் ஆபத்தானவர்களா? மக்களிடமிருந்து அந்நியப்பட்டுப் போனவர்களா? - இது போன்ற கேள்விகளுக்கு விடைகள் கிடைக்கவில்லை.

காஸ்ட்ரோவும் கம்யூனிசத்தை மறந்துவிட்டான். கூடைப்பந்து விளையாடினான். பாடப்புத்தகங்களை சிரத்தையோடு படித்தான். எதிர்பார்த்தபடியே நிறைய மதிப்பெண்கள் கிடைத்தன. ஒரு சில பொறுப்புகளும் வந்துசேர்ந்தன. காஸ்ட்ரோதான் வகுப்பு முடியும் வரை காத்திருந்து வகுப்பறை விளக்குகளை அணைக்கவேண்டும். கதவுகளையும் ஜன்னல்களையும் மூடவேண்டும். மொத்தத்தில் வகுப்பறைக்கு அவன்தான் பொறுப்பு.

காஸ்ட்ரோ எல்லோரையும் போல விழுந்து விழுந்து படிக்கமாட்டான். வகுப்பு முடிந்ததும் விளையாடுவான். பரீட்சை நெருங்கி வரும்போது தான் புத்தகங்களை நெருங்குவான். ஆனால் நெருங்கிவிட்டால் அவ்வளவுதான். பகலானாலும் சரி, இரவானாலும் சரி கர்மசிரத்தையுடன் ஒன்றிவிடுவான். பரீட்சைக்கு இடையில் கிடைக்கும் பொழுதுகளிலும்,

உணவு இடைவெளிகளிலும் படித்ததை சரிபார்ப்பான். பிறகு புத்தகங் களை பரணில் ஏற்றிவிட்டு பரீட்சை எழுதத் தொடங்கிவிடுவான். மதிப்பெண்களைப் பார்த்தால் ஆச்சரியமாக இருக்கும். வருஷம் முழுவதும் புத்தகமும் கையுமாக வாசித்துக் கொண்டிருக்கும் புத்திஜீவி மாணவர்களை விட அதிக மதிப்பெண்களை அநாயாசமாக எடுத்திருப்பான். ஆசிரியர்கள் உள்பட அனைவரையும் ஆச்சரியப் படுத்திய விஷயம் இது.

ஒரு முறை க்யூபப் புவியியல் தேர்வு நடைபெற்றபோது மாணவர்கள் யாருமே சரியாக எழுதவில்லை. கேள்வித்தாள் மிகக்கடினமாக அமைக்கப்பட்டதே இதற்குக் காரணம். மாணவர்கள் ஒன்றுசேர்ந்து பள்ளி நிர்வாகத்திடம் இது குறித்து முறையிட்டனர். 'இவ்வளவு கடினமாகத் தேர்வு வைத்தால் பிழைப்பதே கடினம்' என்று குரல் கொடுத்தனர். உடனே பள்ளி நிர்வாகம் அனைத்து விடைத்தாள் களையும் சரிபார்த்தது. உண்மைதான்! சிறந்த மாணவர்கள் என்று கருதப்பட்டவர்கள் உள்பட அனைவரும் குறைந்த மதிப்பெண் களையே பெற்றிருந்தனர். அப்போது காஸ்ட்ரோவின் விடைத்தாளை திருத்திய ஆசிரியர் ஆச்சரியத்துடன் ஓடிவந்தார். காரணம் காஸ்ட்ரோ 90 சதவிகிதம் எடுத்திருந்தான். அவ்வளவுதான். மாணவர்கள் கிட்டத்தட்ட அலறிவிட்டனர். காஸ்ட்ரோவிடம் கேட்டபோது அவன் கூறினான். 'நான் எனது பதில்களை சற்று விளக்கி எழுதினேன். கூடவே சிறிது கற்பனையையும் கலந்தேன். அவ்வளவுதான்!'

மற்றொரு சமயம் உணவு விடுதிக்குச் சென்று நன்றாகச் சாப்பிட்டு விட்டு திரும்பிக்கொண்டிருந்த காஸ்ட்ரோவை வழிமறித்தார் ஓர் ஆய்வாளர்.

'நீ இயற்பியலில் எத்தனை மதிப்பெண் எடுத்திருக்கிறாய் தெரியுமா?'

'எனக்குத் தெரியாது' என்றான் காஸ்ட்ரோ.

கண்களை விரித்து ஆச்சரியப்பட்டார் ஆசிரியர். 'நூற்றுக்கு நூறு.'

'இது எனக்கு முன்பே தெரியும்' என்றான் காஸ்ட்ரோ.

காஸ்ட்ரோவை சிறிதும் கவராத ஒரு பாடமும் பெலன் பள்ளியில் கற்பிக்கப்பட்டது. எப்பொழுது இதிலிருந்து விடுபடப்போகிறோம் என்று நினைக்கும் அளவுக்கு அவனை இம்சித்தது. அந்தப் பாடம் வேறொன்றுமில்லை. மத போதனைதான். ஆன்மிகச் சொற்பொழிவு, தியானம், கூட்டு வழிபாடு போன்ற எண்ணற்ற அம்சங்கள் நிறைந்ததாக இருந்தது மத போதனை. குறிப்பாக தியானம் என்றாலே காஸ்ட்ரோவுக்கு ஆகாது. தியானம், அமைதி என்று யாராவது

சொன்னாலே காஸ்ட்ரோவுக்கு கோபம் பொத்துக்கொண்டு வரும். ஓர் அறையில் தனியாக அமைதியாக இருந்தால் அதனால் உலகம் மாறிவிடவா போகிறது என்று நினைத்துக்கொள்வான்.

மாணவர்கள் கட்டாயம் பிரார்த்தனைக் கூட்டத்துக்குச் செல்ல வேண்டும் என்று நிர்ப்பந்திப்பதை காஸ்ட்ரோ வெறுத்தான். பிரார்த்தனை என்பதே ஒரு வித இயந்திரத்தன்மை கொண்டது என்று நினைத்தான். எதையோ எழுதி வைத்துக்கொண்டு இரண்டு முறை, ஐந்து முறை, நூறு முறை என்று திரும்பத் திரும்ப படிப்பது, பாடுவது போன்றவற்றை அவன் வெறுத்தான். 'Hail Father', 'Our Father' என்று அனைவரும் திரும்பத் திரும்ப உச்சாடனம் செய்வதை புரியாமல் பார்த்தான். காஸ்ட்ரோ முன்னரே இது போன்ற கோஷங்களை திரும்பத் திரும்ப உச்சரித்திருக்கிறான். இது போதாதென்று லத்தீன், கிரேக்க மொழி உச்சாடனங்கள் வேறு. 'கிரி எலிசன்', 'கிரிஸ்டி எலிசன்', 'ஓரா ப்ரோ நேர்பிஸ்' இப்படி பல புரியாத வார்த்தைகளைத் தொகுத்துக்கொண்டு தனக்குத் தெரிந்தவர்களிடமும் உயிரைக் கொடுத்து பிரார்த்தனை செய்பவர்களிடமும் கேட்டுப்பார்த்தான். யாருக்கும் அதன் பொருள் தெரியவில்லை. 'எல்லோரும் ஜபிக்கிறார்கள். அதனால் நானும் ஜபிக்கிறேன். அதனால் நீயும் ஜபி!' என்று கூறி அவனை திருப்பி அனுப்பினார்கள். காஸ்ட்ரோவுக்கு இன்னும் எத்தனையோ சந்தேகங்கள் இருந்தன. அவற்றை நிவர்த்தி செய்யத்தான் யாரும் தயாராக இல்லை. 'குறுக்குக் கேள்விகள் கேட் காதே', 'கடவுளை சந்தேகிக்காதே', 'நாங்கள் சொல்வதை திரும்பச் சொல், செய்வதை திரும்பச்செய்' என்று மட்டுமே சொன்னார்கள்.

காஸ்ட்ரோவை வசீகரித்த ஒரே சங்கதி பைபிள் மட்டுமே. காரணம், அதிலிருந்த குட்டிக் குட்டி நீதிக்கதைகள். இந்தக் கதைகள் காஸ்ட்ரோவின் மனத்தில் மிக ஆழமாக பதிந்துபோயின. காஸ்ட்ரோவின் கற்பனையை வெகுவாகத் தூண்டிவிட்டன. நேரம் கிடைக்கும்போதெல்லாம் மாய மந்திர உலகைப் பற்றிய கனவுகளில் மூழ்கிப்போவது அவனது வாடிக்கையானது. மோசஸ் செங்கடலை கடக்கும் வரலாறு, உலகையும் உயிரினங்களையும் காக்க பேழையைக் கட்டிய நோவாவின் கதை, பைபிளில் கூறப்பட்டுள்ள போர்கள், சாம்சனின் அசாதாரண பலத்தைச் சொல்லும் கதை, ஜோனாவை விழுங்கிய திமிங்கிலத்தின் கதை... அனைத்தையும் ஆவலுடன் உள்வாங்கிக்கொண்டான் காஸ்ட்ரோ. இந்தக் கதைகளில் வரும் எந்தவொரு சம்பவத்தையும் எந்தவொரு கதாபாத்திரத்தின் பெயரையும் காஸ்ட்ரோ மறக்கவில்லை.

மதநம்பிக்கைகளை காஸ்ட்ரோ துறந்துவிட்டாலும், ஒழுக்கவியல் கோட்பாடுகளிலிருந்து அவன் தன்னை துண்டித்துக்கொண்டது

கிடையாது. பொய் பேசக்கூடாது, யாருக்கும் அநீதி இழைக்கக் கூடாது, வர்க்கப் பாகுபாடு கூடாது போன்ற நெறிகளில் கவனமாகவே இருந்தான்.

●

காஸ்ட்ரோ மீண்டும் ஓரியண்ட்டுக்குச் சென்றபோது, கரும்புத் தோட்டங்கள் அவனை அவ்வளவாகக் கவரவில்லை. தோட்டங் களில் முன்போல் இறங்கி ஓட முடியவில்லை. வேண்டிய கரும்பைப் பிடுங்கியெடுத்து சுவைக்க முடியவில்லை. சேவல் சண்டையை ரசிக்க முடியவில்லை. வெறும்காலுடன் குழந்தைகள் நடந்து போவதைக் கண்டபோது காஸ்ட்ரோவுக்கு கோபமும் துக்கமும் பீறிட்டது. காலில் செருப்பில்லாமல் நடந்துபோவது எவ்வளவு கொடுமையான விஷயம்? தோட்டங்களிலும் வயல்களிலும் முரட்டுப் பாதைகளிலும் எப்படி இவர்கள் நடந்துபோகிறார்கள்? ஒரு ஜதை செருப்பு வாங்கக்கூட இவர்களிடம் காசில்லையே! இவர்களுக்கு மட்டும் ஏன் இப்படி ஒரு கொடுமை? எந்த நோய் வந்தாலும் முதலில் இவர்களைத்தானே தாக்குகிறது? வியாதிகளின் இருப்பிடமாக இவர்கள் மாறிப்போவதை ஏன் யாராலும் தடுக்க முடியவில்லை? அவர்களோடு சேர்ந்து விளையாடும்போதும், கதை பேசும்போதும் திடீர் திடீரென்று இப்படி ஏதாவது கேள்விகள் முளைத்துக்கொண்டே இருக்கும்.

தந்தை ஏஞ்சலுக்கு ஏழை - பணக்காரன், உயர்ந்தவன் - தாழ்ந்தவன், மேல்சாதி - கீழ்ச்சாதி போன்ற பிரிவினைகளில் நம்பிக்கை யில்லாததைக் கண்டு காஸ்ட்ரோவுக்கு மகிழ்ச்சிதான். ஒரு நாள் தன் தந்தையை பிடித்து வைத்துக்கொண்டு தனது சந்தேகங்களை கேட்கத் தொடங்கினான்.

'இவர்களுக்கு ஏன் சட்டை இல்லை? ஏன் வெறுங்காலுடன் நடந்து போகிறார்கள்? ஏன் காட்டிலும் வீட்டிலும் வேலை செய்கிறார்கள்? என்னைவிட நன்றாகப் படிப்பவன்கூட பள்ளியை விட்டு நின்று விடுகிறானே, ஏன்?'

ஏஞ்சல் பொறுமையாக பதில் சொன்னார்.

'அவர்கள் பெற்றோர் சம்பாதிக்கவில்லை. ஏழைகள். எனவே, சட்டை, செருப்பு வாங்க காசில்லை. சாப்பிடவே காசில்லை எனும் போது எப்படி குழந்தைகளைப் படிக்கவைக்க முடியும்?'

'அவர்கள் ஏன் ஏழைகளாக இருக்கிறார்கள்?'

'எல்லாம் கடவுள் செயல். அவர்களால் அப்படித்தான் இருக்க முடியும்.'

‘அவர்களில் பலர் நம் பண்ணைகளில்தானே வேலை செய்கிறார்கள். பிறகு ஏன் காசில்லை?’

தந்தை சிறிது யோசித்துவிட்டு பின் சமாளித்தார்.

‘அவர்களுக்கு கிடைக்கும் கூலி அவ்வளவுதான்.’

‘நமக்கு மட்டும் ஏது இவ்வளவு பணம்?’

‘அவை நம் நிலம். எனவே நமக்கு நிறைய பணம். வேலை செய்பவர்களுக்கு குறைவாகத்தான் கிடைக்கும்.’

‘நமக்கு எப்படி இவ்வளவு நிலம் கிடைத்தது?’

‘நான் பணம் கொடுத்து சட்டப்படி வாங்கினேன்.’

‘ஆனால் அவர்கள்தானே அதிகமாக வேலை செய்கிறார்கள். இருந்தும் ஏன் அவர்கள் ஏழைகளாக இருக்கிறார்கள்?’

அதற்குமேல் அவரால் பதில் சொல்லிக்கொண்டிருக்க முடிய வில்லை.

‘இவை எல்லாம் உனக்கு வேண்டாத வேலை. நீ போய் படி!’

●

காஸ்ட்ரோவின் ஒன்றுவிட்ட சகோதரர், பெட்ரோ எமிலியோ ஓரியண்ட் மாகாணத்தில் ஆதன்டிக் கட்சி வேட்பாளராகப் போட்டியிட்டார்.* தனது சகோதரருக்காக ஓட்டு பிரசாரம் செய்யும் பணி காஸ்ட்ரோவிடம் ஒப்படைக்கப்பட்டது. அப்போது காஸ்ட்ரோவுக்கு 14 வயது. பைரனில் உள்ள ஒவ்வொரு வீட்டுக்கும் சென்று எப்படி வாக்களிக்கவேண்டும் என்று எடுத்துக் கூறவேண்டியது அவன் பொறுப்பு. பெரும்பாலானோருக்கு எழுதப் படிக்க தெரியாது. யார் யார் எந்தெந்த கட்சியின் சார்பாக நிற்கிறார்கள் என்பதை படித்துப் புரிந்துகொள்ள இயலாது. உண்மையில் காஸ்ட்ரோ இந்தப் பிரசாரத்தைச் செய்தது அவனது சகோதரருக்காக அல்ல, ஒரு குதிரைக்காக. ஜெயித்துவிட்டால் குதிரை வாங்கித் தருவதாக காஸ்ட்ரோவுக்கு பெட்ரோ வாக்களித்திருந்தார். பிரசாரம் முடிந்தது. வெற்றி பெட்ரோவுக்கே. காஸ்ட்ரோவுக்கு ஓர் அராபியக் குதிரை அன்பளிப்பாகக் கிடைத்தது.

---

* அப்போது ஓரியண்ட் மாகாணத்தில் 42 பிரதிநிதிகள் இருந்தனர். ஒவ்வொரு கட்சியும் தமது வேட்பாளரை முன்னிறுத்தி போட்டியிட்டன.

காஸ்ட்ரோவின் முதல் அரசியல் அனுபவம் இதுதான். இந்த அனுபவம் பின்னாளில் காஸ்ட்ரோவுக்கு சில கசப்பான உண்மை களை வெளிச்சம் போட்டுக் காட்டியது. தேர்தல் என்றால் என்ன என்பதை காஸ்ட்ரோ புரிந்துகொண்டான். மக்கள் தாமாகவே முன்வந்து தமக்குப் பிடித்தத் தலைவனை தேர்ந்தெடுக்கும் முறையாக தேர்தல் நடைபெறவில்லை. அரசாங்கத்துக்கு ஆதரவான வாக்காளர்கள் ஓரணியிலும் எதிரான வாக்காளர்கள் மற்றொரு அணியிலும் திரட்டப்பட்டனர். முதல் பிரிவினரின் வாக்குகள் மட்டுமே கணக்கில் கொள்ளப்பட்டன. அனைத்து வாக்குச் சாவடிகளிலும் இதே நிலைமைதான். அடிதடி, கலவரம் எல்லாம் சர்வசாதாரணம். குறிப்பாக கிராமப்புறங்களில் நிலைமை படுமோசம். அத்துமீறல்கள் மிகக் கடுமையாக இருந்தன. மக்களை பாதுகாக்கவேண்டிய ராணுவம், மக்களுக்கு எதிராகத் திருப்பப் பட்டிருந்தது.

காஸ்ட்ரோ பெலன் கல்லூரியில் படித்த நான்காண்டுகளில், அதாவது 1940 முதல் 1945 வரையிலான காலகட்டத்தில் பல முக்கிய மாற்றங்கள் ஏற்பட்டன. ஃபுல்ஜென்ஸியோ பாடிஸ்டா க்யூபாவின் குடியரசுத் தலைவரானார். அமெரிக்காவில் பிராங்ளின் டி ரூஸ்வெல்ட் நான்காம் முறையாக மீண்டும் அமெரிக்காவின் ஜனாதிபதியாகத் தேர்ந் தெடுக்கப்பட்டார்.

3. புரட்சிப் பாதையில்...

1945-ம் ஆண்டில் சட்டம் பயில்வதற்காக ஹவானா பல்கலைக் கழகத்தில் சேர்ந்தார் காஸ்ட்ரோ. வகுப்பறைக்குள் நுழைந்ததுமே முதலில் அவரை எதிர்கொண்டவர்கள் கம்யூனிஸ்டுகள்தான். காஸ்ட்ரோவிடம் அவர்கள் பேச்சு கொடுத்தனர். நீ யார்? உன் வீடு எங்கே இருக்கிறது? உனது தந்தையின் பெயர் என்ன? அவர் என்ன செய்து கொண்டிருக்கிறார்?

காஸ்ட்ரோ பொறுமையாக பதிலளித்தார். 'நிலப்பிரபுவின் மகனும், பெலன் கல்லூரிப் பட்டதாரியுமான இவன் கடைந்தெடுத்த வலதுசாரியாகத்தான் இருக்கவேண்டும்' என்ற முடிவுக்கு அவர்கள் வந்து சேர்ந்தனர். அதுமட்டுமின்றி, 'இவனால் நம்முடைய போராட்டங்களைப் புரிந்துகொள்ள முடியாது. இவன் கம்யூனிஸ்டுகளுக்கு எதிரானவன்' என்றும் அவர்கள் முடிவுகட்டினர்.

கம்யூனிஸ்டுகள் காஸ்ட்ரோவை மட்டுமல்ல, அனைவரையுமே சந்தேகித்தனர். அதற்குக் காரணமும் உண்டு. செய்திப் பத்திரிகைகள், வானொலி, ஊடகங்கள் அனைத்தும் முழுநேர கம்யூனிச எதிர்ப்புப் பிரசாரத்தை சிரத்தையுடன் செய்து வந்தன. கம்யூனிச சித்தாந்தத்தைப் பின்பற்றுபவர்கள் தொடர்ந்து ஓரங்கட்டப்பட்டனர். அவர்கள் மீது அடக்குமுறை நடவடிக்கைகள் ஏவிவிடப்பட்டன.

இயல்பாகக் கூடும் கூட்டங்கள் கூட கம்யூனிஸ்டுகளின் சதித் திட்ட கூட்டங்கள் என்று சந்தேகிக்கப்பட்டன. தொழிலாளர் வர்க்கத் தலைவர்கள் மர்மமான முறையில் கொல்லப்பட்டனர்.

ஹவானா பல்கலைக்கழகத்தில் சேர்ந்த பிறகு சிறிது சிறிதாக காஸ்ட்ரோ அரசியலால் ஈர்க்கப்பட்டார். அரசியல் என்றால் க்யூப அரசியல் அல்ல. பல்கலைக்கழகத்தில் நடக்கும் அரசியல். அதாவது சட்டப்பள்ளியின் தலைவருக்கான தேர்தல் அரசியல். க்யூபாவில் கலவரங்கள் வெடித்துக்கொண்டிருந்த சமயம் அது. மாணவர்கள் மத்தியில் இரண்டு முக்கிய கட்சிகள் இயங்கி வந்தன. ஒன்று 1925-ல் தொடங்கப்பட்ட கம்யூனிஸ்ட் கட்சி. இது ரகசியமாக இயங்கி வந்தது. மாணவர்களே இந்த அமைப்பை நிர்வகித்து வந்தனர். ஒழுங்குபடுத்தப்பட்ட கட்டுக்கோப்பான கட்சியாக இது இருந்தது. மாணவர்களைத் தவிர ஆசிரியர்கள் கூட மறைமுகமாக இந்தக் கட்சிக்கு உதவிபுரிந்தனர். பொதுமக்களுக்கு அறிமுகமாயிருந்த பலரும் இக்கட்சிக்கு ஆதரவளித்து வந்தனர்.

மற்றொரு கட்சி ஜோஸ் மார்த்தியை (Jose Marti) மானசீகக் குருவாக ஏற்றுக்கொண்டு இயங்கிவந்த ஆர்தோடாச்சோ கட்சி. இக்கட்சியின் தலைவன் சிபாஸ். காஸ்ட்ரோ கம்யூனிஸ்டு தோழர்களோடு நன்றாகப் பேசுவார், பழகுவார், விவாதிப்பார். ஆனால் அவர் அக்கட்சியில் சேரவில்லை. ஆர்தோடாக்ஸ் கட்சியில்தான் இணைந்தார்.

காஸ்ட்ரோ மானிடவியல் பிரதிநிதியாக மனு செய்தார். வழக்கமாக மூன்றாம் ஆண்டுதான் தேர்தல் பணிகள் நடைபெறும். ஆனால் காஸ்ட்ரோ முதலாம் ஆண்டிலேயே மாணவர்களை ஒன்று திரட்டினார். அவரது அரசியல் ஆர்வம் பெருகியது. தீவிரமாக இதில் இறங்கினால்தான் வெற்றிபெற முடியும் என்ற சூழல் ஏற்பட்டது. தனக்கு மிகவும் விருப்பமான விளையாட்டுகளை முற்றிலுமாகக் கைவிட்டுவிட்டு தேர்தல் பணியில் இறங்கினார். தேர்தல் நாளன்று ஏறத்தாழ 200 மாணவர்கள் வாக்களிக்கச் சென்றனர். காஸ்ட்ரோவுக்கு 181 வாக்குகளும் எதிர் வேட்பாளருக்கு 33 வாக்குகளும் கிடைத்தன. மகத்தான வெற்றி! முதலாமாண்டிலேயே காஸ்ட்ரோவின் குழு அனைத்து பாடப்பிரிவுப் பிரதிநிதிகளின் வாக்குகளை அசாதாரணமாக வென்றது. இறுதித் தேர்தலிலும் காஸ்ட்ரோவே வெற்றிபெற்று வகுப்புப் பிரதிநிதியாக தேர்ந்தெடுக்கப்பட்டார். பள்ளியின் பொருளாளராகவும் மாறினார்.*

---

* பள்ளிக்கு என்று சொந்தமாக எந்தச் சொத்தும் கிடையாது. பொருளாளர் என்பது கவுரவப் பதவி மட்டுமே.

அந்த சமயத்தில்தான் அரசாங்கத்துக்கு எதிராக மாணவர்கள் கிளர்ச்சியில் ஈடுபடத்தொடங்கினர். காஸ்ட்ரோவும் அதில் கலந்து கொண்டார். மாணவர்களை எப்படியாவது தம் வசப்படுத்திவிட வேண்டும் என்று அரசு முயற்சித்தது. மாணவர்கள் ஒரு குழுவாக, ஒரு சக்தியாக ஒன்றுசேர்வதை அரசு விரும்பவில்லை. தனது பிரதிநிதிகளை அனுப்பி மாணவர்களோடு பேச்சுவார்த்தை நடத்திப் பார்த்தது. அவர்கள் மசியவில்லை என்று தெரிந்ததும் அச்சுறுத்தத் தொடங்கினார்கள். இதுதான் காஸ்ட்ரோ சந்தித்த பல்கலைக்கழக அரசியல்.

பல்கலைக்கழக அரசியல் இப்படியென்றால், வகுப்பறைக்கு வெளியேயுள்ள அரசியல் மேலும் குழப்பமானதாக, அச்சுறுத்தும் தன்மை கொண்டதாக அமைந்திருந்தது. பல்வேறு சிறுசிறு குழுக்கள் தம்மை புரட்சியாளர்கள் என்று சொல்லிக்கொண்டு வலம் வந்தனர். பெயருக்குத்தான் புரட்சிக்காரர்களே தவிர அவர்களால் உருப்படியாக எதையும் சாதிக்க முடியவில்லை. ஒரு தெளிவான அரசியல் சித்தாந்தமோ, அதை நடைமுறைப்படுத்த தேவையான செயல் திட்டமோ அவர்களிடம் இல்லை. க்யூப அரசியல் குறித்த தெளிவான பார்வையும் இல்லை. இன்னும் சொல்லப்போனால் புரட்சியாளர் களில் பலர் அரசுக்கு ஆதரவானவர்களாக இருந்தார்கள் என்பதுதான் வேடிக்கை.

பல்கலைக்கழகத்துக்கு உள்ளேயும் சரி, வெளியேயும் சரி - அரசியல் என்பது தீராத பிரச்னையாகவே நீடித்துவந்தது. ஒரு முழு மாஃபியா கூட்டத்தையே சமாளிக்கவேண்டிய அவசியம் காஸ்ட்ரோவுக்கு ஏற்பட்டது. அதுவும் எப்படிப்பட்ட மாஃபியா? பல்கலைக் கழக காவல்துறை, நகர்ப்புற காவல்துறை இரண்டையும் தனது சுண்டு விரலால் ஆட்டிப்படைக்கும் அசுரசக்தி கொண்ட கொலைகாரப் படை. போதை மருந்து கடத்துவது முதல் கொலை செய்வது வரை இவர்களது பணி நீளும். இவர்களுக்கு மாணவர் தலைவரைப் பிடிக்கவில்லையென்றால் அவனை ஒழித்துக்கட்டிவிட்டுத்தான் மறுவேலை பார்ப்பார்கள். இந்த மாஃபியா கும்பலுக்கு அரசின் ஆதரவு இருந்தது என்று சொல்லத்தேவையில்லை.

மாணவர்கள் மத்தியில் காஸ்ட்ரோவுக்கு பெருகிவரும் ஆதரவைக் கவனித்த மாஃபியா காஸ்ட்ரோவை கட்டம் கட்டியது. காஸ்ட்ரோவுக்கும் இந்த விஷயம் தெரியவர, அவரும் இந்தக் கூட்டத்தை எதிர்கொள்ள தயாராகவே இருந்தார். காஸ்ட்ரோவை ஆதரிக்க எந்தக் கட்சியும், அரசியல் குழுவும் முன்வரவில்லை. மாணவர்கள் மட்டுமே அவர் பின்னால் நின்றனர். ஆனால் அந்த மாஃபியா கும்பலுக்குப் பின்னால் அரசாங்கம் இருந்தது. அரசாங்கத்தின் பின்னால் அமெரிக்கா இருந்தது.

கம்யூனிஸ்டுகள் எங்கு பரவினாலும் அவர்களை ஒழித்துக்கட்ட அமெரிக்கா ஆர்வம் காட்டிவருவதை காஸ்ட்ரோ உணர்ந்து கொண்டார். கம்யூனிஸ்டுகள் என்பவர்கள் யார், அவர்களை ஏன் அமெரிக்கா எதிர்க்கிறது என்று அவருக்கு புரியத்தொடங்கியது. கம்யூனிச சித்தாந்தத்தை ஆதரிப்பவர் தொழிலாளியாக இருந்தாலும் சரி, எழுத்தாளராக இருந்தாலும் சரி, கலைஞராக இருந்தாலும் சரி அவரை ஒழித்துக்கட்டிய பிறகுதான் ஓய்ந்தது அமெரிக்கா. அமெரிக்காவின் மிருகத்தனமான செயல்களை ஒவ்வொன்றாக அறிந்துகொண்டபோது காஸ்ட்ரோ அதிர்ந்து போனார். தனக்கு ஒத்துவராத தலைவர்களை அநாயாசமாக வீழ்த்துவது, கலவரங் களைத் தூண்டிவிடுவது, மாஃபியா கும்பல்களை வளர்த்துவிடுவது என்று அமெரிக்கா நடத்திவரும் அராஜக அரசாங்கத்துக்கு முடிவே கிடையாதா என்று ஏங்கினார்.

குறிப்பாக க்யூபாவை அமெரிக்கா எப்படியெல்லாம் ஆட்டிப் படைக்கிறது என்று எண்ணி எண்ணிப் புழுங்கினார். நமது வளங் களை நம்மிடமிருந்து கொள்ளையடித்து நம்மை ஏழைகளாக மாற்றிவிட்டு அமெரிக்கா மட்டும் கொழுத்துக்கொண்டே போவதை அவரால் சகித்துக்கொள்ள முடியவில்லை.

●

தேர்தல் நெருங்க நெருங்க மோதல்கள் வலுத்தன. பல்கலைக் கழக வளாகத்துக்குள் காஸ்ட்ரோ நுழையவே கூடாது என்று தடைவிதித்தது மாஃபியா. கொலை மிரட்டல்கள் அவரைத் தேடி வந்தன. தன்னை எதிர்த்து நிற்கும் மாஃபியாவின் பலம் என்ன என்றுகூட காஸ்ட்ரோவுக்குத் தெரியாது. அவர்கள் எத்தனை பேர்? எங்கெல்லாம் பரவியிருக்கிறார்கள்? எதுவுமே தெரியாது. ஆனாலும் எதிர்க்க தயாராகவே இருந்தார்.

ஒரு பக்கம் அசாத்திய தைரியம். மற்றொரு பக்கம் ஒருவித கலக்கம். 20 வயதான ஃபிடலின் மனோநிலை இப்படித்தான் இருந்தது. 'என்னை என்ன வேண்டுமானாலும் செய்துகொள். நீயா நானா என்று பார்த்துவிடலாம்!' என்று சவடால் விட்டபடி கொலை மிரட்டல் களை சட்டை செய்யாமல் பல்கலைக் கழகத்துக்குள் அவரால் நுழையமுடிந்தது. அதே சமயம் தனியாக கடற்கரைக்குச் சென்று என்ன காரணம் என்று தெரியாமல் மவுனமாக அழவும் முடிந்தது.

தனிமையில் இருக்கும்பொழுது திடீரென்று ஒரு கும்பல் சூழ்ந்து கொண்டால் என்ன செய்வது? அவர்களை எதிர்கொள்வது எப்படி? நண்பர்கள் ஒரு யோசனை கூறினார்கள். முதலில் தயங்கினார். பிறகு, அவர்கள் கொடுத்த துப்பாக்கியை வாங்கி சட்டைப் பையில் செருகிக்கொண்டார்.

ஆயுதத்துடனான அவரது பரிச்சயம் தொடங்கியது அன்றுதான். அவருடைய முதல் ஆயுத நண்பன் 15-ஷாட் பிஸ்டல். அந்தச் சிறிய துப்பாக்கி தன்னை ஆயுதபாணியாக மாற்றிவிட்டதை காஸ்ட்ரோ உணர்ந்தார். குறிபார்த்து சுடும் திறன் அவருக்கு முன்னரே இருந்தது. அவரது வீட்டில் வேட்டையாடும் கைத்துப்பாக்கிகள் சில இருந்தன. விளையாட்டோடு விளையாட்டாக காஸ்ட்ரோ துப்பாக்கிகளோடு மிக நன்றாகவே பழகியிருந்தார். தற்போது அவர் மார்போடு உராய்ந்துகொண்டிருந்த துப்பாக்கி அவருக்கு தைரியமூட்டியது. தனது முதல் போராட்டம் தொடங்கிவிட்டதை காஸ்ட்ரோ உணர்ந்தார்.

1930, மிகக் கடினமான காலகட்டமாக இருந்தது. தெருவைக் கடந்து ஏதாவது ஒரு பொருளை வாங்கி மீண்டும் வீட்டுக்குத் திரும்புவோமா என்பது சந்தேகமே. துப்பாக்கி என்பது அவசியமாகிவிட்டது. அது ஓர் ஆயுதம் என்ற உணர்வே மறந்துபோய் பேனா, கைக்குட்டை போல் துப்பாக்கியையும் மறக்காமல் எடுத்துச்செல்ல வேண்டியிருந்தது. பிறரைச் சுடவேண்டும் என்பதற்காக அல்ல, தம்மை யாரும் சுட்டுவிடக்கூடாது என்பதற்காக. அதுவும் அரசியல் கருத்துகளை ஒருவர் கொண்டிருந்தால் அவர் கூடவே துப்பாக்கியையும் வைத்திருக்கவேண்டியது கட்டாயமாகிப் போனது.

நண்பர்கள் துணை நின்றனர். காஸ்ட்ரோ எங்கு சென்றாலும் கூடவே பாதுகாப்பு அரண் போல ஆறேழு பேர் சென்றனர். அத்தகைய பாதுகாப்பு ஏற்பாட்டை உதாசீனப்படுத்தக் கூடாது என்று காஸ்ட்ரோவைக் கேட்டுக்கொண்டனர். அடிக்கடி நண்பர்களிடையே ரகசியச் சந்திப்புகள் நடந்தன. ஒரு கட்டத்தில் காஸ்ட்ரோவுக்கு பாதுகாப்புகள் பிடிக்கவில்லை. ஒரு முடிவெடுத்தார். சில நண்பர்களை அழைத்துக்கொண்டு பல்கலைக்கழக சிற்றுண்டி விடுதிக்கு அருகேயுள்ள ஓர் இடத்துக்குச் சென்றார். அது மாஃபியா ஆள்கள் சந்தித்துக்கொள்ளும் இடம்! வழக்கம்போல் அன்றும் பலர் விவாதித்துக்கொண்டிருந்தனர். திடீரென்று தனது இருப்பிடத்துக்குள் நுழைந்த காஸ்ட்ரோவைக் கண்டதும் அவர்களுக்கு ஒன்றுமே புரியவில்லை. உண்மையைச் சொல்லவேண்டுமானால் அவர்கள் நடுங்கிப்போனார்கள். காஸ்ட்ரோ சிரித்துக்கொண்டே வெளியேறி விட்டார்.

துப்பாக்கியால் தைரியம் முளைத்ததைப் போலவே சில பிரச்னை களும் முளைத்தன. ஆயுதங்கள் வைத்திருப்பது சட்டப்படி தடை செய்யப்பட்டிருந்ததால் (கிளர்ச்சிக்காரர்களுக்கு மட்டுமே தடை, மாஃபியாவுக்கு அல்ல.) காவல்துறையினரிடம் மாட்டிக் கொள்ளாமல் இருப்பது முக்கியம். அதனால் துப்பாக்கி

வைத்திருப்பதால் ஒரு பக்கம் தைரியம் ஏற்பட்டாலும், மற்றொரு பக்கம் 'எப்போது மாட்டிக்கொள்வோமோ?' என்ற பதற்றம் இருந்து கொண்டே இருந்தது. எப்போதும் துப்பாக்கி வைத்துக்கொள்வது கடினமானது. பல்கலைக்கழக காவல்துறை, சாலை காவல்துறை, நகர காவல்துறை என பல தடைகள். எப்பொழுது வேண்டுமானாலும் யாரை வேண்டுமானாலும் சோதனை செய்யலாம் என்ற நிலை. சிக்கினால் சிறை, மரணம் எதுவேண்டுமானாலும் கிடைக்கும். காஸ்ட்ரோ துப்பாக்கியைத் துறந்தார்.

ஒரு முறை காஸ்ட்ரோவை கிட்டத்தட்ட சுற்றி வளைத்து விட்டார்கள். சரியான சமயத்தில் காஸ்ட்ரோவின் நண்பர்கள் அவரைக் காப்பாற்றினார்கள். சீக்கிரத்தில் நிலைமை மாறியது. ஒரு பொதுக்கூட்டத்தில் காஸ்ட்ரோ தரப்பு நபர்களும் மாஃபியா நபர்களும் சந்தித்துக்கொண்டபோது, மெல்ல மெல்ல பேசத் தொடங்கினர். அந்தப் பேச்சுவார்த்தை இணக்கமான ஓர் உடன் பாட்டுக்கு இட்டுச்சென்றது.

காஸ்ட்ரோவின் அரசியல் ஆர்வம் தீவிரமடைந்தது. பல்கலைக் கழக அரசியலைத் தாண்டி வெளி அரசியலிலும் பங்கேற்க ஆர்வம் காட்டினார். அப்போதைய க்யூப இளைஞர்களை கிளர்ச்சியடையச் செய்த ஒரு விஷயம், டொமினிக்கன் ஜனாதிபதி ரபேல் ட்ருஜில்லோ மோலினாவின் அராஜக ஆட்சிமுறை. ஒரு சிப்பாயாக தனது வாழ்க்கையைத் தொடங்கிய ட்ருஜில்லோ 1930-ல் எதிர்ப்பின்றி ஜனாதிபதியானார். நாடு கடத்தப்பட்ட டொமினிக்கன் கம்யூனிஸ்டு களை மன்னித்துவிடுவதாகக் கூறி அழைப்பு விடுத்தார். இவரது பேச்சை நம்பி நாடு திரும்பிய கம்யூனிஸ்டுகள் அனைவரையும் ஒருவர் விடாமல் கொன்று குவித்தார்.

பல்கலைக்கழகத்தில் ட்ருஜில்லோவுக்கு எதிராகக் குரல்கள் ஒலிக்கத்தொடங்கின. குறிப்பாக க்யூபாவில். ட்ருஜில்லோவை எதிர்த்துப் போராட பல இளைஞர்கள் முன்வந்தனர். காஸ்ட்ரோவும் அவரது குழுவும்கூட இந்தப் போராட்டத்தில் பங்கேற்க வேண்டியிருந்தது. போராட்டத்துக்காக வளைத்து வளைத்து ஆள்களைப் பிடித்தனர். அவசர அவசரமாக ஒரு ராணுவத்தை தயார் செய்துவிடவேண்டும் என்பது அவர்களது விருப்பம். கண்ணில் படுபவரையெல்லாம் வளைத்துப் பிடித்து சம்மதிக்க வைத்தனர். போராட்டத்தில் சேர்பவர்களுக்கு அரசியல் ஆர்வம் இருக்கிறதா, டொமினிக்கன் நிலவரம் அவர்களுக்குத் தெரியுமா என்றெல்லாம் அவர்கள் கேட்கவில்லை. எண்ணிக்கை மட்டும் 12,000 பேரைத் தொட்டுவிட்டது. கேயோ கன்பிடஸ் எனும் பகுதியில் இவர்களுக்கு பயிற்சிகள் அளிக்கப்பட்டன.

காஸ்ட்ரோவுக்கு இந்த நடவடிக்கைகள் அதிருப்தியை ஏற்படுத்தியது. ஒரு முக்கியப் போராட்டத்தை இப்படி அரைகுறைத்தனமாக நடத்தக் கூடாது என்று அவருக்குத் தோன்றியது. செயல்திட்டம் என்று ஒன்றே அவர்களிடம் இல்லாததைக் கண்டு அவர் மெய்யாகவே திகைத்தார். இது ஒரு செயற்கையான போராட்டக் குழு எனும் முடிவுக்கு வந்தார். ஆனாலும் இந்தக் குழுவோடு இணைந்துகொள்வதைத் தவிர அவருக்கு வேறுவழி கிடைக்கவில்லை. அதற்குக் காரணம் காஸ்ட்ரோ அப்போது டொமினிக்கன் ஜனநாயக சார்புக் குழுவின் தலைவர். ஒரு வார்த்தையும் பேசாமல் மூட்டை முடிச்சுகளைக் கட்டிக்கொண்டு பயணத்துக்குத் தயாரானார். அந்தக் குழுவில் காஸ்ட்ரோவின் முந்தைய எதிரிகளும் இருந்தனர். இதில் ஆச்சரியம் என்னவென்றால் காஸ்ட்ரோவோடு மோதிய அதே ஆள்கள் காஸ்ட்ரோவை மரியாதையுடன் நடத்தத்தொடங்கியதுதான்.

'புரட்சி வாழ்க!', 'புரட்சி வாழ்க!' என்று கோஷமிட்டபடியே இந்தக் குழு முன்னேறியது. காஸ்ட்ரோவுக்கு பலத்த சந்தேகம். புரட்சி, புரட்சி என்று சொல்கிறார்களே, அப்படி என்னதான் செய்யப் போகிறார்களோ என்று பொறுத்துப் பொறுத்துப் பார்த்தார். ஒன்றுமே நடக்கவில்லை. ட்ருஜில்லோதான் சில அதிரடிப் 'புரட்சிகளை' செய்து கொண்டிருந்தார். ராணுவத் தலைவரான ஜெனோவேவோ பெரேஸ் என்பவரை வளைத்துப் பிடித்தார். ராணுவம் தெருக்களில் நுழைந்தது. துப்பாக்கிகள் வெடித்தன.

இன்னமும் டொமினிக்கன் எல்லைக்குள்ளேயே நுழையவில்லை. அதற்குள் கடுமையான தாக்குதல்கள் தொடங்கிவிட்டன. காஸ்ட்ரோவுக்கு ஒரு சிப்பாய் படையை ஒதுக்கியிருந்தனர். அதை வைத்துக்கொண்டு ஏதாவது செய்யமுடியுமா என்று சிந்தித்தார். மலைக்குன்றுகளில் பதுங்கியபடி கெரில்லா தாக்குதலை நடத்தலாமா என்று யோசித்தார். ஆனால் முடியவில்லை.

க்யூபா குழு, போராட்டம் நடத்தாமலேயே சிதறி ஓடவேண்டிய நிலை ஏற்பட்டது.

மீண்டும் ஹவானா திரும்பியது குழு. எல்லோரும் பத்திரமாக வந்துவிட்டார்களா என்று சரிபார்த்தபொழுது காஸ்ட்ரோவை மட்டும் காணவில்லை! எங்கே சென்று தேடுவது? யாரிடம் போய் கேட்பது? காஸ்ட்ரோவிடமிருந்து எந்தச் செய்தியும் வரவில்லை. சிறிது நாள்களுக்குப் பிறகு அவர்கள் ஒரு முடிவுக்கு வந்தனர். ஹவானா வரும் வழியில் நைப் வளைகுடா இருக்கிறது. காஸ்ட்ரோ தப்பிக்கவேண்டுமானால் இதன் வழியாகத்தான் தப்பிவர வேண்டும். இங்கு சுறாமீன்கள் அதிகம். பல நாள்களாகியும் காஸ்ட்ரோ திரும்ப

வராததால் அவர் சுறாமீன்களால் கொல்லப்பட்டதாக நண்பர்கள் நினைத்தனர். காஸ்ட்ரோ இறந்துவிட்டார் என்கிற வதந்தி கல்லூரி முழுவதும் பரவியது.

ஆனால் திடீரென்று வகுப்பறைக்குள் நுழைந்து அனைவரையும் அலறவைத்தார் காஸ்ட்ரோ.

தோல்வியடைந்த டொமினிக்கன் புரட்சி காஸ்ட்ரோவை சிந்திக்க வைத்தது. இதே புரட்சியை வேறு மாதிரியாக நடத்தியிருந்தால் ஒருவேளை வெற்றியடைந்திருக்கலாம் என்று நினைத்தார். போதிய அரசியல் அறிவு இல்லாதவர்களால் உருப்படியாக எதையும் சாதிக்கமுடியாது என்பது வெட்டவெளிச்சமானது. அரசியல் என்பது மிகப்பெரிய களம். ஆரோக்கியமான மாற்றங்களை ஏற்படுத்த வேண்டுமானால் அரசியல் களத்தில் இறங்கி, போராடவேண்டியது அவசியம். அப்படி போராடுவதற்குத் தேவையானது மெய்யான புரட்சிகர விழிப்புணர்வு. அதை எப்படியாவது அடையவேண்டும் என்று காஸ்ட்ரோ விரும்பினார்.

காஸ்ட்ரோ - க்யூப நாட்டு வரலாறு, உலக அரசியல் இரண்டையும் தீவிரமாக வாசிக்கத் தொடங்கினார். மெய்யான புரட்சியவாதியான மார்த்தியின் கருத்துகளை தேடித்தேடி படித்தார். பொருளாதாரக் கருத்துகளை உள்வாங்கிக்கொண்டார். ஒருபுறம் சாப்பாட்டுக்குக்கூட வழியில்லாத ஏழைத் தொழிலாளர் வர்க்கம். காலில் செருப்புகூட அணியாமல் நடந்துசெல்லும் தொழிலாளர் வர்க்கக் குழந்தைகள். மற்றொருபுறம் பணத்தைக் கொட்டி செலவு செய்யும் செல்வந்தர்கள். இந்த இரண்டு பிரிவுகளும் தோன்றுவதற்கான அடிப்படைக் காரணங்களை கண்டுகொண்டார். முதலாளித்துவத்தின் கோரமுகத்தை அருகில் சென்று பார்த்தார். ஒரு சிறந்த அரசாங்கம் எப்படி இருக்கவேண்டும், என்னென்ன செய்யவேண்டும், என்னென்ன செய்யக்கூடாது என்று தெரிந்துகொண்டார். அவரது வாசிப்பு அவரை சோஷலிசத்துக்கு இட்டுச்சென்றது.

காஸ்ட்ரோவின் வாசிப்பு மேலும் தீவிரமடைந்தது. கார்ல் மார்க்ஸின் கம்யூனிஸ்ட் கட்சி அறிக்கையை படிக்க நேர்ந்தபோது அதிர்ந்தே போனார். மார்க்சின் எழுத்துகள் அவரைக் கடுமையாக பாதித்தன. அடுத்தது எங்கெல்ஸ். அடுத்தது லெனின். இப்படியாக புத்தகங்களை தேடித்தேடி வாங்கிக் குவித்தார். கையில் எப்பொழுதும் பணமிருக்காது என்பதால் நிறைய கடன் வாங்கினார். வாங்கிய பணம் அனைத்தும் புத்தகங்களுக்காகவே செலவிடப்பட்டன.

க்யூபாவில் ஆர்தோடாக்ஸ் (பழமைவாத) கட்சி தொடங்கப் பட்டபோது உறுப்பினராகச் சேர்ந்துகொண்டார் காஸ்ட்ரோ.

க்யூபாவில் தான் விரும்பிய புரட்சிகர மாற்றத்தை ஆர்தோடாக்ஸ் கட்சி கொண்டுவரும் என்று நம்பினார். ஆர்தோடாக்ஸ் கட்சியின் தலைவர் எட்வர்டோ சிபாஸ். சிபாஸ் பெரும்பாலான மக்களின் ஆதரவைப் பெற்றிருந்தார். ஆனால் பெருகிவரும் ஆதரவே கட்சியை வேறு திசைகளில் திருப்பிவிட்டது. ஹவானாவைத் தவிர பிற இடங்களில் பெரும் நிலப்பிரபுக்களே கட்சியை நடத்திவந்தனர். காஸ்ட்ரோவுக்குப் புரியவில்லை. பொதுவுடைமைக் கருத்துகளை முன்மொழியப் போகும் ஒரு புரட்சிகர கம்யூனிசக் கட்சியை நிலப்பிரபுக்கள் எப்படி வழிநடத்துவார்கள்? அடிப்படையே தவறாக இருக்கிறதே!

•

கம்யூனிஸம் என்று சொன்னாலே மாணவர்கள் பயப்படுவது வழக்கம். மாணவர்கள் மட்டுமல்ல, ஆசிரியர்கள்கூட கம்யூனிஸம் என்றாலே பயந்து நடுங்கினர். 'அதை மட்டும் சொல்லாதீர்கள்!' என்று அலறினர்.

காஸ்ட்ரோவோடு இணைந்து பணியாற்றவும், அவருக்கு ஆதரவாகச் செயல்படவும் மக்கள் தயாராக இருந்தனர். ஆனால் கம்யூனிசம் என்றால் விலகி ஓடினர். காஸ்ட்ரோ அவர்களோடு பேசிப்பார்த்தார்.

'அரசு நம்மையெல்லாம் சுரண்டுகிறது என்பதை ஒப்புக் கொள்வீர்களா?'

'ஆம். ஒப்புக்கொள்கிறேன்' என்றார் அந்த விவசாயி.

'இவர்கள் ஆட்சியில் நீடித்தால் நம் அனைவருக்கும் பிரச்னை. சரிதானே!'

'சரிதான்.'

'நம்மை மிருகத்தனமாக ஆட்சி செய்யும் அரசை நாம் மதிக்க வேண்டுமா? அவர்களுக்கு அடங்கிப்போக வேண்டுமா? அவர்கள் சொல்வதை, செய்வதை பார்த்துக்கொண்டு சும்மாயிருக்க வேண்டுமா?'

'கூடாது. கூடவே கூடாது.'

'சரி. அப்படியானால் என்னோடு சேர்ந்து போராடத் தயாராக இருக்கிறீர்களா?'

'ஆம். தயாராக இருக்கிறோம்.'

'இது ஒரு ஆயுதப்புரட்சியாக இருக்கும் என்பது உங்களுக்குத் தெரியும்தானே?'

'மிக நன்றாகவே தெரியும்.'

'அட! அப்படியானால் நீங்களும் ஒரு கம்யூனிஸ்ட்தான்!'

'ஐயோ. அப்படி மட்டும் சொல்லிவிடாதீர்கள்.'

இதற்கு மேல் ஒன்றும் செய்ய இயலாது என்று காஸ்ட்ரோவுக்குத் தெரியும்.

அதே போல் மாணவர்களையும் அழைத்துப் பேசுவார்.

'உங்களுடைய வேலைவாய்ப்புகள் பறிக்கப்படுகின்றன என்பது உங்களுக்குத் தெரியுமா? உங்களுடைய திறமைகள் வீணடிக்கப் படுகின்றன என்பதை நீங்கள் உணர்கிறீர்களா?'

'நிச்சயம் உணர்கிறோம். க்யூபா அரசாங்கம் எங்களை ஏமாற்றி விட்டது.'

'அரசு ஏமாற்றிவிட்டது என்னவோ உண்மைதான். ஆனால் இந்த அரசுக்குப் பின்னால் அமெரிக்கா எனும் பெரும் பூதம் இயங்கி வருவதை நீங்கள் புரிந்துகொள்ள வேண்டும். இந்தப் பிரச்னையை தொடக்கத்திலிருந்தே நீங்கள் புரிந்துகொள்ளவேண்டும். அதாவது...'

ஒரு வரலாற்றாசிரியர் போல வகுப்பெடுக்கத் தொடங்கிவிடுவார். மாணவர்கள் அவர் சொல்வதை கவனத்துடன் கேட்டுக் கொள்வார்கள். அமெரிக்காவை எதிர்க்க வேண்டியது உடனடித் தேவை என்று ஒப்புக்கொள்வார்கள்.

'இப்போது புரிகிறதா? இதுதான் ஐயா கம்யூனிஸம்!' என்றால் மட்டும் மிரண்டுபோய் ஓடிவிடுவார்கள்.

கம்யூனிசம், சோஷலிசம் என்றால் மட்டும் ஏன் இப்படி அலறு கிறார்கள் என்று காஸ்ட்ரோ வருத்தப்படுவதுண்டு. ஆனால், இந்த அறியாமை விவசாயிகளிடமும் மாணவர்களிடமும் மட்டும் பரவியிருக்கவில்லை. அரசியல்வாதிகளிடமும் படித்தவர்களிடமும் கூட பரவியிருந்தது. க்யூபாவில் மட்டுமல்ல, லத்தீன் அமெரிக்கா முழுவதும் இதே கதைதான். ஆனால், கம்யூனிசத்தைக் கண்டு பயப்படுகிறார்கள் என்பதற்காக இவர்களை ஒதுக்கிவிடவில்லை காஸ்ட்ரோ.

இவர்களின் அறியாமைக்கான காரணத்தையும் அவர் மிகத் தெளிவாக விளக்குகிறார்:

'அமெரிக்கக் கண்டத்திலும், லத்தீன் அமெரிக்க நாடுகளிலும், புனிதநீர் தெளித்து, கிறிஸ்துவ ஞானஸ்நானம் வழங்கப்படுவதற்கு

முன்பே, பிறந்த மறுவிநாடியே கம்யூனிச எதிர்ப்பு நச்சுப்பால் ஏற்றப்பட்டுவிடுகிறது. அமெரிக்காவில் படித்தவர்கள் கூட, கம்யூனிஸம் என்றால் ரஷ்யா, ரஷ்யா என்றால் கம்யூனிஸம் என்றுதான் தெரிந்திருக்கிறார்கள். இவர்களில் யாருமே, நன்குபடித்து பட்டம் பெற்றவர்கள் உள்பட, மார்க்சியத்தைப் படித்துவிட்டு, கம்யூனிசம் என்றால் என்ன என்று விவாதம் செய்து, விளக்கம் பெற்று, கம்யூனிச எதிர்ப்பாளராக மாறுவது கிடையாது. கார்ல் மார்க்சின் படத்தைக்கூட இவர்களில் பலர் பார்த்திருக்கமாட்டார்கள். இருந்தும் எல்லாம் தெரிந்தவர்கள் மாதிரி எதிர்ப்பதாகப் பேசுவார்கள்.

இத்தகையோரின் எதிர்ப்பு, அறியாமையிலிருந்து பிறக்கிறது. முதலாளிகளும் பண்ணையாளர்களும் ஆதிக்கக்காரர்களும் புரிந்து தெளிவுடன் எதிர்ப்பவர்கள். பெருவாரி ஏழை மக்களும் எதிர்ப்பதற்கான முக்கியக்காரணம் அமெரிக்க ஏகாதிபத்தியம் நடத்திவரும் மிகத் தெளிவான தீவிரமான கம்யூனிச எதிர்ப்புப் பிரசாரம்தான்!

பிறந்து பெயர் வைக்கப்படுவதற்கு முன்பே தொடங்கிவிடும் கம்யூனிச எதிர்ப்புப் பிரசாரத்தில், அமெரிக்க - ரஷ்ய எதிர்ப்பு என்ற ஓர் உணர்வும் உள்ளடங்கி இருக்கிறது. பிறவி முதல் திரும்பும் திசை எல்லாம் கம்யூனிச எதிர்ப்புக் காற்றையே, கம்யூனிச எதிர்ப்புத் தண்ணீரையே குடித்து, கம்யூனிச எதிர்ப்புப் பாடமே படித்து, கம்யூனிச எதிர்ப்புப் பஜனையே செய்து, கம்யூனிச எதிர்ப்பு வெள்ளத்தில் நீந்திக்குளித்து வளர்க்கப்பட்ட இவர்களிடம், இந்த 'இச' எதிர்ப்பு வெறி விதைக்கப்பட்டு இருக்கிறது. ஏகாதிபத்தியத்தின் பிரசார வலிமை மிகப் பெரிது. ஏடுகள், வானொலிகள், தொலைக் காட்சிகள், திரைப்படங்கள், கல்வி முறை, தேர்தல் முறை, சட்டம், நீதி எல்லாமே கம்யூனிச எதிர்ப்பு நச்சுத்தைலம் பூசப்பட்டவைதான்!

எனவே, இவர்கள் மீது கோபம் கொண்டு ஒதுக்கிவிடக் கூடாது. எரிச்சல் கொண்டு விலகக் கூடாது. கம்யூனிசம், சோஷலிசம் என்பதை விவரம் புரியாமல் பழகிப்போன ஓர் உணர்வால் எதிர்ப்பவரும்கூட தேசம், மக்கள் முன்னேற்றம் என்றால் வெறி கொண்டு எதிர்க்க மாட்டார்கள். எனவே, அவர்கள் பற்றியுள்ள தேசபக்தி உணர்வைக் கொண்டே அவர்களைத் திரட்டலாம்!'

அப்படித்தான் அவர்களைத் திரட்டத் தொடங்கினார் காஸ்ட்ரோ.

4. க்யூபா, மார்த்தி, மார்க்ஸ்

மார்க்சியத்தை உள்வாங்கிக்கொண்ட பிறகு காஸ்ட்ரோ க்யூப சரித்திரத்தின் ஒவ்வோர் அத்தியாயத்தையும் மீண்டும் வாசிக்கத் தொடங்கினார். வாசிக்க வாசிக்க சில புதிய வெளிச்சங்கள் கிடைத்தன. ஏகாதிபத்தியம், காலனியாதிக்கம் போன்ற பதங்களின் மெய்யான அர்த்தத்தை அவர் க்யூப சரித்திரத்தில் கண்டுகொண்டார்.

முதலில் கொலம்பஸ். சரித்திர ஏடுகள் கொலம்பஸை மிகப் பெரிய கண்டுபிடிப்பாளராக அடையாளம் காட்டியிருந்தது. க்யூபாவை அவர்தான் கண்டுபிடித்தார் என்று பெருமைப்படுத்தியிருந்தது. உண்மையில் என்ன நடந்தது? அக்டோபர் 28, 1492-ல் கொலம்பஸ் க்யூபா வந்து சேர்ந்தார். இத்தனை அழகிய தீவைக் கண்டதும் அதன் மேல் காதலும் கொண்டார். ஆனால் உண்மையில் அவர் தேடி வந்தது க்யூபாவை அல்ல, இந்தியாவை! இந்தியாவின் வளங்களை குறிப்பாக தங்கத்தை. க்யூபாவைக் கண்டதும், இந்தியாவைக் கண்டுபிடித்து விட்டதாகவே கொலம்பஸ் நினைத்துக்கொண்டார். சரி, க்யூபாவைக் கண்டுபிடித்த பிறகு என்ன செய்தார்? உடனடியாக ஸ்பெயின் மகாராணிக்கு, தான் கண்ட தீவை விலாவரியாக விவரித்து கடிதம் எழுதினார். கொலம்பசின் கண்டுபிடிப்பில் மகாராணி இசபெல்லா மயங்கிப் போனார். க்யூபாவை

விட்டுவைக்கக்கூடாது என்று ஸ்பெயின் முடிவு செய்தது. 1511-ம் வருஷம் டீகோ வெலாகுவே குலார் (Diego Velazquez de Cuellar) என்பவர் ஸ்பானியப் படைகளைத் திரட்டிக்கொண்டு க்யூபாவுக்குள் நுழைந்தார். க்யூபாவின் கவர்னராகவும் பொறுப்பேற்றுக்கொண்டார். இவர் கொலம்பஸோடு இணைந்து பயணித்தவர். ஸ்பானிய ஆக்கிரமிப்பின் தொடக்கப்புள்ளி இதுதான்.

காஸ்ட்ரோ, கொலம்பஸை கண்டுபிடிப்பாளராக ஏற்றுக்கொள்ள மறுத்தார். 'கொலம்பஸ் இங்கே கால் வைப்பதற்கு முன்பே க்யூபா இருந்தது. இங்கு போதிய அளவு செல்வாக்குடன் மக்கள் வாழ்ந்தனர். கொலம்பஸ் அதைக் கண்டுபிடிப்பதெப்படி? கொலம்பஸ் இங்கே கால் வைத்திருக்கலாம், அவ்வளவுதான். அமெரிக்காவும், ஐரோப்பாவும் பரஸ்பரம் கண்டுகொண்டது என்று வேண்டுமானால் சொல்லாம். அதே போல் ஐரோப்பிய ஆக்கிரமிப்பாளர்களின் செயல் கண்டுபிடிக்கப்பட்டது என்று வேண்டுமானால் சொல்லாம்' என்றார் காட்டமாக.

கொலம்பஸ் க்யூபாவில் மயில் பார்த்ததாகவும், குயில் பார்த்ததாகவும் மாய்ந்து மாய்ந்து எழுதினார். ஆனால் அங்கிருந்த மனிதர்களைப் பற்றிக் கவலைப்பட்டாரா? கிடையாது. கொலம்பஸ் க்யூபாவில் கால்பதித்தபோது அங்கு க்யூபப் பழங்குடியினர் வாழ்ந்துவந்தனர். குறிப்பாக, இரண்டு பிரிவினர் - டைநோசிஸ் (Tainos) மற்றும் சிமோனிஸ் (Cimoneys). கொலம்பஸ் கண்டுபிடிப்பதற்கு முன்பே இவர்கள் பரம்பரை பரம்பரையாக க்யூபாவில் வாழ்ந்தவர்கள். வேண்டுமானால் இவர்களை கண்டுபிடிப்பாளர்களாக அறிவிக்கலாம். 'அசலான க்யூப மண்ணின் மைந்தர்கள் இவர்கள்தான். க்யூபாவின் சரித்திரம் இவர்களைப் பற்றியதாக இருக்கவேண்டும்' என்றார் காஸ்ட்ரோ.

டைநோசியர்கள் விவசாயத்தில் ஊறிப்போனவர்கள். சிமோனியர்கள் சிறந்த வேட்டைக்காரர்கள். ஸ்பானியர்களின் வரவால் முதலில் பாதிப்படைந்தது இந்த இரு பழங்குடியின மக்கள்தான். தனது சொந்த நிலத்திலேயே இவர்கள் அடிமைகளாக மாற்றப்பட்டனர். கழுதைகளைப் போல் இவர்களை உபயோகப்படுத்திக் கொண்டது ஸ்பெயின். அலறித் துடித்த பலர் நாட்டை விட்டு வெளியேறினர். பிரியாமல் க்யூபாவோடு ஒட்டிக்கிடந்த பலர் கொல்லப்பட்டனர். அவர்களது இடத்தை ஸ்பானியர்கள் பிடித்துக்கொண்டனர். பழங்குடியினர் கணிசமான அளவு காணாமல் போனதும்தான் அவர்களுக்கு ஒரு விஷயம் புரிந்தது. அதாவது, ஸ்பானியர்களுக்கு விவசாயம் தெரியாது. காடுகளிலும் மலைகளிலும் வேலை செய்யத் தெரியாது.

அடுத்து என்ன செய்யலாம் என்று யோசித்தபோது அவர்களுக்குக் கை கொடுத்தவர்கள் ஆப்பிரிக்க அடிமைகள். ஆப்பிரிக்க அடிமைகளை அதிக அளவில் முதல் முறையாக உபயோகப்படுத்திக்கொண்ட பெருமை ஸ்பெயினையே சாரும். போர்ச்சுகல், பிரேசில், அமெரிக்கா உள்பட பல நாடுகள் அடிமைகளை தருவித்துக்கொண்டுதானிருந்தன. ஆனால் ஸ்பெயினை மிஞ்ச முடியவில்லை.* ஆப்பிரிக்க அடிமை களுக்கு கடுமையான பணிகள் ஒதுக்கப்பட்டன. க்யூபாவின் வளங்களை வெளிக்கொணர இவர்கள் பயன்படுத்தப்பட்டனர்.

க்யூபாவின் இயற்கைவளம் பிரமிப்பூட்டுவதாக இருந்தது. தங்கம், வெள்ளி, ஆபரணக் கற்கள் எதையும் ஸ்பானியர்கள் விட்டுவைக்க வில்லை. செல்வங்களை தேடித்தேடி குவித்தனர். க்யூபா நம்பிக்கை தரும் தீவு என்பது சர்வ நிச்சயமாகத் தெரிந்துபோனது. கூடவே பயமும் வந்து ஒட்டிக்கொண்டது. இத்தனை அழகிய பகுதியை வேறு யாராவது கவர்ந்து சென்றால் என்ன செய்வது? உடனடியாக கோட்டைகள் கட்டப்பட்டன. சுவர்கள் எழுப்பப்பட்டன. வெளியாள்கள் உள்ளே வராமல் தடுக்கவும் க்யூபர்கள் வெளியே எங்கும் தப்பிப்போகாமல் இருக்கவும் கூலிப்படைகள் உருவாயின. ஒரு காலனி நாடு என்பதையும் தாண்டி க்யூபா முக்கியத்துவம் பெறத்தொடங்கியது. முதலில் ஒரு சுங்கச்சாவடியாகவும் பிறகு ஸ்பெயினின் பொருளாதாரத்தைப் பெருக்க உதவும் சொர்க்க பூமியாகவும் க்யூபா மாறிப்போனது.

க்யூபாவால் கவரப்பட்ட பிரிட்டிஷ், 1762-ல் ஸ்பெயின் மீது போர் தொடுத்தது. போரின் முடிவில், க்யூபா ஸ்பெயின் வசமானது. ஸ்பெயினின் காலனி நாடாக இருந்தபோது க்யூபா ஸ்பெயினுடன் மட்டுமே வர்த்தகம் செய்துகொண்டிருந்தது. ஸ்பெயின் அரசாங்கம் மட்டுமே அனைத்து உற்பத்திப் பொருள்களையும் வாங்கிக் கொள்ளும். பொருள்களுக்கான விலையை ஸ்பெயின் அரசாங்கம் தான் தீர்மானிக்கும். க்யூப விவசாயிகள் எதிர்த்துப் பேசக்கூடாது. அவர்கள் சொன்ன அடிமாட்டு விலைக்கு சரக்குகளை விற்றுவிட்டு அவதிப்படுவதைத் தவிர அவர்களுக்கு வேறு வழியில்லை. 1762-ல் பிரிட்டன் ஹவானாவைக் கைப்பற்றியபோது முதல் முறையாக க்யூபா தனது பண்டங்களை ஸ்பானியர்கள் அல்லாத பிறருக்கும் விற்பனை செய்யத் தொடங்கியது.

---

* 1521-ல் முதல் முறையாக ஆப்பிரிக்க அடிமைகள் க்யூபாவுக்கு வந்து சேர்ந்தனர். 1521 முதல் 1870 வரை க்யூபாவுக்குக் குடிபெயர்ந்த அடிமைகளின் எண்ணிக்கை சுமார் 1.3 மில்லியன்.

1763-ல் க்யூபா மீண்டும் ஸ்பெயினின் கைகளுக்குச் சென்றது. இந்த முறை ஸ்பெயின் வேறு சில திட்டங்கள் தீட்டி வைத்திருந்தது. க்யூபாவை அடித்தளமாகக் கொண்டு லத்தீன் அமெரிக்காவிலுள்ள பிற நாடுகளையும் கைப்பற்றிக்கொள்ள ஸ்பெயின் விரும்பியது. விரைவில், அர்ஜெண்டினா, பெரு, பொலிவியா, கவுதிமாலா போன்ற நாடுகளில் ஸ்பானியர்களின் எண்ணிக்கை அதிகரித்தது. இந்நாடுகள் அனைத்தும் ஒன்றன்பின் ஒன்றாக ஸ்பெயினின் காலனி நாடுகளாக மாறிப்போயின.

ஸ்பெயின் தனது ஆதிக்கத்தை அதிகரிக்க அதிகரிக்க, க்யூபாவில் எதிர்ப்புகளும் வலுத்துக்கொண்டே போனது. ஓர் அந்நிய நாட்டுக்கு எதற்காக நாம் பணிந்து போகவேண்டும் எனும் கேள்வி எழுந்தது. சிறுபொறியாகத் தோன்றிய காலனி எதிர்ப்பு வேகவேகமாகப் பரவி பலரைப் பற்றிக்கொண்டது. மக்கள் கொதிப்படைந்தனர். ஸ்பெயினுக்கு எதிராக அணிதிரட்டத் தொடங்கினர். எதிர்ப்பு வலுத்து வருவதை கவனித்த ஸ்பெயின், கிளர்ச்சிக்காரர்களை இரும்புக்கரம் கொண்டு ஒடுக்கியது. புதுச்சட்டங்களை இயற்றியது. க்யூபர்கள் அரசுப்பணிகளில் அமரக்கூடாது என்றும், சொந்தமாக தொழில் நடத்தக்கூடாது என்றும் தடைவிதித்தது. கருப்பர்கள் கொடூரமாக ஒடுக்கப்பட்டனர். ராணுவத்தின் அனுமதியின்றி க்யூபர்கள் க்யூப எல்லையைத் தாண்டி வெளியே போகக்கூடாது என்று கட்டாயமாக அறிவுறுத்தப்பட்டனர்.

1791 முதல் 1804 வரையிலான காலகட்டத்தில் பிரான்ஸிலிருந்து வெளியேறிய பலர் க்யூபாவில் குடியேறினர். ஸ்பெயினின் எதேச்சதிகாரத்தை எதிர்த்து, குடிபெயர விரும்பும் அனைவருக்கும் க்யூபா புகலிடமாக மாறிப்போனது. க்யூபாவில் வந்திறங்கிய ஸ்பானியர்கள் ஸ்பெயினுக்கு அடங்க மறுத்தனர். மீண்டும் போராட்டத் தீ பற்றிக்கொண்டது. போராளிகள் உருவாயினர். ஸ்பெயின் வழக்கம்போல் அவர்களை ஒடுக்கியது. போராட்டங்கள் தொடர்ந்து கொண்டிருந்தன. 1819, 1826, 1828, 1848, 1851, 1855... போராளிகள் ஓய்வெடுத்துக் கொள்வதில்லை!

ஸ்பெயினுக்கு எதிராகப் போராடிய ஸ்பானியர்களில் குறிப்பிடத் தக்கவர் கார்லோஸ் மானுவேல் டி செஸ்படஸ். இவர் ஓரியண்ட் மாநிலத்தைச் சேர்ந்தவர். பெரும் பண்ணைக்காரரின் மகன். ஸ்பெயினுக்குச் சென்று மாட்ரிட் நகரில் சட்டம் பயின்று சட்டத் துறையில் டாக்டர் பட்டம் பெற்றவர். க்யூபா ஸ்பெயினின் காலனி நாடாக இருப்பதை அவரால் ஏற்றுக்கொள்ள முடியவில்லை. உடனடியாக ஒரு கிளர்ச்சிக் குழுவை உருவாக்கினார். 'க்யூபா, க்யூப நாட்டு மக்களுக்கே சொந்தம், ஸ்பெயின் ஆட்சிக்கு இங்கு

இடமில்லை' என்று முழங்கினார். ஒரு தாற்காலிக அரசையும் இவர் உருவாக்கினார். 1874-ல் செஸ்படஸ் சுட்டுக்கொல்லப்பட்டார்.

பல நூற்றாண்டுகளாக தொடர்ந்து உலக நாடுகளின் தலைமைப் பீடமாக விளங்கிய ஸ்பெயின் 19-ம் நூற்றாண்டின் பிற்பகுதியில் தனது சரிவைச் சந்தித்தது. காலனியாதிக்கத்துக்கு உட்பட்டிருந்த நாடுகள் ஒவ்வொன்றாகப் பிரிந்து சென்றன. ஸ்பெயினால் தொடர்ந்து தாக்குப் பிடிக்க முடியவில்லை. பொருளாதாரம் சரிந்துகொண்டிருந்தது. கிளர்ச்சிகள் வெடித்துக்கொண்டே இருந்தன. குறிப்பாக க்யூபாவில் எதிர்ப்புகள் அதிகரித்துக் கொண்டிருந்தன. கிளர்ச்சியாளர்களைக் கட்டுப்படுத்த அவசர சிறைச்சாலைகள் (Concentration Camps) அமைக்கப்பட்டன. ஆயிரக்கணக்கான க்யூபர்கள் கொல்லப் பட்டனர்.

●

காஸ்ட்ரோ, போராளிகளின் வாழ்க்கையை ஆழமாக வாசித்தார். அவர்களது போர் அணுகுமுறையை கவனமாக ஆராய்ந்தார்.

குறிப்பாக மார்த்தியின் பங்களிப்பை வாசிக்க வாசிக்க அவரது நரம்பு முறுக்கேறியது. வாழ்ந்தால் மார்த்தியைப் போல் வாழவேண்டும், வீழ்ந்தால் மார்த்தியைப் போல் வீழவேண்டும் எனும் உத்வேகம் பிறந்தது. மார்த்தியின் ஒவ்வோர் எழுத்தையும் தேடித்தேடி வாசித்தார். பின்னாளில் இவரைப்பற்றி குறிப்பிடும்போது, 'க்யூபப் புரட்சிக்கான கருத்தியல் அடிப்படையை உருவாக்கிய சிந்தனையாளர் மார்த்தி' என்றார்.

யார் இந்த மார்த்தி?

காலனியாதிக்கத்துக்கு எதிராக சக்தி வாய்ந்த முதல் தீக்குச்சியை கொளுத்திப்போட்டவர் ஹொஸே மார்த்தி (Jose Marti). இவர் ஜனவரி 28, 1853-ல் ஹவானாவில் பிறந்தார். அவரது தொடக்க காலம் ஸ்பெயினில் கழிந்தது. ஸ்பெயின் க்யூபாவை மிருகத்தனமாக அடிமைப்படுத்தியிருந்ததை அவர் தன்னுடைய இளவயதிலேயே தெரிந்துகொண்டார். கரும்புத் தோட்டங்களில் க்யூபர்களும் கருப்பர்களும் ஒடுக்கப்படுவதைக் கண்டு அதிர்ந்து போனார். இதுதான் நிதர்சனம் என்று பிறரைப் போல் அவர் ஏற்றுக்கொள்ள வில்லை. தன்னுடைய எதிர்ப்பைத் தெரிவிக்க வேண்டும் என்று அவர் விரும்பினார்.

1869-ல் மார்த்தி, போராட்டத்துக்கு தன்னை தயார்ப்படுத்திக் கொண்டார். இந்தப் போராட்டத்துக்கு அவர் தேர்ந்தெடுத்த ஆயுதம்

பத்திரிகை. இவர் தொடங்கிய பாட்ரியா லிப்ரே (Patria Libre) எனும் ஸ்பானிஷ் பத்திரிகை, போராளிகளுக்காக அதாவது அரசாங்கத்தின் மொழியில் சொல்வதானால் 'கலகக்காரர்களுக்கும்', 'சமூக விரோதி களுக்கும்' ஆதரவாகக் குரல் எழுப்பியது. 'க்யூபா யாருக்கும் அடிமை யாக இல்லாமல் சுதந்தர நாடாக மாறவேண்டும்' என்று உரத்த குரலில் இப்பத்திரிகை முழங்கியது. அப்போது மார்த்திக்கு வயது 17 மட்டுமே.

நேரம் கிடைக்கும்போதெல்லாம் காலனியாதிக்க எதிர்ப்பு கருத்துகளை முன்வைத்துக்கொண்டே இருந்தார் மார்த்தி. சில சமயம் எழுத்தில். சில சமயம் நண்பர்களுடனான உரையாடல்களில். இப்படி ஒரு சமயம் தன்னுடைய நண்பனுக்கு எழுதிய ஒரு கடிதத்தில், 'காலனியாதிக்கம் எதிர்க்கப்படவேண்டும், க்யூபக் குடியரசு மலர வேண்டும்!' என்று எழுதி அனுப்ப, அந்தக் கடிதம் எப்படியோ நிர்வாகத்திடம் மாட்டிக்கொண்டது. சட்டவிரோதக் கருத்துகள் கொட்டிக்கிடந்த அந்தக் கடிதத்தை நிர்வாகம் சம்பந்தப்பட்ட அதிகாரிக்கு அனுப்பிவைத்தது. இத்தனை சிறியவயதில் இத்தனை போராட்ட குணமா என்று அலறிய அதிகாரிகள் மார்த்திக்கு ஆறுமாத சிறைத்தண்டனை விதித்தனர். சாதாரண சிறைத்தண்டனை அல்ல. கடுங்காவல் தண்டனை. சிறையில் அடைக்கப்பட்டார் மார்த்தி. கடுமையான பணிகள் ஒதுக்கப்பட்டிருந்தன. ஒரு கட்டத்தில் மார்த்தி ஒரு விபத்தில் சிக்கிக்கொண்டார். காலில் பலத்தகாயம். நடக்க முடியவில்லை. இறுதிவரை ஊன்றுகோலின் துணையில்லாமல் நடக்க முடியாது என்ற நிலை. தன் தந்தையின் உதவியால் சிறையிலிருந்து மீண்டார் மார்த்தி.

மீண்டும் ஸ்பெயின். சிறை வாழ்க்கையும் உடைந்துபோன காலும் மார்த்தியிடம் ஏற்படுத்திய மாற்றங்கள் என்ன? 1871-ல் ஒரு புத்தகத்தை எழுதினார். சிறைச்சாலைகளில் கைதிகள் எப்படி யெல்லாம் மிருகத்தனமாக நடத்தப்படுகின்றனர் என்று முதல் முறையாக தோலுரித்துக் காட்டினார். தொடர்ந்து வாசித்தார். சிவில் மற்றும் சர்ச் சட்டங்கள், தத்துவம் போன்ற துறைகளில் பட்டம் பெற்றார் (பின்னாளில் காஸ்ட்ரோ படித்துபட்டம் பெற்றது இந்தத் துறைகளில்தான்). பிரான்ஸில் சில காலம் வசித்தார். பிறகு 1875-ல் மெக்ஸிகோ வந்தடைந்தார்.

சுமார் ஓராண்டு காலம் மெக்ஸிகோவில் தங்கியிருந்துவிட்டு ஜூலியன் பெரஸ் (Julian Perez) எனும் பெயரில் ரகசியமாக க்யூபா வுக்குள் நுழைந்தார் மார்த்தி. யாருக்கும் அவரை அடையாளம் தெரியவில்லை. நுழைந்துவிட்டாரே தவிர க்யூபாவில் அவருக்கு எந்த வேலையும் கிடைக்கவில்லை. ஒரு மாதம் சுற்றியலைந்துவிட்டு

மெக்ஸிகோ சென்றடைந்தார். அங்கிருந்து கவுதமாலா. அங்கு பேராசிரியராக சிறிது காலம் பணிபுரிந்தார். டிசம்பர் 20, 1877-ல் கார்மென் என்பரை மணந்து கொண்டார். பத்தாண்டு யுத்தம் நிறைவடைந்திருந்தது. செப்டம்பர் 3, 1878. தனது 25வது வயதில் மீண்டும் க்யூபா திரும்புவதற்கான வாய்ப்பு கிடைத்தது. அப்போது அவர் ஒரு வழக்கறிஞராகவும் மாறியிருந்தார். ஸ்பெயின் அரசாங்கம் மார்த்தியின் பெயரை இன்னமும் மறக்கவில்லை. அவர் திரும்பவும் க்யூபாவுக்கு வர எந்தத் தடையும் அவர்கள் விதிக்கவில்லை என்றாலும் வழக்கறிஞராகப் பணிபுரிவதற்கு அரசாங்கம் அனுமதியளிக்க மறுத்தது. மார்த்தி ஒரு பள்ளியில் ஆசிரியராகச் சேர்ந்துகொண்டார். க்யூபாவின் விடுதலைக்காக ஏதாவது செய்ய வேண்டும் என்றே அவர் எப்போதும் நினைத்துக்கொண்டிருந்தார்.

1879-ல் க்யூபாவில் போர் வெடித்தபோது (Little War) மார்த்தி அதை ஆதரிக்கவில்லை. ஆனாலும் ஸ்பெயின் இந்தக் கலகத்துக்கு மார்த்திதான் மூலகுருவாக இருந்திருக்கவேண்டும் என்று தவறாக நினைத்து, அவரை ஸ்பெயினுக்கு நாடு கடத்தியது. மார்த்தி அங்கிருந்து நியூ யார்க் சென்றார். அங்குள்ள க்யூபர்களைக் கூட்டிவைத்து உரையாற்றினார். நிறைய ண்எழுதினார். சுமார் 20 வருஷங்களை அமெரிக்காவிலேயே கழித்தார். அமெரிக்காவில் கழித்தார் என்பதைவிட அமெரிக்காவைப் படித்தார் என்று சொல்வது பொருத்தமாக இருக்கும். அருகில் சென்று அவர் கண்ட அமெரிக்காவின் முகம் விகாரமாக இருந்தது. குறிப்பாக கறுப்பர்களை அவர்கள் நடத்திய விதம் மிருகத்தனமாக இருந்தது. 'கறுப்பர்களை வெள்ளையர்கள் வெறுக்கிறார்கள். ஆனால், நான் அவர்களை மதிக்கிறேன். ஒரு கறுப்பரை தரக்குறைவாகப் பேசும் எந்தவொரு வெள்ளையரையும் நான் மதிக்கமாட்டேன்!' என்றார்.

1880-ல் ரஃபேல் செரா என்பவர் லா லிகா (La Liga) எனும் கல்வி அமைப்பைத் தொடங்கியபோது, மார்த்தி முன்நின்று வழிநடத்தி னார். ஏழைகளின் பிரச்னைகளை முன்னெடுத்துச் செல்லும் அமைப்பாக இது செயல்பட்டது. இந்த நிறுவனத்தின் அடிப்படைக் கொள்கை இதுதான். 'கறுப்பர்களாக இருந்தாலும் சரி, க்யூபர்களாக இருந்தாலும் சரி, இவர்களது பொதுவான பிரச்னை ஏழைமைதான். இவர்களது வாழ்வில் மாற்றம் கொண்டு வருவதுதான் புரட்சியின் நோக்கமாக இருக்க வேண்டும்.' மார்த்தியின் அத்தனை கட்டுரை களிலும், அத்தனை கவிதைகளிலும், அத்தனை கடிதங்களிலும் இந்த அடிப்படை அம்சமே நிறைந்திருப்பதைக் காணலாம். லா லிகா எனும் அமைப்பு பல பயிலரங்கங்களை நடத்தி மக்களுக்கு அரசியல் விழிப்புணர்வை ஏற்படுத்தியது. மார்த்தியும் இந்த அமைப்பில் ஓர் ஆசிரியராகத் தன்னை இணைத்துக்கொண்டார்.

க்யூபாவில் ஆங்காங்கே செயல்பட்டுவரும் புரட்சியாளர்களின் தொடர்பு கிடைத்தது. பத்திரிகை தொடங்கலாம் என்று திட்டமிட்டபோது தோழர்கள் உதவிக்கு வந்தனர். லா பாட்ரியா (La Patria) தொடங்கப்பட்டது. ஸ்பெயினை எதிர்த்துப் போராடுவது என்பது அநீதியை எதிர்த்துப் போராடுவதற்குச் சமமானது என்றார் மார்த்தி. ஸ்பெயின் மட்டுமல்ல, அமெரிக்காவையும் தீவிரமாக எதிர்க்க வேண்டும் என்பதை லட்சியமாகக் கொண்டிருந்தார். அதாவது ஏகாதிபத்தியம் எனும் பூதம் எந்த வடிவத்தில் வந்தாலும் அதை இனம்கண்டு எதிர்க்க வேண்டும் என்றார்.

'க்யூபாவையும் லத்தீன் அமெரிக்க நாடுகளையும் தனது மாநிலங்களோடு மேலும் ஒன்று எனச் சேர்த்து, அமெரிக்கா தனது கொடியில் மேலும் ஒரு நட்சத்திரத்தை வரைந்துகொள்ளவே விரும்பும்' என்று எழுதினார். 'க்யூபாவை ஒரு சுரண்டப்படும் மாநிலமாக ஆக்காமல் தடுத்திட, சுதேசி ஆட்சியாளர்களை விரட்டியடிப்பதே முதல் கடமை' என்றார். 'க்யூபாவின் இயற்கைச் செல்வம் அனைத்தும் க்யூப மக்களுக்கே சொந்தமாக இருக்கவேண்டும். அவர்களது வாழ்க்கை மேம்பாட்டுக்காகவே பயன்பட வேண்டும்' என்றார். 'அமெரிக்காவை சமரசமற்ற முறையில் எதிர்ப்பவனாக, தேச பக்திக்காக உயிரையும் தியாகம் செய்யும் மனத்திண்மை கொண்ட ஒருவனால் மட்டுமே, உண்மையான தேசபக்தனாக இருக்க முடியும்' என்றார்.

ஜனவரி 1895-ல் மார்த்தி தலைமையில் ஃப்ளாரிடாவை நோக்கி மூன்று கப்பல்கள் படையெடுத்தபோது, அமெரிக்கா அந்தக் கப்பல்களை கைப்பற்றியது. ஸ்பானிய அரசாங்கத்துக்கும் தகவல் அனுப்பியது. மார்ச் 25-ல் மார்த்தி க்யூப விடுதலைக்கான தனது கோட்பாட்டை முன்வைத்தார். அதன் முக்கிய சாராம்சம்:-

- கறுப்பர்கள், வெள்ளையர்கள் இருவரும் இணைந்து போராட்டத்தில் ஈடுபடவேண்டும்.

- கறுப்பர்கள் போராட்டத்தில் ஈடுபடுவது அவசியம். அவர்களும் ஒடுக்கப்பட்டவர்களே.

- ஸ்பெயினின் ஆதிக்கத்தை எதிர்க்காத ஸ்பானியர்களை, நாம் எதிர்க்கவேண்டிய அவசியமில்லை.

- போராட்டத்தை முன்னெடுத்துச் செல்லும்போது தனியார் சொத்துகளை சேதப்படுத்தக்கூடாது.

- புரட்சியின் முடிவில் க்யூபாவின் பொருளாதாரம் தழைக்க வேண்டும். அதுதான் நம்முடைய நோக்கமாக இருக்கவேண்டும்.

1895-ல் க்யூபாவின் சுதந்தரப் போராட்டம் தீவிரமடைந்தபோது, க்யூபாவில் சுமார் 80,000 ஸ்பானிய வீரர்கள் பரவியிருந்தனர். மார்த்தியின் புரட்சிக்குழு எதிர்த்து நிற்கவேண்டியது இந்தப் பெரும்படையைத்தான்! இந்த 80,000 பேரில் 20,000 பேர் மட்டுமே ஸ்பானிய ராணுவப்படை வீரர்கள். மற்றவர்கள் படைவீரர்களோடு இணைந்து க்யூபர்களை ஒடுக்க தாமாகவே முன்வந்தவர்கள். இவர்கள் எண்ணிக்கை 60,000. ஏற்கெனவே நடந்து முடிந்த பத்தாண்டுப் போர் முயற்சியால் க்யூபர்கள் ஆயுதங்கள் வைத்திருப்பது பெருமளவில் கட்டுப்படுத்தப்பட்டிருந்தது. அதனால் ஆள்களைத் திரட்ட முடிந்த அளவுக்கு ஆயுதங்களைத் திரட்ட மார்த்தியால் இயலவில்லை. ஸ்பானியர்களிடமோ, நவீன ஆயுதங்கள் கொட்டிக்கிடக்கின்றன. ஆள்பலமும் அதிகம். கையளவே உள்ள படைவீரர்களைக் கொண்டு அவர்களை எதிர்த்து நிற்பது எப்படி?

அப்போது உருவானதுதான் கெரில்லாப் போர்முறை. மறைந்திருந்து தாக்குதல், எதிரியை அலைக்கழித்தல், அவர்களை சோர்வடையச் செய்தல், எதிரியின் ஆயுதங்களைக் கைப்பற்றிக் கொள்ளுதல் போன்ற செயல்திட்டங்களுடன் களத்தில் குதித்தார் மார்த்தி.

ஜூன் 11, 1895 முதல் நவம்பர் 30, 1897 வரையில் ஆயுதங்களைப் பெற கிட்டத்தட்ட 60 முறை கெரில்லா வீரர்கள் முயன்றனர். 28 முறை இவர்கள் அமெரிக்க கருவூலத் துறையினால் முறியடிக்கப்பட்டனர். கப்பற்படை ஐந்து முயற்சிகளை முறியடித்தது. நான்கு முறை ஸ்பானியர்கள் இவர்களை வெற்றி கொண்டனர். ஆயுதங்களைச் சுமந்து வந்த கப்பல்கள் இரண்டுமுறை மூழ்கிப்போயின. மொத்தத்தில் 60 முயற்சிகளில் ஒன்றே ஒன்று மட்டும் வெற்றி பெற்றது. ஏப்ரல் 11, 1895-ல் தனது படையினருடன் க்யூபா வந்த மார்த்தியை ஸ்பானியர்களின் படை எதிர்கொண்டது. மே 19, 1895 அன்று மார்த்தி சுட்டுக் கொல்லப்பட்டார்.

போராட்டம் மார்த்தியோடு முடிந்துபோகவில்லை. மாறாக, மேலும் வலுத்தது. சர்க்கரை ஆலைகளில் பணி செய்யும் தொழிலாளர்கள் வேலை நிறுத்தத்தில் ஈடுபட்டனர். ஸ்பெயினால் தாக்குப்பிடிக்க முடியவில்லை. ஆலைகள் இழுத்து மூடப்பட்டன. ஸ்பெயினைவிட அதிகம் பாதிப்படைந்தது அமெரிக்காதான். க்யூபாவில் முதலீடு செய்திருந்த அமெரிக்க முதலாளிகளின் நலன் பாதிப்படைந்ததைக் கண்ட அமெரிக்கா விழித்துக் கொண்டது. ஸ்பெயினிடமிருந்து க்யூபாவை பிரித்து எடுத்துவிடத் துடித்தது. பிப்ரவரி 1898-ல் ‘மைனே’ எனும் போர்க்கப்பலை க்யூபாவுக்கு அனுப்பி வைத்தது அமெரிக்கா. பிப்ரவரி 15 அன்று மைனே ஹவானா துறைமுகத்தில் வெடித்துச் சிதறியது. 260 அமெரிக்க வீரர்கள் மரணமடைந்தனர்.

சீற்றமடைந்த அமெரிக்கா ஸ்பெயின் மீது நேரடித் தாக்குதலைத் தொடுத்தது. மூன்றே நாள்கள். ஸ்பெயின் அமெரிக்காவிடம் சரணடைந்தது. '400 ஆண்டு கால அடிமைத்தனம் ஒரு வழியாக முடிந்தது!' என்று க்யூபர்கள் மகிழ்ந்தனர். இனி க்யூபாவின் கொடி பறக்கப்போகிறது என்று அவர்கள் நினைத்தனர். ஆனால், பறந்தது என்னவோ அமெரிக்கக் கொடிதான்.

தொடர்ந்து நான்கு ஆண்டுகளுக்கு க்யூபாவின் வளங்களை தன்னந்தனியாக அபகரித்தது அமெரிக்கா. பெரும் முதலாளிகள் நிலங்களைச் சுருட்டிக்கொண்டனர். ஒரு ஏக்கர் ஒரு டாலர் என்று தானாகவே ஒரு விலையை நிர்ணயித்துக்கொண்டு நிலங்களை சுவீகரித்துக்கொண்டது. சர்க்கரை ஆலைகள் அபகரிக்கப்பட்டன. க்யூபா முழுவதற்குமான சர்க்கரை உற்பத்தியை மூன்றே மூன்று அமெரிக்க நிறுவனங்கள் நிர்வகித்தன. நான்கு ஆண்டுகள் கழிந்த பிறகு பெயருக்கு ஒரு பொம்மை ஆட்சியை ஏற்படுத்திக் கொடுத்து விட்டு க்யூபாவைவிட்டு நகர்ந்தது அமெரிக்கா.

1902-ல் நடைபெற்ற முதல் தேர்தலில் டூமாஸ் எஸ்ட்ரடா பாமா முதல் குடியரசுத் தலைவராக பொறுப்பேற்றுக்கொண்டார். இவர் வெற்றி பெற்றதற்குக் காரணம் ஒன்றரை லட்சம் பொய் வாக்காளர்கள். 'இவருக்கு ஓட்டுப்போட மறுத்தால் ராணுவம் வரும்' என்று மிரட்டி ஓட்டுப்போட வைத்தார்கள்.

அப்போது தொடங்கியதுதான். 1940-ல் குடியரசுத் தலைவராகத் தேர்ந்தெடுக்கப்பட்ட பாடிஸ்டா வரையில் இதே தேர்ந்தெடுப்பு முறைதான் கையாளப்பட்டு வந்தது. இதற்குப் பின்னால் இருந்த பெரும் சக்தி - அமெரிக்கா!

●

க்யூபாவின் சரித்திரத்தைப் புரட்டப் புரட்ட காஸ்ட்ரோவின் நெஞ்சில் தீப்பற்றிக்கொண்டது. க்யூபாவை ஆட்டிப்படைக்கும் அமெரிக்காவை ஒருநாள் நாமும் ஆட்டிப்படைக்கவேண்டும் என்ற வெறி தோன்றியது. 'வெற்றி அல்லது அழகிய வீர மரணம்' என்று களத்தில் குதித்துப் போராடி தன் உயிரை மாய்த்துக்கொண்ட மார்த்தியை, தனது மானசீகக் குருவாக வரித்துக் கொண்டார் காஸ்ட்ரோ.

ஃபிடல் காஸ்ட்ரோ ● 61

5. சந்தர்ப்பங்கள் உருவாகாது, உருவாக்க வேண்டும்

காஸ்ட்ரோவோடு பழக, பேச அவருடன் படித்த மாணவிகளுக்கு ஏக ஆசை இருக்கும். ஆனால் நெருங்கும்போதெல்லாம் காஸ்ட்ரோ விலகி விடுவார். காரணம், அவரது கூச்ச சுபாவம். புரட்சி, துப்பாக்கி, பாட்டாளி வர்க்கம் என்று அனல் பறக்கப் பேசத்தெரிந்தவருக்கு பெண்களிடம் ஒருசில வார்த்தைகள் பேசுவதற்குக்கூட பயம்!

ஒரு முறை நண்பர்கள் ஒன்று சேர்ந்து கடற்கரைக்குப் போகலாம் என்று முடிவுசெய்தனர். காஸ்ட் ரோவையும் உடன் வருமாறு அழைத்தபோது அவர் ஒப்புக்கொண்டார். ஆனால் நண்பர்கள் அவருக்கு ஒரு நிபந்தனையை விதித்தனர். அதாவது அவர் தன்னுடன் வரும் பெண்ணுடன் அரசியல் பற்றி ஒரு வார்த்தை கூடப் பேசக்கூடாது. காஸ்ட்ரோ சம்மதித்தார். அனைவரும் கடற்கரைக்குச் சென்றனர். ஆச்சரியம்! காஸ்ட்ரோவும் அந்தப் பெண்ணும் தனியாகப் பிரிந்துசென்று சில மணி நேரம் பேசினார்கள்.

அன்றைய தினம் கழிந்தது. மறுநாள் நண்பர்கள் அந்தப் பெண்ணை தனியாக அழைத்துச் சென்று காஸ்ட்ரோ அவ்வளவு நீண்ட நேரத்துக்கு எதைப் பற்றிப் பேசினார் என்று ஆவலுடன் கேட்டனர். 'அட! போங்கப்பா' என்று ஏகத்துக்கும் சலித்துக்

கொண்டாள் அந்தப் பெண். 'புரட்சி பற்றி மூன்று மணி நேரம் அறு அறு என்று அறுத்துவிட்டார்!'

அதற்காக காஸ்ட்ரோ ஒரு துறவியாகவே வாழ்ந்தார் என்று நினைத்துவிடக்கூடாது. அவருக்கு காதலிக்கவும் தெரியும். 'அழகிய பெண்' என்று வகுப்புத் தோழர்கள் செல்லமாக அழைத்த மிர்தா பிலார்ட் என்பவரை காஸ்ட்ரோ காதலித்தார். காஸ்ட்ரோவைப் போலவே இவரும் ஓரியண்ட் மாகாணத்தைச் சேர்ந்தவர். பெரும் நிலப்பிரபுவின் மகள். காஸ்ட்ரோவின் குடும்பத்தைவிட இவரது குடும்பம் செல்வச் செழிப்பானது. இருவரும் திருமணம் செய்துகொள்ள முடிவெடுத்தனர். மிர்தாவின் வீட்டில் இவர்களது காதலுக்கு எந்தவிதத் தடையும் இருக்கவில்லை. இவர்களது திருமணம் நிச்சயிக்கப்பட்ட போது, மிர்தாவின் அண்ணன் மிர்தாவிடம், 'காஸ்ட்ரோவை மிகவும் பிடித்திருக்கிறது. ஆனால் அவரது அரசியல்தான் கொஞ்சமும் பிடிக்க வில்லை' என்று மனம்விட்டு கூறினாராம்.

1948-ல் இருவருக்கும் திருமணம் நடந்து முடிந்தது. அப்போது காஸ்ட்ரோவுக்கு 22 வயது, மிர்தாவுக்கு 21. காஸ்ட்ரோவும் மிர்தாவும் தேனிலவைக் கழிக்க அமெரிக்கா சென்றனர். அமெரிக்காவில் அவருக்கு நண்பர்கள் யாரும் கிடையாது. நியூ யார்க்கில் உள்ள ஒரு ஹோட்டலில் அறை எடுத்துத் தங்கினார்கள். அறைக்குள் நுழைந்ததும் மிர்தாவை உள்ளே இருக்கச் சொல்லிவிட்டு தனது கோட்டை மாட்டிக்கொண்டு கிளம்பிவிட்டார் காஸ்ட்ரோ. சிலமணி நேரம் கழித்து அறைக்குத் திரும்பும்போது கைநிறைய புத்தகங்கள். மார்க்ஸ், எங்கெல்ஸ், லெனின்... இன்னபிற. மார்க்ஸின் டாஸ் காபிடல் தொகுதிகளை முதன்முதலாக இங்கேதான் வாங்கினார் காஸ்ட்ரோ. நியூ யார்க் போகப்போகிறோம் என்று தெரிந்தவுடனே அங்கிருந்து என்னென்ன புத்தகங்களை வாங்கி வரவேண்டும் என்று நீண்டதொரு பட்டியலை அவர் முன்னரே தயாரித்து வைத்திருந்தார்.

மிர்தாவைப் பொறுத்தவரையில் காஸ்ட்ரோவுடனான தேனிலவு அவ்வளவு ருசிகரமாக இருந்தது என்று சொல்லமுடியாது. காரணம், காஸ்ட்ரோ மிர்தாவுடன் செலவிட்ட நேரத்தைவிட வெளியே சுற்றுவதில் செலவிட்ட காலம்தான் அதிகம். ஆர்தோடாக்ஸ் கட்சி அலுவலகத்தின் கிளையொன்று நியூ யார்க்கில் இருந்தது. அங்கு சென்று கட்சிப் பணிகளை ஆரம்பித்துவிடுவார். நேரம் போவதே தெரியாது. அறைக்குத் திரும்பியவுடன் டாஸ் காபிடல், கம்யூனிச சித்தாந்தம், மீண்டும் கட்சி அலுவலகம், மீண்டும் புத்தகக்கடை, மீண்டும் வாசிப்பு. இவை போதாதென்று தெருவில் நடக்கும் கிளர்ச்சிகள், போராட்டம் என்று அனைத்திலும் கலந்துகொள்வார். மிர்தா என்ற ஒரு பெண்ணை திருமணம் செய்துகொண்டிருக்கிறோம்;

அமெரிக்காவுக்கு மிர்தாவை கூட்டிவந்ததற்குக் காரணம் தேனிலவைக் கொண்டாடுவதற்குத்தான் என்ற விஷயங்களையெல்லாம் அவர் நினைவில் வைத்திருந்தாரா என்பது சந்தேகமே!

காலம் போனதே தெரியவில்லை. கிட்டத்தட்ட இரண்டாண்டுகளாக கல்லூரிப் பக்கமே தலைவைத்து படுக்கவில்லை. சட்டப்படிப்பு பாதியிலேயே நிற்கிறது. அவசரஅவசரமாக க்யூபா திரும்பிய காஸ்ட்ரோ எப்படியாவது படிப்பை முடித்துவிடவேண்டும் என்று தனது வாசிப்பைத் தீவிரப்படுத்தினார்.

அப்போது திடீரென்று அரசு, பேருந்து கட்டணங்களை உயர்த்தியது. இந்தத் திடீர் விலையேற்றம் பொதுமக்களை, குறிப்பாக மாணவர்களை மொத்தமாகப் பாதித்தது. இதை இப்படியே விடக்கூடாது என்று கருதிய மாணவர்கள் குழு தெருவில் இறங்கி போராட்டம் நடத்த முடிவுசெய்தது. காஸ்ட்ரோ இந்தப் போராட்டத்தில் முழுமூச்சோடு கலந்துகொண்டார். குழுவை ஒன்றிணைத்து நடத்திச் செல்வது, சக தோழர்களுக்கு உத்தரவிடுவது என்று தலைமை தாங்கும் பொறுப்பு அவரிடமே வந்துசேர்ந்தது. மாணவர்கள் ஒன்று கூடி எதிர்ப்பதை உணர்ந்த அரசு, காவல்துறை அதிகாரிகளை ஏவிவிட்டது. பல்கலைக்கழகம் முற்றுகையிடப்பட்டது. ஆர்ப்பாட்டத்தில் ஈடுபட்டவர்கள் மீது துப்பாக்கிச்சூடு நடத்தப்பட்டது. காஸ்ட்ரோ தலைமையிலான அணி கற்களையும் தக்காளிப் பழங்களையும் வீசி தங்களது எதிர்ப்பைத் தெரிவித்தது. அப்போது அவர்களுக்குக் கிடைத்த ஆயுதம் இவைதான்.

இது ஓர் ஆரம்பகட்ட போராட்டம்தான். ஆனாலும் காஸ்ட்ரோ முழுமூச்சுடன் இப்போராட்டத்தில் ஈடுபட்டார். திட்டங்கள் தெளிவாகத் தீட்டப்பட்டன. மேடைப்பேச்சு, எழுத்து இரண்டிலும் காஸ்ட்ரோவுக்கு ஆர்வமும் தேர்ச்சியும் இருந்ததால் இரண்டையும் அவர் உபயோகப்படுத்திக்கொண்டார். 50,000 துண்டுப்பிரசுரங்கள் அச்சிடப்பட்டன. வானொலியில் பேசுவதற்கான வாய்ப்பைப் பெற்றுக்கொண்டு அரசு அராஜகத்தைக் கண்டித்தார். எந்தப் போராட்டத்தை முன்னெடுத்துச்செல்ல வேண்டுமானாலும் பிரசாரம் அவசியம் என்பது காஸ்ட்ரோவின் கருத்து. இது மாணவர்களுக்கான போராட்டம் எனும் பட்சத்தில் அதற்கான பிரசாரத்தைச் செய்தாக வேண்டும் என்று அவர் விரும்பினார். ஏன் போராடுகிறோம்? எதற்காகப் போராடுகிறோம்? யாரை எதிர்த்து? போராட்டத்தின் முடிவில் எதை சாதிக்க விரும்புகிறோம்? என்பனவற்றை தெளிவாக எழுதியும் பேசியும் போராட்டம் பற்றிய விழிப்புணர்வைப் பரப்பினால்தான் எடுத்துக்கொண்ட காரியம் வெற்றியடையும் என்பது காஸ்ட்ரோவின் நம்பிக்கை.

அதனால்தான் இத்தனை ஏற்பாடுகளும். தகுந்த ஆயத்தங்களைச் செய்துகொண்டு, தக்க முறையில் அனைவரும் ஒன்றிணைந்து போராடினால் வெற்றி நிச்சயம் என்று அவர் நம்பினார். காஸ்ட்ரோவின் நம்பிக்கை பொய்க்கவில்லை. பேருந்துக் கட்டண உயர்வு திரும்பப் பெற்றுக்கொள்ளப்பட்டது.

காஸ்ட்ரோ உற்சாகமானார். அவரை மேலும் உற்சாகப்படுத்தும் விதமாக 1949-ம் வருஷம் காஸ்ட்ரோவுக்கு ஒரு மகன் பிறந்தான். அவன் பெயர் ஃபிடல் பிளார்ட். பின்னர் இவனது பெயர் பிடலிட்டோவாக மாறிப்போனது.

•

'செப்டம்பர் முப்பது குழு' எனும் பெயரில் ஒரு மாணவர் குழு தொடங்கப்பட்டபோது காஸ்ட்ரோ அதில் இணைந்துகொண்டார். இக்குழுவில் கம்யூனிஸ்ட் மாணவர்கள்தான் தலைவர்கள். காஸ்ட்ரோவை இணைத்துக்கொள்வதற்கு முன்னால் அவர்கள் ஒரு நிபந்தனையை விதித்தார்கள். காஸ்ட்ரோ, கூட்டங்களுக்கு வரும்போது துப்பாக்கியைக் கொண்டுவரக்கூடாது என்பதுதான். காஸ்ட்ரோ ஒப்புக்கொண்டார். அந்தக் குழு காஸ்ட்ரோவை பிரசாரம் செய்வதற்காகப் பயன்படுத்திக்கொண்டது. அவரும் உற்சாகமாகக் கூட்டங்களைக் கூட்டி, மக்களைச் சந்தித்து தனது வாதத்திறமையால் அவர்களைக் கட்டிப்போட்டார். இவர் பேசி முடிக்கும்வரை மக்கள் கலையாமல் கவனமாக உள்வாங்கிக் கொண்டதைக் கண்ட மாணவர்கள் ஆச்சரியமடைந்தனர். உற்சாகமான கைதட்டல்களும் ஏராளமாகக் கிடைத்தன.

முன்பு சிநேகமாக இருந்த மாஃபியா கும்பல் மீண்டும் காஸ்ட் ரோவுக்கு எதிராகத் திரும்பியது. மீண்டும் காஸ்ட்ரோ குறி வைக்கப்பட்டார். மாஃபியாவிடமிருந்து இவரைக் காப்பாற்றுவதே பெரும்வேலையாக மாறிப்போனது. காஸ்ட்ரோ எங்கு சென்றாலும் அவரைச் சுற்றி நண்பர்கள் அரண்போல் சூழ்ந்து கொண்டனர். நிலைமை தீவிரமடைந்து ஒரு சில மாதங்கள் காஸ்ட்ரோ தலைமறை வாக வாழவேண்டிய அவசியம் ஏற்பட்டது. வேறெங்காவது தங்கினால் கண்டுபிடித்துவிடுவார்கள் என்பதால் ஆர்தோடாக்ஸ் கட்சியின் தலைவர் லெஸ்னிக் என்பவரது வீட்டில் தங்கினார் காஸ்ட்ரோ. ஓர் அறைக்குள் அவரை ரகசியமாக மறைத்து வைத்திருந்தனர். தனக்குக் கிடைத்த தலைமறைவு வாழ்க்கையை மகிழ்ச்சியுடன் ஏற்றுக்கொண்ட காஸ்ட்ரோ புத்தகங்களை வாசிக்கத் தொடங்கினார். வெகு விரைவில், அவர் தங்கியிருந்த அறை ஒரு நூலகமாக மாறிப்போனது. பாவம் மிர்தா! தன் மகனோடு தனியாக

காலத்தைக் கழித்துவந்தார். மாஃபியா கும்பல் தம் கணவருக்கு குறிவைத்திருப்பதைக் கண்டு நடுநடுங்கிப்போனார். காஸ்ட்ரோவைப் பற்றிய செய்திகூட அவருக்குத் தெரியவில்லை. எங்காவது மறைந்திருக்கிறாரா, கைது செய்யப்பட்டாரா? எதுவுமே தெரியாது! வீட்டிலும் நிறைய பிரச்னைகள். செலவுகளைச் சமாளிக்கவேண்டும். தன்னுடைய பெற்றோரிடம் உதவி கேட்டால் நிச்சயம் செய்வார்கள். ஆனால் அவர்களிடம் இது பற்றிப் பேச தயக்கம், கூச்சம். தங்கியிருக்கும் அறைக்கு வாடகை கட்டவில்லை, சேமிப்பு என்று எதுவும் கிடையாது. காஸ்ட்ரோவின் நண்பர்கள் உதவியால்தான் ஓரளவுக்குச் சமாளிக்க முடிந்தது.

காஸ்ட்ரோவைத் தொடர்ந்து மறைவிடத்தில் பாதுகாக்க முடியவில்லை. மாஃபியா ஆள்கள் பல இடங்களில் பரவியிருந்தனர். லெஸ்னிக் ஒரு முடிவுக்கு வந்தார். காஸ்ட்ரோவை ஹவானாவில் வைத்திருப்பது ஆபத்து என்பதால் அவரை அமெரிக்காவுக்கு அனுப்பிவைக்கலாம் என்று முடிவு செய்தார். காஸ்ட்ரோ இதற்குச் சம்மதித்தார். அமெரிக்கா சென்று கொலம்பியா பல்கலைக் கழகத்தில் படிப்பைத் தொடங்கலாம் என்று அவர் நினைத்தார். மற்றொரு ஆசையும் அவருக்கு இருந்தது. நீண்டகாலமாக அவரிடமிருந்து தொடர்ந்து நழுவிக்கொண்டிருந்த ஆங்கிலத்தை எப்படியாவது வசப்படுத்திவிடவேண்டும் என்பதே அது. காஸ்ட்ரோ படிப்பில் என்னதான் சூரப்புலியாக இருந்தாலும் ஆங்கிலம் மட்டும் அவருக்கு நடுக்கத்தையே கொடுத்தது. அமெரிக்காவில் சிலகாலம் தங்கியிருந்தால் சுலபமாக அவர்களுடன் பேசிப்பழகி மொழியைக் கற்றுக்கொள்ளலாம் என்று நினைத்தார்.

அவரது தந்தையும் சகோதரரும் பயணச்செலவுகளுக்கான பணத்தை கொடுத்து உதவினர். காஸ்ட்ரோ அமெரிக்கா சென்றார். ஆனால் அவரது இரண்டு லட்சியங்களும் நிறைவேறவில்லை. கொலம்பியா பல்கலைக்கழகத்தில் இடம் கிடைக்கவில்லை. ஆங்கிலம் அவரைப் பயமுறுத்தியது. மூன்றே மாதங்களில் மீண்டும் ஹவானா திரும்பினார். மற்றொரு புதிய அறையில் தனது மனைவி மகனுடன் குடிபுகுந்தார். முன்பணத்தைக் கொடுத்தது நண்பர்கள்தான்.

காஸ்ட்ரோவின் இப்போதைய பிரச்னை சட்டப்படிப்பை எப்படி முடிப்பது என்பதுதான். நிறைய பாடங்களை படிக்கவேண்டியிருந்தது. நேரம்தான் இல்லை. அரசியல், கிளர்ச்சி, கம்யூனிஸ்ட் கட்சி போன்ற சுவாரஸ்யமான சங்கதிகள் அவர் கையைப் பிடித்து இழுத்துக்கொண்டிருந்தன. காஸ்ட்ரோவைப் போலவே அவர் மனைவி மிர்தாவுக்கும் ஒரு பிரச்னை. புது அறைக்குக் குடிபெயர்ந்தாகிவிட்டது. எல்லாம் சரிதான். ஆனால், வீட்டில் எந்தச்

சாமான்களும் இல்லையே, என்ன செய்வது? காசு, பணம் என்று வந்துவிட்டால் காஸ்ட்ரோவை நம்பிப் பயனில்லை. இப்போதும் நண்பர்கள்தான் உதவிக்கு வந்தனர். வீட்டுக்குத் தேவையான அனைத்து சாமான்களையும், நாற்காலி, மேஜை போன்ற பொருள்களையும் தவணை முறையில் வாங்கித் தந்தனர். ஆனால் தவணை கட்டுவதற்குக்கூட காசில்லை.

பொருள்களை விற்ற கடைக்காரர் ஒரு நாள் வீட்டுக்கு வந்து எல்லா சாமான்களையும் தூக்கிக்கொண்டு போய்விட்டார். காஸ்ட்ரோ வழக்கம்போல் வீட்டுக்கு வந்தார், வாசித்தார். 'எங்கே இங்கேயிருந்த சாமான்களைக் காணவில்லை?' என்று மிர்தாவிடம் ஒரு கேள்வி கூட கேட்கவில்லை. கேட்கவும் மாட்டார். ஏனென்றால் முதலில் இந்தப் பொருள்கள் அவருடைய வீட்டுக்குள் இருந்ததே அவருக்குத் தெரியாது. மீண்டும் நண்பர்கள் கடைக்காரைச் சரிகட்டிவிட்டு பொருள்களை காஸ்ட்ரோவின் வீட்டுக்குக் கொண்டுசென்றனர். காஸ்ட்ரோ வழக்கம்போல் வீட்டுக்கு வந்தார். மிர்தாவிடம் சில வார்த்தைகள் பேசினார். பிறகு ஒரு புத்தகத்தைப் பிரித்து வைத்துக்கொண்டு அமர்ந்து விட்டார். வெறுப்படைந்த நண்பர்கள் அவரைத் தரதரவென்று பிடித்து இழுத்துப்போய் அனைத்துச் சாமான்களையும் காட்டி நடந்தவற்றைச் சொன்னார்கள். காஸ்ட்ரோ எல்லாவற்றையும் கேட்டுவிட்டு அவர்களைப் பார்த்து ஒரே ஒரு கேள்வியைத்தான் கேட்டார். 'அடடா! அப்படியானால் இது என் வீட்டுச் சாமான்கள்தானா!'

இத்தனை இருந்தாலும் ஒரு வழியாக சட்டப்படிப்பை முடித்தே விட்டார் காஸ்ட்ரோ. மிர்தாவுக்கு நிம்மதி! தன் கணவன் வழக்கறிஞர் ஆகிவிட்டார். இனி வீட்டில் எந்தப் பிரச்னையும் இருக்காது. கடன் தொல்லைகள் இருக்காது. அது மட்டுமின்றி வழக்குகள் என்று வந்துவிட்டால் பிறகு மறியல், ஆர்ப்பாட்டம், கூட்டம் என்று சுற்றிக் கொண்டிருக்க முடியாது. அப்படியே சுற்றினாலும் காவல்துறை வழக்கறிஞரான இவரை, கைது செய்யமுடியாது.

மிர்தா நினைத்தது ஒன்றுகூட நிறைவேறவில்லை. காஸ்ட்ரோ, வழக்குகளை ஏற்றுநடத்த தயாரானார். அதே சமயம், அரசியல் செயல்பாடுகளை நிறுத்திக்கொள்ள அவர் தயாராக இல்லை. ஆனால் அவர் எதிர்பார்த்ததைப் போல் இந்த இரட்டைக் குதிரை சவாரி அவ்வளவு எளிமையானதாக இல்லை. அரசின் செயல்பாடுகளை எதிர்ப்பதே முக்கிய முழுநேரப் பணியாக மாறிவிட்டது. மக்களுக்கு எதிராக அரசு எடுக்கும் ஒவ்வொரு நடவடிக்கையையும் எதிர்க்கத் துணிந்தார். போராட்டம் என்று வந்துவிட்டால் முதல் வரிசையில் நின்றுவிடுவதில் இவருக்கு தணியாத தாகம்.

இப்படி ஒரு முறை ஓர் ஆர்ப்பாட்டத்தில் கலந்துகொண்டபோது காஸ்ட்ரோ கைதுசெய்யப்பட்டார். நீதிமன்றத்தில் கொண்டு போய் நிறுத்தினார்கள். நீதிபதி காஸ்ட்ரோவை கூர்மையாகப் பார்த்தார்.

'உங்கள் சார்பில் வாதாட யாராவது இருக்கிறார்களா?'

'இல்லை' என்ற காஸ்ட்ரோ, 'நானே ஒரு வழக்கறிஞர்தான். என்னுடைய வழக்கை நானே வாதாடிக்கொள்கிறேன்' என்றார்.

'சரி. அப்படியானால் வழக்கறிஞர் உடையை போட்டுக் கொண்டு வாருங்கள்' என்றார் நீதிபதி.

ஆனால் வழக்கறிஞர் உடை அவரிடம் கிடையாது. அது மட்டுமின்றி வாதாடுவதற்கு முன்பு நீதிமன்றத்துக்குச் செலுத்தவேண்டிய ஐந்து செண்ட் கட்டணமும் இல்லை. உடனே துண்டை ஏந்தி அங்கேயே வசூல் நடத்தினார். பணம் கிடைத்தது. ஒரு கறுப்பு மேலாடையும், கறுப்புக் குல்லாயும் வாடகைக்கு வாங்கப்பட்டது. உடைமாற்றிக் கொண்டு வழக்கறிஞராக நீதிமன்றத்தில் நுழைந்தார் காஸ்ட்ரோ.

நுழைந்ததும் நுழையாததுமாக, 'நீதிபதி அவர்களே, நான் இந்த அரசைக் குற்றஞ்சாட்ட விரும்புகிறேன்' என்றார்.

'அதெப்படி?' என்றார் நீதிபதி.

அவ்வளவுதான். காஸ்ட்ரோ தனது உரையைத் தொடங்கினார். பேசினார், பேசினார், பேசிக்கொண்டே இருந்தார். நீதிமன்றம் மக்கள் கூட்டமாக மாறியது. நீதிபதி, காவல்துறையினர், சாட்சிகள் அனைவரும் பொதுமக்களாக மாறிப்போயினர். அரசுக்கு எதிராகப் பிரசாரம் செய்கிறார், ஆர்பாட்டம் செய்கிறார் என்பதால்தான் கைது நடவடிக்கை. ஆனால் தடை செய்யப்பட்ட அனைத்து விபரங்களையும் நீதிமன்றத்திலேயே ஒன்றன்பின் ஒன்றாகப் பிரசாரம் செய்தார் காஸ்ட்ரோ. கன்னத்தில் கைவைத்து காஸ்ட்ரோவின் உரையைக் கேட்டுமுடித்த நீதிபதி, உரை முடிந்தவுடன் காஸ்ட்ரோவை உடனடியாக விடுவித்தார்.

●

ஓர் அலுவலகத்தைத் திறக்க முடிவுசெய்தார் காஸ்ட்ரோ. தனது அலுவலகம் யாருக்காகச் செயல்படப்போகிறது, எம்மாதிரியான வழக்குகளை எடுத்துக்கொள்ளப்போகிறது போன்றவற்றில் காஸ்ட்ரோ தெளிவாக இருந்தார். அதே போல் எத்தகைய கூட்டாளி களை தன்னோடு சேர்த்துக்கொள்ளவேண்டும் என்பதிலும் அவருக்குச் சந்தேகம் இருந்ததில்லை. பண்ணையார் வீட்டுப்பிள்ளைகள் கூடாது.

செல்வந்தர்களின் பிள்ளைகள் கூடாது. அரசுக்கு ஆதரவாகச் செயல்படும் ஆள்கள் கூடாது. பணம் சம்பாதிக்கவேண்டும் என்று நினைப்பவர்கள் கூடாது. வாதாடப்போவது தொழிலாளர் களுக்காகவும் விவசாயிகளுக்காகவும் என்பதால் அவர்களைச் சார்ந்தவர்களே வழக்கறிஞராகச் சேரவேண்டும். இருவர் சேர்த்துக் கொள்ளப்பட்டனர். பேருந்து ஓட்டுநராகச் செயல்பட்டு பிறகு வழக்கறிஞராக மாறிய ஜோர்ஜ் அஸ்பியாசோ மற்றும் ரஃபேல் ரெசண்டே. இவர் ஓர் ஏழைக்குடும்பத்திலிருந்து வந்தவர்.

அடுத்து அலுவலகம் தேடும் பணி தொடங்கியது. நிறைய அலைந்தனர். ஆனால் இவர்களுக்கு இடம் தர யாரும் முன்வர வில்லை. அப்படியே ஒப்புக்கொண்டாலும் அது இவர்கள் கேட்கும் வாடகைக்குக் கிடைக்கவில்லை. இறுதியில் ரொசாலியோ கட்டிடத்தில் ஓர் அறை கிடைத்தது. முன்பணம் 120 பிசோ. மாத வாடகை 60 பிசோ. மூவரிடமும் 80 பிசோ இருந்தது. கையிலிருந்த பணத்தைக் கொடுத்துவிட்டு காஸ்ட்ரோ அந்த வீட்டுக்காரருக்கு ஓர் உரை நிகழ்த்தினார். அதெல்லாம் முடியாது என்று மறுத்த அவர், பிறகு வீட்டுச்சாவியைக் கொண்டுவந்து காஸ்ட்ரோவின் கையில் கொடுத்துவிட்டுப் போய்விட்டார். அடுத்து மேஜை, நாற்காலிகள், புத்தக அலமாரி, ஒரு சிறிய தட்டச்சு இயந்திரம் என்று தவணை முறையில் வாங்கினார்கள்.

எல்லாம் தயாராகிவிட்டது. இனி மளமளவென்று வழக்குகளை எடுத்துக்கொண்டு நடத்தவேண்டியதுதான் பாக்கி.

முதல் வழக்கு. வழக்கு தொடுத்தவர் ஒரு மரக்கட்டை வியாபாரி. அவர் ஒருவருக்கு கடன் கொடுத்திருந்தார். கடன் வாங்கியவர் கடனைத் திருப்பித்தர மறுக்கிறார். காஸ்ட்ரோதான் அதை எப்படியாவது வாங்கித் தரவேண்டும். 'இதோ இப்போதே இந்த வழக்கை முடித்து வைக்கிறேன்' என்று கறுவியபடி கடன் வாங்கியவரின் வீட்டுக்கு விரைந்தார் காஸ்ட்ரோ. அவர் ஒரு தச்சர். 'என் கட்சிக்காரரிடம் வாங்கிய பணத்தை ஏன் கொடுக்கவில்லை. நான் யார் தெரியுமா?' என்று அதட்டினார். அந்தத் தச்சரின் மனைவி கலங்கிப்போய்விட்டார். தன் வீட்டு நிலைமையை எடுத்துக்கூறினார். பெட்டிப்பாம்பாக அடங்கிய காஸ்ட்ரோ விறுவிறுவென்று வெளியே வந்து தெரிந்தவர்களிடம் கடன் வாங்கி ஐந்து செண்டை அவரிடம் கொடுத்துவிட்டு கிளம்பிவிட்டார். இதுதான் அவர் எடுத்துப் போராடிய முதல் வழக்கு. வாதாடிவிட்டார். அவரைப் பொறுத்த வரையில் வெற்றியும் பெற்றுவிட்டார். ஆனால் வருமானம் ஒன்று மில்லை. கடன் மட்டும் ஐந்துசெண்ட் சேர்ந்திருந்தது.

ஆனால் இந்த விவரங்கள் எதுவும் டான் ஏஞ்சலுக்குத் தெரியாது. அவர் துள்ளிக்கொண்டிருந்தார். 'என் மகன் ஒரு வழக்கறிஞர்' என்று பார்ப்பவரிடம் எல்லாம் உற்சாகத்துடன் சொல்லிக் கொண்டிருந்தார். ஒரு பாண்ட்டியா காரை வாங்கி தன் மகனுக்கு பரிசாக அனுப்பி வைத்தார். இந்தக் காரை தனது அலுவலகப் பணிக்காக உபயோகப் படுத்திக் கொண்டார் காஸ்ட்ரோ. பிறகொரு சமயம் இந்தக் காரை வாங்கி ஓட்டிச்சென்ற அவர் நண்பர் விபத்துக்குள்ளானார். அவருக்கு சரியான காயம். வண்டியோ முற்றிலுமாக நொறுங்கிவிட்டது. விவரம் அறிந்த காஸ்ட்ரோ காயமடைந்த நண்பரின் தந்தையை நேரில் சந்தித்து சமாதானப்படுத்தினார். உடனே அந்தப் பெரியவர், 'கவலைப்படாதீர்கள். உங்கள் காருக்கான பணத்தைக் கொடுத்து விடுகிறேன்' என்றதும் காஸ்ட்ரோவுக்கு பயங்கரக் கோபம். 'தகரத்தைப் பற்றி நீங்கள் கவலைப்படவேண்டாம். எனக்கு என் உயிர் நண்பன்தான் முக்கியம்' என நெகிழ்ந்து கட்டித் தழுவிய அவர் பாடிஸ்டாவின் நண்பர்.

காஸ்ட்ரோ பெரிதாகக் காசு பணம் எதுவும் சம்பாதிக்கவில்லை என்று தனியாக சொல்லத் தேவையில்லை. வழக்குகளில் காட்டிய ஆர்வத்தைவிட அரசு எதிர்ப்பு பிரசாரத்துக்கும் ஆர்ப்பாட்டம் நடத்தவும் பொதுக்கூட்டங்கள் நடத்தவும்தான் அதிக நேரம் செலவிட்டார். ரகசியமாக ஆயுதங்கள் சேமிக்கும் பணியும் நடந்து கொண்டிருந்த காஸ்ட்ரோதான் பணம் வசூல் செய்து வைத்திருந்தார். ஆயுதங்கள் வாங்குவதும் அவரது பொறுப்புதான். நூறு பிசோ சேர்ந்திருந்தது. இந்நிலையில் அவரது மகனுக்கு ஓர் அறுவை சிகிச்சை செய்யவேண்டிஇருந்தது. மிர்தாவின் கையில் காசில்லை. காஸ்ட்ரோவைத்தான் அவர் நம்பியிருந்தார். காஸ்ட்ரோவும் வந்தார். தனக்குத் தெரிந்த டாக்டரிடம் விவரத்தைச் சொன்னார். ஐந்து பிஸோ கடன் வாங்கினார். அதை மிர்தாவிடம் கொடுத்தார். அவ்வளவுதான். அவரது வேலை முடிந்துவிட்டது. சிகிச்சை நடக்கும்போது வந்து பார்க்கவில்லை. பணம் போதாது என்று மிர்தா சொன்னபோது தன் கையிலிருந்த பணத்திலிருந்து கடுகளவும் தரவில்லை. மிர்தாவின் அருகில் இருந்து ஆறுதலும் சொல்லவில்லை. காஸ்ட்ரோவின் ஒட்டுமொத்த கவனமும் க்யூபா மீதே இருந்தது. சர்வாதிகாரத்தை வீழ்த்தவேண்டும், அமெரிக்காவை எதிர்க்கவேண்டும், புரட்சியை வளர்த்தெடுக்கவேண்டும்.

•

1951. ஆகஸ்ட் மாதம். வானொலியில் பேசிகொண்டிருந்த ஆர்தோடாக்ஸ் கட்சியின் தலைவர் எடி சிபாஸ் திடீரென்று தன்னைத்தானே சுட்டுக்கொண்டார். 'பாடிஸ்டாவின் ஊழலை

அம்பலமாக்குவேன். அதற்கான ஆதாரங்களைச் சேகரித்து வெளியிடுவேன்' என்று சற்று முன்புதான் சொல்லியிருந்தார். தான் தேடிய ஆதாரங்கள் கிடைக்காததால் வேறுவழியின்றி தற்கொலை செய்துகொண்டார் என்று சொல்லப்படுகிறது. சிபாஸின் இந்த விபரீத முடிவு காஸ்ட்ரோவைப் பாதித்தது. நண்பர்களோடு இணைந்து சிபாஸை மருத்துவமனைக்குக் கொண்டுசேர்த்தார். அருகிலிருந்து கவனித்துக்கொண்டார். மொத்தம் 11 நாள்கள். கட்டாயம் பிழைத்து விடுவார் என்று காஸ்ட்ரோ நினைத்துக்கொண்டிருந்தபோதே சிபாஸ் மரணமடைந்தார். இவருக்குப்பின் காஸ்ட்ரோதான் கட்சித் தலைவராவார் என்று பலரும் நினைத்தனர். ஆனால் சிபாஸின் மகன் அந்தப் பொறுப்பை ஏற்றுக்கொண்டார். இவர் பெயரும் சிபாஸ்தான்.

நீண்டகாலமாகவே க்யூபாவின் ஒவ்வொரு அசைவையும் உற்று கவனித்துக்கொண்டிருந்த பாடிஸ்டாவுக்கு ஓர் எண்ணம் தோன்றியது. 'இப்போது க்யூபாவில் நிலவும் கொந்தளிப்பான நிலைமையை சாதகமாக்கிக்கொண்டு மீண்டும் ஆட்சியைக் கைப்பற்றினால் என்ன?' இந்த நினைப்பு தோன்றியவுடன் அவரால் சும்மாயிருக்க முடியவில்லை. க்யூபா வந்து சேர்ந்தார்.

1940 முதல் 1944 வரை குடியரசுத் தலைவராக இருந்தபோது பெற்ற அதிகார சுகம் அவரை மயக்கியது. பாடிஸ்டாவுக்கு தேர்தல் போன்ற ஜனநாயக முறைகளில் அவ்வளவாக நம்பிக்கை கிடையாது. தேர்தல் என்று வந்துவிட்டால் தனக்கு யாரும் ஓட்டுப் போடமாட்டார்கள் என்று அவருக்குத் தெரியும். அதனால், மறைமுகமாக ஆட்சியைக் கைப்பற்றினால்தான் உண்டு என்று நம்பினார்.

பாடிஸ்டாவை யாரும் சந்தேகிக்கவில்லை, காஸ்ட்ரோவைத் தவிர. 'பாடிஸ்டா ஏதோ திரைமறைவு வேலைகளைச் செய்து வருகிறார். அவரிடம் ஜாக்கிரதையாக இருக்கவேண்டும். க்யூபாவைக் கைப்பற்றும் கனவு அவரிடம் உண்டு' என்று முதன்முதலில் காஸ்ட்ரோவுக்குத்தான் தோன்றியது. அவர் உறுதியாகக் கூறினார். 'கட்டாயம் க்யூபாவில் தேர்தல் நடக்காது. பாடிஸ்டா நடக்க விடமாட்டார்!'

கம்யூனிஸ்ட் கட்சியால் புரட்சியை முன்னெடுத்துச் செல்லமுடியாது எனும் முடிவுக்கு அவர் முன்னரே வந்துசேர்ந்திருந்தார். ஆட்சியில் இருந்த அரசு எப்போதும் கம்யூனிஸ்ட் கட்சியை ஒடுக்கிக் கொண்டிருந்தது. மச்சாடோ, கிராவ், பிரியோ, பாடிஸ்டா அனைவருமே கம்யூனிஸ்ட் கட்சியின் வளர்ச்சியை பெருமளவில் கட்டுப்படுத்தி வைத்திருந்தனர். இடையே 'மக்கள் சோஷலிச இயக்கம்' என்று பெயர்மாற்றம் செய்துகொண்டு கம்யூனிஸ்ட் கட்சி

இயங்க முயற்சி செய்தது. ஆனால் அரசை எதிர்த்து நின்று போராட இயக்கத்தால் இயலவில்லை. புரட்சி சாத்தியமில்லை என்று அவர்கள் திடமாக நம்பினர். 'போராட்டத்துக்காக இளைஞர்களைக் கவர்ந்திழுப்பது சாத்தியமில்லை. அப்படிச் செய்தால் அது விபரீத விளைவுகளையே ஏற்படுத்தும். போராட்டம் கனிவதற்கான சூழல் அமையும்வரை காத்திருப்பதுதான் ஒரே வழி!' என்று கருதினர்.

'சூழல் அமையும் வரை காத்திருப்பது' என்பது காஸ்ட்ரோவுக்கு ஒத்துவராத சங்கதி. சூழல் தானாக உருவாகாது, அதை நாம்தான் உருவாக்கவேண்டும் என்பது அவரது நம்பிக்கை. ஆனால், கம்யூனிஸ்ட் கட்சியால் காத்திருக்கவே முடியும் என்பது அவருக்குத் தெரியும். கம்யூனிஸ்ட் கட்சி பழைமையில் ஊறிப்போயிருந்தது. காஸ்ட்ரோ மார்க்சிய வழிகளை ஏற்றுக்கொண்டார் என்றபோதிலும் கம்யூனிஸ்ட் கட்சியில் சேர்வதில் ஆர்வம் இல்லாதவராக இருந்தார். அவரது வார்த்தைகளில் கூறவேண்டுமானால், 'அமெரிக்காவில் தங்கியிருந்த மூன்று மாத காலத்தின் போதே நான் மார்க்சிய வழியை ஏற்கத் தொடங்கிவிட்டேன். அமெரிக்காவை எதிர்த்து நிற்க ஒரு லட்சியம் தேவை என நினைத்தபோது, பேராயுதமாக மார்க்சியம்தான் என் முன் தோன்றியது' என்கிறார்.

ஆர்தோடாக்ஸ் கட்சியின் நிலைமையும் கிட்டத்தட்ட இதுதான். காஸ்ட்ரோ தன்னால் இயன்றவரை ஆர்தோடாக்ஸ் கட்சித் தலைமையுடன் பேசிப் பார்த்தார். புரட்சியின் மூலம் பிரியோவின் சர்வாதிகார ஆட்சியை முறியடிக்கலாம், அதற்கான திட்டங்கள் தன்னிடம் இருக்கின்றன என்றார். ஆனால், கட்சி அவரது திட்டங்களை நிராகரித்தது. அத்தகைய ஒரு புரட்சி சாத்தியமல்ல, அரசுக்கு எதிராக மக்களைத் திரட்டுவது சாதாரண பணி அல்ல, அதற்கான தருணம் இதுவல்ல என்பதே அவர்களது கருத்து. 'இனி புரட்சிக் கதை பேசிக்கொண்டு இங்கே வராதே.' என்று திருப்பியனுப்பியது.

காஸ்ட்ரோ இரண்டு கட்சிகளையும் நிராகரித்தார். அடுத்து பாடிஸ்டா ஆட்சியைப் பிடித்துவிட்டால் நிலைமை படுமோசமாக மாறிவிடும். ஆனால் பாடிஸ்டாவை முறியடிக்க எந்தக் கட்சிக்கும் தைரிய மில்லையே என்று வருந்தினார். காலம் கனியும்வரை காத்திருக்க வேண்டுமா? காத்திருப்பது என்றால் ஒன்றுமே செய்யாமல் சும்மா யிருப்பதுதானே? சும்மாயிருப்பது ஒரு நிலைப்பாடா? மக்களிடையே செல்வாக்கு பெற்றுள்ள இரண்டு முக்கிய கட்சிகளுமே மவுனமாக தலையைத் தொங்கப்போட்டுக்கொண்டு இருப்பதை எண்ணிப் புழுங்கினார். இளைஞர்களின் போராட்ட குணம் துருப்பிடித்துவிடும் அபாயத்தில் இருப்பதையும் உணர்ந்தார்.

காஸ்ட்ரோவின் கணிப்பு எள்ளளவும் தவறவில்லை. ஹவானாவுக்கு அருகேயுள்ள ஒரு பண்ணைக்குக் குடிபெயர்ந்தார் பாடிஸ்டா. கிட்டத்தட்ட ஒரு மாளிகை போல் இருந்தது அந்தப் பண்ணை. பெயரளவில் ஒரு கட்சியைத் தொடங்கினார். அதன் பெயர் க்யூபா தேசிய ஐக்கிய கட்சி. இங்கிருந்தபடியே அவர் தனது ஆள்களைச் சந்தித்தார். திட்டங்களைத் தீட்டினார். க்யூபாவின் அரசியல் நிலைமை களை உன்னிப்பாகக் கவனித்தார். இளைஞர்களை திரட்டத் தொடங்கினார். பாடிஸ்டாவின் வியூகம் இதுதான். 'ராணுவத்தை வளைத்துப் பிடித்துவிட்டால் போதும். க்யூபாவைப் பிடித்தது போல்தான்.' திட்டம் தயார்! ஆள்கள் தயார்! பாடிஸ்டாவுக்கு ஒரே ஒரு சந்தேகம். தன்னை எதிர்த்து நிற்பதற்கு க்யூபாவில் யாராவது இருக்கிறார்களா? அவரது ஆள்கள் ஒரே ஒரு பெயரைத்தான் முன்மொழிந்தனர் - ஃபிடல் காஸ்ட்ரோ! 'யார் இந்த காஸ்ட்ரோ? நான் அவரை உடனே சந்திக்கவேண்டும். உடனடியாக ஏற்பாடு செய்யுங்கள்' என்றார்.

பாடிஸ்டாவின் கட்சியில் ஒரு பிரிவில், காஸ்ட்ரோவின் மைத்துனர் ரபேல் ப்ளார்ட் தலைவராக இருந்தார். இவர் மூலமாக காஸ்ட்ரோவுக்குச் செய்தி பறந்தது. திகைப்பும் எரிச்சலும் காஸ்ட்ரோவைத் தாக்கியது. 'பாடிஸ்டாவைச் சந்திக்கத் தயார்' என்றார். பண்ணை வீட்டில்தான் சந்திப்பு ஏற்பாடானது. பெரிய அறையின் மையத்தில் ஓர் உயர்ந்த நாற்காலியில் ஒரு சக்கரவர்த்தி போல் அமர்ந்திருந்தார் பாடிஸ்டா.

'வாருங்கள் காஸ்ட்ரோ. நன்றாக இருக்கிறீர்களா?'

'நலமே!'

இருவரும் சுற்றி வளைத்து எதைப் பற்றியெல்லாமோ பேசினார்கள்.

'க்யூபாவில் நிலைமை மோசமாக இருக்கிறதே!'

'ஆமாம்!' என்றார் பாடிஸ்டா.

'பிரியோவின் ஆட்சியைத் தொடர விடக்கூடாது. அவரைக் கவிழ்த்தே ஆகவேண்டும்!'

'ஆமாம்!' என்றார் பாடிஸ்டா.

இருவரும் பேசிக்கொண்டது இவ்வளவுதான். பண்ணையை விட்டு வெளியேறிய பிறகு காஸ்ட்ரோ தனது நண்பர்களிடம் கூறினார். 'பாடிஸ்டா பெரிய அளவில் ஏதோ சதிசெய்ய திட்டமிட்டுக் கொண்டிருக்கிறார்.'

சற்றும் தாமதிக்காமல் காஸ்ட்ரோ ஆயத்தங்களைத் தொடங்கி விட்டார். தேர்தல் என்று ஒன்று நடந்தால் பாடிஸ்டாவை ஜனநாயக முறையில் எதிர்க்கலாம். அதற்கான முயற்சிகளை முடுக்கிவிடலாம். பொதுமக்களைக் கூட்டி பாடிஸ்டாவின் நிஜமுகத்தை அம்பலப் படுத்தலாம். ஆனால் அதற்கான வாய்ப்பு இப்போது இல்லை. பாடிஸ்டா ஆள்களைச் சேர்க்கத் தொடங்கிவிட்டார். அதே வழியில் சென்று பாடிஸ்டாவை எதிர்த்தால்தான் முடியும்.

பாடிஸ்டாவின் சதித்திட்டத்தை புரட்சியால் மட்டும்தான் முறியடிக்க முடியும் என்ற திடமான முடிவுக்கு அவர் வந்து சேர்ந்திருந்தார். ஆனால் கையில் காசு கிடையாது. ஆயுதங்கள் கிடையாது. பெரிய அளவில் ஆதரவு எதுவும் கிடையாது. காஸ்ட்ரோவிடம் இருந்தது ஒரு கனவும் அதைச் செயல்படுத்தத் தேவையான துணிச்சலும்தான்.

●

கண்களை மூடித் திறப்பது போல் மிக இயல்பாக அது நடந்து விட்டது. 1952-ம் ஆண்டு பாடிஸ்டா ஆட்சியைக் கைப்பற்றிக் கொண்டார். ஒரு துளி ரத்தமும் சிந்தப்படவில்லை. ஒரு குண்டு கூட வெடிக்கவில்லை. காரில் ஏறினார். ராணுவத் தலைமையகத்தை வந்தடைந்தார். தனக்குக் கொடுக்கப்பட்ட அரச வரவேற்பை ஏற்றுக் கொண்டார். நாடாளுமன்றம் கலைக்கப்பட்டது. சிறைச்சாலை நிரம்பி வழிந்தது. க்யூபாவை விட்டு வெளியேற முயன்ற பிரியோ கைது செய்யப்பட்டார். 'ஆட்சி மாறிவிட்டது. இனி நான்தான் க்யூபா!' என்று ஓர் அறிக்கையை வெளியிட்டார். அவ்வளவுதான்!

குழப்பத்திலிருந்த க்யூபர்களை சாந்தப்படுத்தினார் பாடிஸ்டா. 'கவலைப்படாதீர்கள். இது ஒரு தாற்காலிக மாற்றம்தான். விரைவில் தேர்தல் நடைபெறும். ஜனநாயக முறைப்படி ஆள்கள் போட்டி யிடுவார்கள். பெரும்பான்மை பெற்று வெல்பவர்களே பதவியில் அமரமுடியும்' என்றார். ஆர்தோடாக்ஸ் கட்சி உள்ளிட்ட பலர் பாடிஸ்டாவை ஏற்றுக்கொண்டனர். தேர்தல் நடைபெறும் என்ற உறுதிமொழி அவர்களை சமாதானப்படுத்தியது. டொமினிக்கன் குடியரசின் தலைவர் டிரோஜிலோ, பாடிஸ்டா அரசை முதல் முறையாக அங்கீகரித்தார். லத்தீன் அமெரிக்க நாடுகளும் பாடிஸ்டாவை ஏற்றுக்கொண்டன.

அமெரிக்காவுக்குக் கொண்டாட்டமாகிப் போனது. ஆர்தோடாக்ஸ், கம்யூனிஸ்டுகள் போன்ற தொல்லைகள் நீங்கின என்று பெருமூச்சு விட்டது. தன்னுடைய எதிர்பார்ப்புகளைப் பூர்த்தி செய்து பாடிஸ்டா நல்லமுறையில் ஆட்சி நடத்துவார் என்று அதற்குத் தெரியும். க்யூபாவில் இளம்தாடியோடு காஸ்ட்ரோ எனும் முரட்டு வழக்கறிஞர்

செயல்படுவதை அமெரிக்கா அறிந்திருக்கவில்லை. பாடிஸ்டாவும் காஸ்ட்ரோவை ஒரு பொருட்டாக எடுத்துக்கொண்டதாகத் தெரியவில்லை.

காஸ்ட்ரோவின் புகழ் பரவத்தொடங்கியது. அவரது பெயர் செய்தித்தாளில் அடிக்கடி வந்துகொண்டிருந்தது. 'யாரிந்த காஸ்ட்ரோ?' என்று பலரது புருவங்கள் உயர்ந்தன.

குறிப்பாக இரண்டு சம்பவங்கள் அதிக அளவில் பேசப்பட்டன. பாடிஸ்டாவுக்கு முந்தைய பிரியோ அரசு ஹவானாவின் மையத்திலிருந்த சுமார் 50 ஏக்கர் நிலப்பரப்பில் ஒரு மைதானத்தை அமைக்கத் திட்டமிட்டது. அந்தப் பகுதியில் வாழ்ந்த குடிசைகளை உடனடியாக அகற்றும்படி உத்தரவிட்டது. சும்மா விடுவாரா காஸ்ட்ரோ? உடனே களத்தில் குதித்தார். வழக்கு தொடுத்தார். அரசு உடனடியாக குடிசைவாசிகளுக்கு மாற்று இடம், இழப்பு ஈட்டுத்தொகை அளிக்கவேண்டும். தவறினால், மக்களை ஒன்றிணைத்து ஆர்ப்பாட்டம் நடத்துவோம் என்று அறிவித்தார். தலைக்கு 50 டாலர் தர அரசு முன்வந்தது. ஆனால் பிறகு வந்த பாடிஸ்டா அரசு இந்த வாக்குறுதியை குப்பைத் தொட்டியில் வீசியது. ராணுவத்தை அனுப்பி குடிசைகளை அப்புறப்படுத்தியது. அப்போது பத்திரிகைகள் காஸ்ட்ரோவுக்கு ஆதரவாகக் குரல் எழுப்பின. பொது மக்களிடையே காஸ்ட்ரோ ஓர் உன்னதப் போராளியாகத் தோன்றினார்.

முன்பொரு சமயம், மார்த்தியின் சிலை அமெரிக்கர்களால் அவமதிக்கப்பட்டபோது ஒட்டுமொத்த க்யூபாவும் கொந்தளித்தது. க்யூபர்கள் ஒன்று திரண்டனர். உயிரினும் மேலான உன்னதத் தலைவரை வேண்டுமென்றே கேவலப்படுத்தியது அவர்களது ரத்தத்தைக் கொதிக்கவைத்தது. அரசு அமெரிக்கர்களுக்கு ஆதரவாக களத்தில் குதித்தது. துப்பாக்கிச் சூடு நடத்தப்பட்டது. ஆர்தோடாக்ஸ் கட்சியைச் சேர்ந்த ஒருவர் சுட்டுக்கொல்லப்பட்டார். வழக்கு தொடரப்பட்டது. பிரியோ அரசு வழக்கை ராணுவ கோர்ட்டுக்கு மாற்ற முயற்சித்தது. வழக்கை திசைதிருப்பவே பிரியோ இவ்வாறு செய்கிறார் என்பதை உணர்ந்த காஸ்ட்ரோ, சம்பந்தப்பட்ட இரண்டு ராணுவ அதிகாரிகள் மீது குறிப்பாகக் குற்றஞ்சாட்டி வழக்கு தொடுத்தார். பத்திரிகைகளும் வானொலிகளும் இவ்வழக்கைப் பிரபலப்படுத்தின. வலிமையான ஓர் அரசை எதிர்த்துப் போராடிய காஸ்ட்ரோவைக் கொண்டாடின. வழக்கு காஸ்ட்ரோவுக்கு ஆதரவாகத் தீர்வானது. இரு ராணுவ அதிகாரிகளும் ஜாமீன் தொகையாக 5000 டாலரைச் செலுத்த உத்தரவிட்டது.

காஸ்ட்ரோ தீவிரமானார். பிரியோவின் ஊழலை அம்பலப்படுத்தி விட்டுத்தான் ஓய்வேன் என்று அறைகூவல் விடுத்தார். 'ஊரை ஏமாற்றி பிரியோ சேர்த்த சொத்துகளைப் பாருங்கள்.' என்று ஒவ்வொரு புகைப்படமாக வெளியிட்டார். மாளிகை போன்ற வீடு, நீச்சல் குளம், விமான நிலையம், தோட்டங்கள் என்று அனைத்தையும் அம்பலப்படுத்தினார். 'நான் குற்றம் சாட்டுகிறேன்...' என்று சொல்லி தனது குற்றச்சாட்டுகளை அடுக்கினார். குற்றச்சாட்டு மட்டுமல்ல அதை அவர் வெளிப்படுத்திய முறையும் பரவலான கவனத்தைப் பெற்றது. *'ஆட்சிக்கு வருமுன் 160 ஏக்கர் நிலம் இருந்தது. இப்போது எப்படி 1944 ஏக்கராக விரிவடைந்தது என்று கொஞ்சம் சொல்லுங்களேன்!' என்று கேள்வி எழுப்பினார். மக்களுக்கு ஒன்று மட்டும் தெளிவாகவே புரிந்தது. 'ஐயோ பாவம்! இந்த காஸ்ட்ரோ தம்பி, இன்னும் எத்தனை நாள்கள் உயிர் வாழப்போகிறானோ.'

முன்பு பிரியோ, இப்போது பாடிஸ்டா. போராட்டத்துக்கு முடிவே கிடையாது.

●

எல்லோருக்கும் தெரிந்தவராக காஸ்ட்ரோ மாறிப்போயிருந்தார் என்றாலும் பெரிய அளவில் அவருடன் இணைந்து செயல்பட எவரும் முன்வரவில்லை. அவர் சொல்வதெல்லாம் சரிதான். ஆனால், துப்பாக்கி பிடித்து சண்டைபோட நாங்கள் தயாராக இல்லை என்பது தான் காஸ்ட்ரோ அனுதாபிகளின் நிலைபாடு. காஸ்ட்ரோ அவர் களைக் கட்டாயப்படுத்தவில்லை. ஆனால், அதே சமயம் தனது பிரசாரத்தையும் அவர் நிறுத்திக்கொள்ளவேயில்லை. 1952 வரை அவரோடு இணைந்தவர்கள் மொத்தம் பன்னிரண்டு பேர் மட்டுமே. அவர்களில் குறிப்பிடத்தகுந்தவர்கள் சிலர். ஒருவர் மெல்பா ஹெர்னான்டஸ் எனும் பெண்மணி. காஸ்ட்ரோவை விட மூத்தவர். துப்பாக்கி பிடிக்கச் சொன்னால் பிடிக்கிறேன், உயிரை விடச்சொன்னால் விடுகிறேன் என்று களத்தில் தைரியமாகக் குதித்தவர். அடுத்து மிரட் பிட்ரோ. இவர் ஒரு பொறியியல் கல்லூரி மாணவர். அடுத்து ஆர்தோடாக்ஸ் கட்சியிலிருந்து இணைந்து கொண்ட வால்டஸ். காஸ்ட்ரோவின் தம்பி ரால் காஸ்ட்ரோவும் ஈடு பாட்டோடு உழைத்துவந்தார்.

---

* இந்த நடையை எமிலி ஜோலாவிடமிருந்து இரவல் வாங்கிக்கொண்டதாக காஸ்ட்ரோ குறிப்பிடுகிறார்.

காஸ்ட்ரோவிடம் ஆவேசம் இருந்தது. ஆனால் அவசரம் இல்லை. பொறுமையாகவே முன்னேறிக்கொண்டிருந்தார். ஆள்களை பார்த்துப் பார்த்து தேர்ந்தெடுத்தார். அவர் நம்பியிருந்தது பிரசாரத்தை மட்டுமே. நிறைய வாசித்தார். நிறைய விவாதித்தார். மேடை என்று ஒன்று கிடைத்துவிட்டால் வெடித்துக் கிளம்பிவிடுவார். ஏன் அரசைக் கவிழ்க்க வேண்டும்? அதற்கான அவசியம் என்ன? புரட்சி என்றால் என்ன? அனைத்து கேள்விகளுக்கும் விடையளித்தார். மணிக்கணக்கில் பேசினார்.

ஒரு பத்திரிகையைத் தொடங்கினார்கள். அதன் பெயர் 'குற்றம் சாட்டு கிறேன்!' பெயர் சொல்வதைப் போல் பாடிஸ்டா அரசைக் குற்றம் சாட்டுவது, அவர்களது தில்லுமுல்லு காரியங்களை வெளிச்சம் போட்டுக் காட்டுவது, புரட்சிப் பாதையில் பயணிக்க மக்களைத் திரட்டுவது... இவை மூன்றும்தான் அந்தப் பத்திரிகையின் பிரதான குறிக்கோள். அலெஜாண்ட்ரோ எனும் பெயரில் காஸ்ட்ரோ பல கட்டுரைகளை எழுதினார். இது தவிர கம்யூனிஸ்டு மாணவர்களின் பத்திரிகையிலும் அவர் எழுதிவந்தார். இந்தப் பத்திரிகையை யார் நடத்துகிறார்கள், யார்யாரெல்லாம் எழுதுகிறார்கள், யாரை யெல்லாம் இப்பத்திரிகை சென்றடைகிறது போன்ற விபரங்கள் ரகசியமாக வைக்கப்பட்டன. இருப்பதிலேயே விலை அதிகமாக இருந்த ஸ்டென்சில் கருவியை ஒருவர் மாற்றி ஒருவர் தன் வீட்டில் கொண்டுபோய் வைத்திருப்பார்கள்.

பாடிஸ்டாவை நேரடியாகக் குறிவைத்து பல கட்டுரைகளை எழுதினார் காஸ்ட்ரோ. அரசாங்கத்தை காட்டமாக விமரிசித்தார். அச்சுக்கருவிகள் கைப்பற்றப்பட்டன. காஸ்ட்ரோவின் தோழர்கள் பலர் கைதாகினர்.

6. முதல் தாக்குதல், முதல் தோல்வி, முதல் சிறை

ஆர்தோடாக்ஸ் கட்சியுடனான உறவு முற்றிலுமாக முறிந்துபோகும் வண்ணம் ஒரு சம்பவம் நடந்தது.

1952, ஜனவரி 13-ம் நாள். ஆர்தோடாக்ஸ் கட்சி அலுவலகத்தில் சூடான விவாதங்கள் நடந்து கொண்டிருந்தன. காஸ்ட்ரோ அதில் கலந்து கொண்டது கண்துடைப்புக்காகத்தான். விடிய விடியப் பேசினாலும் இவர்களால் எந்தவிதப் பயனும் கிடையாது என்று அவருக்கு முன்னரே தெரியும். பொறுமையாக அவர்கள் பேசுவதையும் விவாதிப்பதையும் திட்டமிடுவதையும் பார்த்துக் கொண்டிருந்தார். உள்ளுக்குள்ளே அவருக்குக் கோபம் பொத்துக்கொண்டு வந்தது. 'இவர்கள் எதற் காக இப்படி கூடிக்கூடி பேசிக் கொள்கிறார்கள். புரட்சியை முன்னெடுத்துப்போக உதவாத பேச்சு எதற்காக?' ஒரு கட்டத்தில் அவரால் தாங்கிக்கொள்ள முடியவில்லை. ஒரு தலைவர் பேசிக் கொண்டிருக்கும்போதே விருட்டென்று எழுந்து விட்டார். அவரது உதடுகள் துடித்தன. சற்று சத்த மாகவே கத்திவிட்டார். 'இது ஒன்றும் உருப்படப் போவதில்லை. இவர்களுக்கு புரட்சி ஒன்றுதான் குறைச்சல்!' திரும்பிப் பார்க்காமல் அறையைவிட்டு வெளியேறி போயே போய்விட்டார்.

இதே காலத்தில்தான் காஸ்ட்ரோவைச் சந்தித்தார் கார்சியா பார்சனா. இவர் ஒரு கல்லூரிப்

பேராசிரியர். காஸ்ட்ரோவைப் போலவே ஒரு பாடிஸ்டா-அமெரிக்கா எதிர்ப்பாளர். காஸ்ட்ரோவைப் போலவே ஒரு புரட்சிப் படையை தயார் செய்து கொண்டிருந்தவர். இருவரும் பேசிக் கொண்டனர்.

‘ஃபிடல், என்னிடம் இப்போது 15 ஆள்கள் இருக்கிறார்கள்.’

‘ம்...’

‘புரட்சி நடத்த இந்தக் குழு போதும் என்று நினைக்கிறேன். ஏனென்றால் அனைவரும் தகுந்த பயிற்சி எடுத்துக்கொண்டவர்கள். எந்தச் சூழலையும் கட்டாயம் சமாளிப்பார்கள். நீங்கள் என்ன சொல்கிறீர்கள்?’

‘என்னால் தீர்மானமாக எதையும் சொல்ல முடியவில்லை.

‘ஏன் அப்படிச் சொல்கிறீர்கள்? ‘

‘நீங்கள் சற்று அவசரப்படுகிறீர்களோ என்று தோன்றுகிறது!’

‘ஃபிடல், என்னிடம் தெளிவான திட்டம் உள்ளது. க்யூபா ராணுவத் தலைமையிடத்தை குறிவைத்திருக்கிறோம். நள்ளிரவில் முற்றுகையிட்டு கைப்பற்றுவோம்.’

‘ம்...’

‘ஃபிடல், நான் உன்னுடைய உதவியை எதிர்பார்க்கிறேன். நாம் இருவரும் ஒத்த கருத்துடையவர்கள். நீ எங்களோடு இணைந்துவிடு. புரட்சி சாத்தியமாகும்.’

‘நான் யோசித்துவிட்டுசொல்கிறேன்!’ என்று முடித்துக் கொண்டார் காஸ்ட்ரோ.

பேசும்போதே காஸ்ட்ரோவுக்குத் தெரிந்துவிட்டது. இது ஓர் அரைவேக்காட்டுத்தனமான திட்டம். இந்த முயற்சி வெற்றி பெறுவது சந்தேகம்தான். அடுத்த சில நாள்களில் பேராசிரியரின் குழு மொத்தமும் கைதானது. காஸ்ட்ரோ அவர்களுக்காக வருந்தினார் என்றபோதிலும், அவசரப்பட்டு காரியத்தைச் கெடுத்துவிட்டதற்காக கோபப்படவும் செய்தார்.

பாடிஸ்டா அரசு கிளர்ச்சிக்காரர்களை எப்போதும் தனது கண் பார்வையில் வைத்திருந்தது. சிறு சந்தேகம் எழுந்தாலும் அவர்களை முற்றிலுமாக நசுக்கிவிடத் தயங்கியதில்லை. காஸ்ட்ரோவை பாடிஸ்டா இன்னமும் பெரிதாக எடுத்துக்கொள்ளவில்லை. ஒரு சாதாரண கிளர்ச்சிக்காரர், கலகக்காரர் என்றுதான் அவர் மதிப்பீடு

செய்யப்பட்டார். கம்யூனிஸ்ட் கட்சி, ஆர்தோடாக்ஸ் கட்சி போன்ற பெரிய குழுக்கள்தான் பிரச்னையை விளைவிக்கும் என்று பாடிஸ்டா நினைத்தார். குறிப்பாகக் கம்யூனிஸ்ட் கட்சி! இப்படி ஒரு பெயருடன் ஒரு குழு இயங்கிவருவது பாடிஸ்டாவைவிட அமெரிக்காவை எரிச்சலடைய வைத்தது. அவர்களது கதையை எப்படியாவது சுமுகமாக முடித்துவையுங்கள் என்று பாடிஸ்டாவை நச்சரித்துக் கொண்டே யிருந்தது. பாடிஸ்டா வழக்கம்போல் இதற்கும் தலையசைத்தார். உடனடியாக தேர்தல் சட்டம் மாற்றியமைக்கப்பட்டது. அதாவது கம்யூனிஸ்டுகள் இனி தேர்தலில் அதிகாரபூர்வமாகப் போட்டியிட முடியாது. 'ஐயா நீங்கள் ஆணையிட்டபடி செய்து முடித்துவிட்டேன்!' என்று பாடிஸ்டா அமெரிக்காவுக்குத் தெரிவித்த மறுகணமே பாடிஸ்டாவை அள்ளியெடுத்து உச்சிமுகர்ந்த அமெரிக்கா, 'இந்தா எடுத்துக்கொள்!' என்று சில நலத்திட்டங்களை க்யூபாவுக்கு வாரி வழங்கியது.

இந்தச் சம்பவங்களை கசப்புடன் உள்வாங்கிக்கொண்டார் காஸ்ட்ரோ. அவருடைய கவனம் வேறொரு விஷயத்தில் குவிந் திருந்தது. புரட்சிக் குழு. எதற்கும் அஞ்சாத வீரக்குழு. ஒழுங்கான ராணுவப் பயிற்சியளித்து தேர்ந்த வீரர்களால் ஆன குழு.

பெட்ரோ மிரட் என்பவர் காஸ்ட்ரோவின் இளைஞர்களுக்குப் பயிற்சியளித்து வந்தார். ஆயுதங்கள் அவ்வளவாக இல்லாததுதான் பெரிய குறையாக இருந்தது. ஆனால், பயிற்சி கொடுப்பவருக்கும், பயிற்சி எடுத்துக்கொள்பவர்களுக்கும்தான் இது குறையாக இருந்ததே தவிர, காஸ்ட்ரோவுக்கு இது ஒரு பிரச்னையாகவே தோன்றவில்லை. 'காவல்துறையினரும் ராணுவத்தினரும் எதற்காக இத்தனை ஆயுதங்களை வைத்திருக்கிறார்கள்? எண்ணெய் போட்டு பளபள வென்று யாருக்காகத் துடைத்து வைக்கிறார்கள், நமக்காகத்தானே!' என்று சொல்வார். அவர் கிண்டலாகச் சொல்கிறார் என்றுதான் தோழர்கள் நினைத்தனர். ஆனால் காஸ்ட்ரோ கூறிய ஒவ்வொரு வார்த்தையும் உண்மைதான் என்று அடுத்தடுத்த நாள்களில் புரிந்து கொண்டனர்.

பண்டிகைக்காலம் தொடங்கியிருந்தது. கிறிஸ்து உயிர்த்து எழுந்த தினம். காஸ்ட்ரோ ஒரு காரை எடுத்துக்கொண்டார். ஓரியண்ட் மாநிலத்தை நோக்கிப் புறப்பட்டார். சரி பிறந்த வீட்டு நினைவு வந்து விட்டதுபோலும் என்றுதான் அனைவரும் நினைத்துக்கொண்டனர். ஆனால் காஸ்ட்ரோவின் முழுக் கவனமும் மொன்கடா ராணுவ முகாம் மீதுதான். முகாமை சுற்றிச்சுற்றி வந்தார். யாரிடமும் பேசவில்லை. எதுவும் விவாதிக்கவில்லை. கவனமாக ஒவ்வொரு பகுதியையும் ஆராய்ந்து கொண்டே வந்தார். மொன்கடா ராணுவ முகாம் பலமான பாதுகாப்புக்கு உட்பட்டிருந்தது. சாண்டியாகோ நகரின் ஒதுக்குப்புறத்

தில் உள்ளது இந்த முகாம். சுமார் பதினைந்து ஏக்கர் பரப்பளவில் அமைந்துள்ளது. மொத்தம் இரண்டு நுழைவாயில்கள். ஒன்று மேற்குப் பக்கத்தில், மற்றொன்று கிழக்கில். ராணுவ அதிகாரிகளின் வீடுகள், பயிற்சித் தளம் எல்லாம் உள்ளே அமைந்திருந்தன. அவருடைய இலக்கு ஆயுதக் கிடங்கு!

மொன்கடாவுக்கு அருகே ஏதாவது இடம் கிடைக்குமா என்று ஆராய்ந்தார். அவர் எதிர்பார்த்தபடியே ஓர் இடம் கிடைத்தது. அது ஒரு விவசாயப் பண்ணை. சிறிய இடம்தான். அங்கிருந்து ராணுவ முகாம் பத்து மைல்கள் மட்டுமே. இதைவிட சிறந்த இடம் அமைந்துவிடாது. தோழர்கள் பயிற்சி எடுத்துக்கொள்ள சரியான இடம். இலக்குக்கு மிக அருகே இருக்கிறது. தப்பியோடி ஒளியவேண்டி வந்தாலும் பாதுகாப்பாக இருக்கும். காலம் தாழ்த்தாமல் பண்ணையின் உரிமையாளரிடம் பேசினார். அந்தப் பண்ணையை வாங்க விருப்பம் உள்ளதாகத் தெரிவித்தார். விலை பேசப்பட்டது.

அடுத்து பணம் தேடும் பணி. மொத்தம் 40,000 பிசோ வசூலானது. பல தோழர்கள் பண உதவி செய்ய முன்வந்தனர். நேட்டி ரவுட்லா தனது ப்ரத்யேகச் சேமிப்பை உடைத்து 6000 பிசோ கொடுத்தார். ஜீசஸ் மொண்டானே தனது பணியை ராஜினாமா செய்துவிட்டு, அதிலிருந்து கிடைத்த 4000 பிசோவை அப்படியே ஒப்படைத்தார். தனது சோதனைக்கூடத்தை அடமானம் வைத்து 3600 பிசோ அளித்தார் ஆஸ்கார் ஆல்கால்டே. டிகோல் தனது கோழிப்பண்ணையை விற்றுக் கிடைத்த அத்தனை பணத்தையும் கொடுத்தார். பிடால்கோ எனும் சிற்பி தனது சிலைகளை விற்று பணம் திரட்டினார். காஸ்ட்ரோ தன் பங்குக்கு தந்தையிடமும் அண்ணனிடமும் கேட்டு சில பிசோக்களை வாங்கிவந்தார். பண்ணை வாங்கப்பட்டது.

ரைஃபிள்கள், புல்லட்டுகள் புழங்கத்தொடங்கின. காஸ்ட்ரோ மிகக் கவனமாக அனைத்து ஆயுதங்களையும் பாதுகாத்தார். ஒரு துப்பாக்கிக் குண்டைக்கூட அவர் உதாசீனம் செய்யவில்லை. அநாவசியமாகப் பொருள்களை விரயம் செய்யக்கூடாது என்பதில் கண்டிப்புடன் இருந்தார். ஆயுதங்கள் போதவில்லை. துப்பாக்கிகளின் எண்ணிக்கையை விட நபர்களின் எண்ணிக்கை கூடுதலாக இருந்தது. கிட்டத்தட்ட அனைத்துத் தரப்பினரும் அந்தக் குழுவில் இருந்தனர். படித்தவர்கள், படிக்காதவர்கள், மாணவர்கள், நடுத்தர வயது கொண்டவர்கள், வியாபாரிகள், மருத்துவர்கள், கம்யூனிஸ்டுகள் இன்னமும் பலர். கம்யூனிஸ்டுகள் என்றாலே அலறுபவர்களும், கம்யூனிஸ்டுகளை விரும்பாதவர்களும்கூட இருந்தனர்.

அடுத்து சீருடை. இரண்டு தையல் இயந்திரங்களை வாங்கினார்கள். மலிவு விலையில் துணி வாங்கினார்கள். உடைகளைத் தைப்

பதற்கென்று சில இரவுகள் செலவிடப்பட்டன. அனைவருக்கும் உடைகள் தயார். அது அவர்களுக்கு சரியாக இருந்தனவா, சிறிய மனிதருக்கு பெரிய உடை ஏன், எதற்காக இத்தனை பெரிய கைகள் கொண்ட சட்டை என்றெல்லாம் கேட்கக்கூடாது. யாரும் கேட்கவு மில்லை. மற்றொரு முக்கிய கேள்வியையும் யாரும் கேட்கவில்லை. 'இத்தனை பெரிய க்யூப ராணுவத்தை எதிர்த்து நின்று வெற்றி பெறுவது சாத்தியமா?'

காஸ்ட்ரோ உள்பட யாருக்கும் இந்தச் சந்தேகம் இருக்கவில்லை.

'தோழர்களே...' நாம் அனைவரும் தயாராகிவிட்டோம் என்று நினைக்கிறேன்!' என்றார் காஸ்ட்ரோ. தோழர்கள் தலையசைத்தனர்.

ஆயுதங்கள் சரிபார்க்கப்பட்டன. வீரர்கள் தமது குடும்பத்தினரிட மிருந்து விடைபெறத் தொடங்கினர். அப்போதுதான் காஸ்ட்ரோவின் கவனத்துக்கு அந்த விஷயம் சென்றது. ஒரு கணம் யோசித்தார். பிறகு ஒரு முடிவுக்கு வந்துவிட்டார்.

'உடனடியாக கில்டா லோபஸை அழைத்துவாருங்கள்!' என்று கத்தினார்.

கில்டா பதைபதைப்போடு வந்துசேர்ந்தார். அவரை உற்றுப்பார்த்தார் காஸ்ட்ரோ.

'நான் கேள்விப்பட்டது உண்மையா?'

கில்டா பதில் பேசவில்லை.

'சொல். உனக்கு திருமணம் நிச்சயித்துவிட்டார்களாமே! இது உண்மை தானா?'

கில்டா தலையசைத்தான். 'ஆமாம். அவள் பெயர் பான்கிட்டா!'

'இதை ஏன் முன்பே சொல்லவில்லை. நாம் மொன்கடாத் தாக்குதலை திட்டமிட்டுக்கொண்டிருக்கிறோம் என்பது தெரியும்தானே?'

'தெரியும். நான் கட்டாயம் அதில் கலந்துகொள்வேன். மேலும்...'

'நீ எதுவும் சொல்லவேண்டாம். நீ என்ன செய்வாய், எப்படிச் செய்வாய் என்று எனக்குத் தெரியாது. இன்றே நீ அந்தப் பெண்ணை திருமணம் செய்துகொள்ள வேண்டும்.'

கிறித்துவ முறைப்படி திருமணம் செய்துகொள்வதையே அவர்கள் விரும்புவார்கள் என்பதை உணர்ந்த காஸ்ட்ரோ அன்றே தேவாலயத்தைத் தொடர்புகொண்டு தேவையான கட்டணத்தைச் செலுத்தினார். புதுத்துணிகள் வாங்கப்பட்டன. திருமணம் நடைபெற்றது.

இந்த பாசம், பரிவு எல்லாம் மற்றவர்களுக்குத்தான். காஸ்ட்ரோ தன் வீட்டுக்குப் போவதை நிறுத்திவிட்டிருந்தார். பொதுவாக, வெளியிடங்களுக்கே அதிகம் போவதில்லை. வழக்கறிஞர் உடையைத் தொடுவதே இல்லை. ஒரே இடத்தில் நீண்டநேரம் தங்குவதில்லை. வெளியாள்களிடம் புதியவர்களிடம் பேசுவதில்லை. கிட்டத்தட்ட தலைமறைவு வாழ்க்கை என்றே சொல்லலாம்.

மிகப்பெரிய திட்டத்தைச் செயலாக்கவேண்டிய நேரத்தில் அநாவசியமாக யாருடைய சந்தேகத்தையும் சம்பாதித்துக் கொள்ளக்கூடாது என்பதில் அவர் தெளிவாக இருந்தார்.

•

தாக்குதலுக்கு நாள் குறித்தாகிவிட்டது. ஜூலை 26, 1953. ஆள்கள் தயார். (குறைவாக இருந்தபோதிலும்) ஆயுதங்கள் தயார். ஜூலை 26 சாதாரண ஒரு தினம் அல்ல. காஸ்ட்ரோவின் புரட்சி குருநாதர் ஹொஸே மார்த்தி தனது முதல் சுதந்தரப் போரைத் துவக்கிய நாள். இது தவிர மற்றொரு முக்கியத்துவமும் உண்டு. இயேசுநாதர் உயிர்த்தெழுந்த தினத்தை ஜூலை மாதம்தான் தடபுடலாகக் கொண்டாடுவார்கள். ஆனால், கடவுள் நம்பிக்கையற்ற காஸ்ட்ரோவுக்கும் இயேசுநாதர் உயிர்த்தெழுந்த தினத்துக்கும் என்ன தொடர்பு?

இருக்கிறது. மொன்கடா ராணுவ முகாமைத் தாக்கும்போது இந்தக் கொண்டாட்டங்கள் கைகொடுக்கும் என்று காஸ்ட்ரோ கணக்குப் போட்டார். ராணுவத்தில் பலரும் விடுப்பு எடுத்துக் கொள்ளும் சாத்தியம் உண்டு. உல்லாசமாகப் பொழுதைக் கழிக்க பலர் நகரத்துக்குச் சென்றுவிடக்கூடும். இந்தச் சந்தர்ப்பத்தை தனக்குச் சாதகமாக பயன்படுத்திக்கொள்ள அவர் விரும்பினார்.

ஜூலை 23. கிளம்ப வேண்டிய நேரம் வந்துவிட்டது. காஸ்ட்ரோ தன் வீட்டுக்குச் சென்றார். ஃபிடலிட்டாவை கட்டிப்பிடித்து முத்தமிட்டார். புகைப்படம் எடுத்துக்கொண்டார். மிர்தாவிடமிருந்து விடைபெற்றுக் கொண்டார். தன் தம்பி ரால் காஸ்ட்ரோவுடன் சிறிது பேசினார்.*

---

* மொன்கடாத் தாக்குதல் வெற்றிபெறும் என்று ரால் நினைக்கவில்லை. காஸ்ட்ரோவின் புரட்சிக் கருத்துகளோடு ஒன்றிப்போனவர்தான் ரால் என்றாலும் இந்தக் குறிப்பிட்ட திட்டத்தை அவர் சந்தேகித்தார். ஆனாலும் காஸ்ட்ரோவை அவர் தடுக்கவில்லை. இரண்டு மாதங்களுக்கு முன்புதான் அவர் கம்யூனிஸ்ட் கட்சியில் உறுப்பினராகியிருந்தார். பின்னர் பேட்டி ஒன்றில், 'அந்த நேரத்தில் கட்சி பக்தியை விட சகோதரப் பாசம்தான் மேலோங்கி நின்றது' என்று குறிப்பிட்டார். இவருக்கு ஆயுதப்பயிற்சி அளிக்கப்படாத காரணத்தால் இவர் தாக்குதலில் இணைத்துக் கொள்ளப்படவில்லை.

காஸ்ட்ரோ தனது திட்டத்தில் மிகத்தெளிவாக இருந்தார். மொத்தம் 135 பேர் மொன்கடாவைத் தாக்கி, கைப்பற்ற வேண்டும். மொன்கடாவை முற்றுகையிடும் அதே சமயம் மற்றொரு குழு (இதில் 30 பேர் இருந்தனர்) பேயோ முகாமைத் தாக்கவேண்டும். அதே சமயம் மருத்துவமனையையும் கைப்பற்ற வேண்டும். மருத்துவமனைத் திட்டத்துக்கு இரண்டு பெண்கள் தேர்ந்தெடுக்கப்பட்டனர். நர்ஸ் உடையில் உள்ளே நுழைவதற்கு அவர்களால் சுலபமாக முடியும் என்பதால் இந்த ஏற்பாடு.

யார் யார் எந்தெந்தக் குழுவில் இணையவேண்டும் என்று விவாதித்தனர்.

'நானே தலைமை ஏற்கிறேன்' என்றார் காஸ்ட்ரோ.

'வேண்டாம். அதை நான் பார்த்துக்கொள்கிறேன். இது மிகவும் ஆபத்தான பணி. என்னிடம் அந்தப் பொறுப்பை ஒப்படையுங்கள்' என்றார் ஆபேல் எனும் சகபோராளி.

'இல்லை ஆபேல், நமக்குள் விவாதம் வேண்டாம்.'

'நான் அதற்காகச் சொல்லவில்லை. நீங்கள் என்னைத் தவறாக நினைக்கக்கூடாது.'

'அதெல்லாம் ஒன்றுமில்லை. ஒருவேளை நான் இறந்துபோனால் எனக்குப் பிறகு நீ தலைமை தாங்கலாம்!' என்று கண்டிப்பான குரலில் சொன்னார் காஸ்ட்ரோ.

அப்போது திடீரென்று பல்கலைக்கழக மாணவர்கள் நான்கு பேர் எழுந்து நின்றனர்.

'நம்முடைய படை மிகச்சிறியதாக இருக்கிறதே. அவ்வளவு பெரிய ராணுவக் கோட்டையை நம்மால் தகர்க்க முடியுமா?'

ஒரு கணம்கூட யோசிக்கவில்லை காஸ்ட்ரோ. அமைதியான குரலில் உத்தரவிட்டார்.

'இந்த நான்கு மாணவர்களையும் உடனடியாக அழைத்துப்போய் கழிவறைக்குள் வைத்து பூட்டிவிடுங்கள்!'

அதற்குப் பின்பு யாரும் விவாதிக்கவில்லை.

மொன்கடாத் தாக்குதல் வெற்றியடையும் என்பதில் காஸ்ட்ரோ வுக்குச் சந்தேகமேயில்லை. இன்னும் சொல்லப்போனால் வெற்றியை எப்படிக் கொண்டாடவேண்டும் என்றுகூட அவர் முன்பே யோசித்து வைத்திருந்தார். சில நாள்களுக்கு முன்புதான்

கோமஸ் கார்சியா என்பவரைச் சந்தித்தார் காஸ்ட்ரோ. கோமஸ் ஒரு கவிஞர். புரட்சி வெற்றிபெற்றுவிட்டால் அதற்குப் பிறகு மக்களுக்கு என்னென்ன நலத்திட்டங்களை வகுக்கப்போகிறோம் என்பதை ஓர் அறிக்கையாக எழுதச்சொல்லியிருந்தார். கோமஸ் எழுதிக் கொடுத்தார்.* அந்த அறிக்கை தேவையான அளவுக்குப் பிரதியெடுக்கப்பட்டது. தாக்குதல் வெற்றிபெற்றதற்கு மறுநாள் இந்த அறிக்கை செய்தித்தாளில் வருவதற்கான ஏற்பாடுகள் செய்யப் பட்டன. வானொலிக்கும் பிரதிகளை அனுப்பிவைக்கும்படி திட்ட மிடப்பட்டது.

•

ஜுலை 26. அதிகாலை 5 மணி. அனைவரும் தயார். காஸ்ட்ரோவுக்குக் கொடுக்கப்பட்டிருந்த சட்டை சிறியதாகப் போய்விட்டது. அவசர அவசரமாகத் தைக்கப்பட்ட உடைகள் என்பதால் ஒன்றும் செய்யவும் இயலவில்லை. காஸ்ட்ரோவின் வருத்தம் சட்டையின் அளவைப் பற்றியது அல்ல. கைகளை உயர்த்தினால் தாழ்த்தினால் கையைப் பிடித்தது. இதனால் தொல்லைகள் வரும் என்று யோசித்தார். என்ன நினைத்தாரோ தெரியவில்லை. சட்டையை ஆங்காங்கே கிழித்து விட்டுக் கொண்டார்.

தனது குழுவினரை உற்றுப்பார்த்தார். சில உத்தரவுகளைப் பிறப்பித்தார்.

'...நாம் சண்டையிடும்போது எக்காரணங்கொண்டும் பொது மக்களுக்கு எவ்விதச் சேதமும் ஏற்படக்கூடாது. அவசியம் ஏற்பட்டால் ஒழிய எந்தச் சொத்தையும் நாசப்படுத்தக்கூடாது. எதிர்த்துவரும் ராணுவ வீரர்களைத் தவிர பிறரை நோக்கி அநாவசிய மாகச் சுடக்கூடாது. எதிரிகளில் யாரையேனும் நீங்கள் கைது செய்திருந்தால் அவர்களை மரியாதையோடு நடத்தவேண்டும். காயம் ஏற்பட்டிருந்தால் சிகிச்சை அளிக்கவேண்டும். நேரம் கிடைத்தவுடன் அவர்களிடம் நாம் எதற்காகப் போராடுகிறோம் என்பதை விளக்கிக்கூற வேண்டும். இயன்றவரை உடனுக்குடனே விடுதலை செய்து அனுப்பிவிட வேண்டும். ஒருவேளை அவர்கள் தாக்க முற்பட்டால், தற்காப்புக்காக நீங்கள் நடவடிக்கை எடுக்கலாம்.

---

* ஹொஸே மார்த்தியின் இறுதி உரையைப்போல் இந்த அறிக்கை வடிவமைக்கப் பட்டிருந்தது. க்யூபாவின் சுதந்தரம், சமூகச் சீர்திருத்தம், வேலைவாய்ப்பு போன்ற அம்சங்களை உள்ளடக்கியதாக இந்த அறிக்கை அமைந்திருந்தது.

எல்லோருக்கும் புரிந்திருக்கும் என நினைக்கிறேன். இனி நாம் கிளம்பலாம்...'

மொத்தம் மூன்று குழுக்கள். மூன்று தலைவர்கள். காஸ்ட்ரோ, ஆபேல் சாண்டமாரியா மற்றும் ரால் காஸ்ட்ரோ. காஸ்ட்ரோவின் படை செய்யவேண்டியது என்ன? மூன்றாவது நுழைவாயில் வழியாக உள்ளே புகவேண்டும். தாக்குதல் அதிரடியாகத் தொடங்கப்பட வேண்டும். நுழைவுப்பகுதியில் இருக்கும் காவலர்களை வீழ்த்திய பிறகு காவலறைக்குள் நுழையவேண்டும். அந்த அறையைக் கையகப்படுத்திய பிறகு, அடுத்த குழு பாய்ந்து முன்னேறவேண்டும். ஆயுதங்களைக் கைப்பற்றவேண்டும். காஸ்ட்ரோ இந்தத் தாக்குதலை நடத்திக்கொண்டிருக்கும் அதே சமயம் ஆபேல் சாண்டமாரியா கிழக்கு நுழைவாயில் வழியாக உள்ளே புகுந்து மேல் மாடிக்குத் தாவி எதிர்ப்படும் வீரர்களைத் தாக்கவேண்டும். மூன்றாவது குழுவைத் தலைமை தாங்கும் ரால், மருத்துவமனை ஓரமாக முன்னேற வேண்டும். திட்டம் தெளிவாக வரையறுக்கப்பட்டிருந்தது.

கார் புறப்பட்டது. சில மைல்களைக் கடந்தபிறகு காஸ்ட்ரோ திடீரென்று வண்டியை நிறுத்தச்சொன்னார். அவசரஅவசரமாக சட்டைப்பையை தேடத்தொடங்கினார். அவரது மூக்குக் கண்ணாடியைக் காணவில்லை. கார் இருக்கையிலும் தேடியாகி விட்டது. எங்கும் காணவில்லை. அவருக்குத் தெரிந்துவிட்டது. வீட்டுக்குப் போயிருந்தபோது குழந்தையைக் கொஞ்சவேண்டும் என்பதற்காகக் கண்ணாடியைக் கழற்றி அருகில் வைத்திருந்தார். அப்படியே மறந்து திரும்பிவிட்டார். கண்ணாடி மிக அவசியம். அது இல்லாவிட்டால் குறிபார்க்க முடியாது. படிக்கமுடியாது. அப்படியே வண்டியைத் திருப்பி எங்கெங்கோ சுற்றி இறுதியில் ஒரு கண் மருத்துவரைக் கண்டுபிடித்தார். காஸ்ட்ரோ அந்த மருத்துவரிடம் கெஞ்சி எப்படியோ ஒரு கண்ணாடியை வாங்கிவிட்டார். பயணம் மீண்டும் தொடர்ந்தது. கண்ணாடிக்காக சில மணி நேரங்கள் செலவழிக்க வேண்டியதாகிவிட்டது.

ஹவானாவை விட்டுக் கிளம்பியிருந்தார்கள். வண்டி கிட்டத்தட்ட பறந்துகொண்டிந்தது. காஸ்ட்ரோவுக்கு ஏகப்பட்ட வருத்தம். தன்னுடைய கவனக்குறைவை எண்ணி எண்ணி வருந்தினார். சரி இனிமேலாவது தவறுகள் ஏற்படாமல் பார்த்துக்கொள்ளலாம் என்று மனத்தைத் திடப்படுத்திக்கொண்டு முன்னேறியபோது மற்றொரு அசம்பாவிதம்.

காஸ்ட்ரோ அமர்ந்திருந்த வண்டி காவல்துறையினரால் மடக்கிப் பிடிக்கப்பட்டது. 'தொலைந்தோம்!' என்றே அனைவரும்

நினைத்தனர். பின் இருக்கையில் காஸ்ட்ரோ, அவருக்கு அருகே துப்பாக்கிகள். காஸ்ட்ரோ சுதாரித்துக்கொண்டார். வண்டி தடுத்து நிறுத்தப்பட்டதற்கான காரணத்தை சம்பந்தப்பட்ட அதிகாரியிடம் கேட்டறிந்தார். காட்டுத்தனமான வேகத்தில் வண்டியை ஓட்டிச் செல்வது தண்டிக்கத்தக்க குற்றம் என்று அந்த அதிகாரி கூறியதும், காஸ்ட்ரோ பணிந்துபோனார். அவசரமாக ஓர் உறவினரைச் சந்திக்க வேண்டும் என்றும் அதற்காகத்தான் விமான நிலையத்தை நோக்கி விரைந்துகொண்டிருப்பதாகவும் சமாளித்தார். அபராதத் தொகையைச் செலுத்திய பிறகு கார் மீண்டும் பறந்தது.

சில நிமிஷங்களில் மீண்டும் தடுத்து நிறுத்தப்பட்டனர். அது ஒரு ராணுவ சோதனைச் சாவடி. ஓடிவந்த ராணுவ வீரர்கள் காஸ்ட்ரோவின் கார் கதவைத் திறந்தனர். எந்தப் பக்கமாக தப்பி ஓடலாம் என்று காஸ்ட்ரோ தனது கண்களை அலையவிட்டுக் கொண்டிருந்தார். அவரது கைகள் துப்பாக்கியை இறுகப் பற்றிக் கொண்டிருந்தன. ஆனால், அதற்கான அவசியம் ஏற்படவில்லை. சோதனையிட வந்த இரு ராணுவ வீரர்களில் ஒருவன் காஸ்ட்ரோவின் காரை ஓட்டிவந்த மிட்சல் என்பவனுடைய நண்பன். இருவரும் ஒரே ஊரைச் சேர்ந்தவர்கள். மிட்சலைப் பார்த்ததும் அவன் காஸ்ட்ரோவை விட்டு விலகி அவனிடம் பேசத்தொடங்கிவிட்டான். சோதனை போடாமலேயே கார் விடுவிக்கப்பட்டது.

காஸ்ட்ரோவின் கார் மட்டுமல்ல ஆபேல் சாண்டமாரியாவின் காரும் சிக்கலில் மாட்டிக்கொண்டது. மொத்தம் 23 பேர் அவரது தலைமையின்கீழ் இருந்தனர். சிறு சிறு குழுக்களாகப் பிரிந்து சென்று கொண்டிருந்தனர். கிளம்பிய சிறிது நேரத்திலேயே ஆபேலின் கார் சக்கரம் தட்டையாகிவிட்டது. அதனைச் சரிபார்த்து மீண்டும் புறப்படுவதற்கு நீண்டநேரம் ஆகிவிட்டது. அதேபோல் மேயோ டால்மா என்பவர் தவறான வழியில் வண்டியை வேகமாக ஓட்டிச் சென்று நீண்ட தொலைவு சென்றதும், மீண்டும் வந்த வழியே திரும்பி சரியான பாதையைக் கண்டுபிடித்த பிறகு இலக்கை அடைந்தார்.

திட்டம் தெளிவாக இருந்தாலும், இதுபோன்ற பல கடைசி நிமிஷச் சிக்கல்கள் சில தொய்வுகளை ஏற்படுத்திவிட்டன. அதிகாலைக்குள் தாக்குதலைத் தொடங்கிவிடவேண்டும் என்பதுதான் அவர்களது திட்டம். ஆனால் கிட்டத்தட்ட அனைத்து வண்டிகளும் காலதாமத மாகவே முகாமை அடைந்தன. இருட்டு வேறு என்பதால் வழிதெரியாமல் தவிப்பவர்களை மீட்க முடியவில்லை. ஒரு குழு மற்றொரு குழுவோடு தொடர்பு கொள்ள இயலவில்லை.

முகாமை இவர்கள் நெருங்கும்போதே வெளிச்சம் பிறந்துவிட்டது. முதல் தாக்குதல் படை தயார் நிலையில் இருந்தது. மொத்தம் எட்டு பேர். நால்வர் துப்பாக்கி நிபுணர்கள். குறி தவறாமல் சுடுவதில் மிகுந்த தேர்ச்சி பெற்றவர்கள். திட்டமிட்டபடியே இந்தப்படை மூன்றாவது நுழைவாயிலை அடைந்தது. சிறு சத்தமும் எழவில்லை. மறைந்திருந்து சிறிது நேரம் கவனித்தனர். முகாமுக்கு உள்ளே மொத்தம் இரண்டு வீரர்கள். ராணுவ உடையில் கையில் துப்பாக்கியுடன் குறுக்கும் நெடுக்குமாக நடந்துகொண்டிருந்தனர்.

ரெணாட்டோ கிராட் என்பவன் விறுவிறுவென்று உள்ளே நுழைந்தான். நுழையும்போதே கத்தினான். 'தளபதி வருகிறார். பாதை விடுங்கள்!' ராணுவ வீரர்களுக்கு ஒருகணம் ஒன்றுமே புரியவில்லை. இத்தனை அருகில் வந்து ஒருவர் கட்டளை பிறப்பித்ததால் மெய்யாகவே யாரோ வந்துவிட்டார்களோ என்றுதான் அவர்கள் நினைத்தனர். தளபதி வருகிறார் என்று சொன்னவுடன் அனிச்சைச் செயலாக இருவரும் கால்களைச் சேர்த்து விரைப்பாக நின்று சல்யூட் செலுத்தினர். அந்த ஒரு விநாடியை புரட்சிக்குழு மிகச்சரியாகப் பயன்படுத்திக்கொண்டது. பாய்ந்துசென்ற தோழர்கள் அந்த இரு வீரர்களின் துப்பாக்கிகளை பறித்துக்கொண்டனர். சற்றும் தாமதிக்காமல் தடுப்புக்காகப் போடப்பட்டிருந்த சங்கிலியை அவிழ்த்துவிட்டனர். சங்கிலியை அவிழ்த்தால்தான் அடுத்த குழு உள்ளே புகமுடியும்.

அடுத்து காஸ்ட்ரோவின் கார் உள்ளே நுழையவேண்டும். வண்டி சீறிப்பாய்ந்தது. கிட்டத்தட்ட நெருங்கிவிட்டார்கள். அப்போது திடீரென்று எதன் மீதோ மோதிய கார் சட்டென்று நின்றுவிட்டது. அதற்குள் காஸ்ட்ரோவை இரண்டு ராணுவ வீரர்கள் பார்த்து விட்டனர். இயந்திரத் துப்பாக்கிகளோடு ஓடிவந்தவர்கள் காஸ்ட்ரோவின் காரை சரமாரியாக சுடத்தொடங்கினர்.

அதற்குள் காஸ்ட்ரோவைத் தொடர்ந்து வரவேண்டிய மற்றொரு குழுவின் கார் வந்துசேர்ந்தது. அந்தக் காரிலிருந்து இறங்கிய புரட்சி வீரர்கள் ராணுவ வீரர்களை நோக்கி திருப்பிச் சுடத் தொடங்கினர். மற்றொரு சார்ஜண்ட் காஸ்ட்ரோவை நோக்கி பாய்ந்துவந்தான். காஸ்ட்ரோ கார் கதவைத் திறந்து தனது கைத்துப்பாக்கியால் சுடத்தொடங்கினார். சண்டை வலுத்தது. காஸ்ட்ரோவின் காதுகளை உரசியபடி புல்லட்டுகள் சீறின. காஸ்ட்ரோ இரண்டு காதுகளையும் பொத்திக்கொண்டார். 'எல்லோரும் முன்னேறித் தாக்குங்கள்!' என்று கத்தினார். ஆனால் அவர் கத்தியது ஒருவருக்கும் கேட்கவில்லை. அதே போல் மற்றவர்கள் கத்துவதும் காஸ்ட்ரோவுக்குக் கேட்கவில்லை.

தாக்குதல் தீவிரமானது. எச்சரிக்கை சங்கு ஒலிக்கப்பட்டது. உறங்கிக் கொண்டிருந்த ராணுவ வீரர்கள் உடனே விழித்தெழுந்து தாக்குதலைத் தொடங்கினர். கொண்டுவந்திருந்த துப்பாக்கிகள் போதாது என்று புரட்சி வீரர்கள் முதல் முறையாக உணர்ந்தனர். ராணுவ வீரர்கள் வைத்திருப்பதைப் போன்ற துப்பாக்கிகள் இருந்தால் இந்நேரம் ராணுவ முகாமைக் கைப்பற்றியிருக்கலாம். ஆனால் இவர்களிடம் இருந்தது 0.22 வகை ரைபிள்கள் மட்டுமே. இந்தத் துப்பாக்கியை வைத்துக்கொண்டு பெரிய அளவில் தாக்குதலை நடத்தமுடியாது.

ராணுவ வீரர்கள் கும்பல் கும்பலாகக் குவிந்துவிட்டனர். புரட்சிப்படை வீரர்கள் அப்படியே தரையில் படுத்துக்கொண்டு புரண்டு புரண்டு சுட்டுக்கொண்டிருந்தார்கள். துப்பாக்கிக் குண்டுகள் குறைந்துகொண்டேயிருந்தன. ரால் காஸ்ட்ரோ தலைமையிலான குழுவும் தனது தாக்குதலைத் தொடங்கியிருந்தது. அவர்களுக்கும் இதே பிரச்னைதான். கொண்டுபோயிருந்த ஆயுதங்களை விட ராணுவத்தினரின் ஆயுதங்கள் பன்மடங்கு சக்திவாய்ந்தது. ஆள்களும் அதிகம். துடிப்புடன்தான் போராடினார்கள். ஆனால் இயலவில்லை.

புரட்சிக்குழு சுற்றிவளைக்கப்பட்டது. தப்பியோடுவதுதான் இப் போது அவர்களுக்கிருந்த ஒரே வழி. எதிர்த்தாக்குதல் வெற்றி பெறாது என்பது வெட்டவெளிச்சமாகிவிட்டது. ஆனால் அதற்குள் நிலைமை மோசமடைந்தது. மூன்றாவது நுழைவாயில் வழியாக வெளியேற முயன்ற ரெணாட்டோ கிடார்ட், பெட்ரோ மாரியோ, கார்மலோ நோவா, புனேராஸ் பெடன் கோர்ட் போன்றோர் சுட்டுக் கொல்லப்பட்டனர்.

காஸ்ட்ரோ சிறிதும் தாமதிக்கவில்லை. உடனடியாக அனைவரும் வெளியேறிவிடுங்கள் என எச்சரித்தார். வீரர்கள் முகாமை விட்டு ஓடிவந்தனர். அவர்கள் பாதுகாப்பான பகுதிக்கு ஓடிச்செல்லும்வரை காஸ்ட்ரோ ராணுவ வீரர்களோடு போராடிக் கொண்டிருந்தார். அனைவரும் வெளியேறிவிட்டார்கள் என்பதை உறுதி செய்து கொண்ட பிறகு காஸ்ட்ரோ தனது காரை நெருங்கினார். 'விரைவாக வண்டியைத் திருப்புங்கள். வேகம்... வேகம்!' என்று கத்தினார். மிக முக்கியமான இந்நேரத்தில் கார் இன்ஜின் சதிசெய்தது. வண்டி ஓர் அங்குலம்கூட நகரவில்லை. விரைந்துசென்ற வீரர்கள் காஸ்ட்ரோவைத் தரதரவென்று இழுத்துச்சென்று மற்றொரு காருக்குள் தள்ளினர். வண்டி புறப்படுவதற்கும் ஒரு புரட்சிவீரன் குண்டடிபட்டு ஓடிவருவதற்கும் சரியாக இருந்தது. தனது வண்டியை நிறுத்தச் சொல்லி அவனையும் ஏற்றிக்கொண்டார் காஸ்ட்ரோ.

தப்பியோடிய புரட்சி வீரர்கள் சிலரே. பலர் முகாமுக்கு உள்ளேயே மாட்டிக்கொண்டனர். சிறைப்பட்ட அனைவரையும் அதே இடத்தில் சுட்டுப்பொசுக்கியது ராணுவம். மற்றொருபுறம் ரால் காஸ்ட்ரோவும் அவரது ஆள்களும் படிகள் வழியாக கீழே ஓடிவந்தபோது துப்பாக்கிகள் வெடிக்கத்தொடங்கின. கண்ணில் பட்ட வீரர்களைத் தாக்கி வீழ்த்திய புரட்சி வீரர்கள் தம்மால் முடிந்த துப்பாக்கிகளைக் கைப்பற்றிக்கொண்டனர்.

ஆபேல் சாண்டமாரியா பெரும் சிக்கலில் மாட்டிக்கொண்டிருந்தார். காஸ்ட்ரோ உள்பட மற்ற வீரர்கள் என்ன ஆனார்கள் என்றே அவருக்குத் தெரியவில்லை. மிக மிகக் குழப்பான ஒரு சூழலில் சிக்கிக்கொண்டிருந்தார். எய்டி, மெல்பா இருவரும் அவருடைய குழுவைச்சேர்ந்தவர்கள். பெண்கள் என்பதால் மருத்துவமனைக்குள் புகும் பணி இந்த இருவருக்கும் ஒதுக்கப்பட்டிருந்தது. ஆனால் அவர்கள் குழப்பத்திலிருந்தனர்.

ஆபேல் ஒரு முடிவுக்கு வந்தார்.

‘எய்டி, மெல்பா இருவரும் உடனே இங்கிருந்து வெளியேறுங்கள். நிலைமை இங்கு சரியில்லை. நாம் போட்டுவைத்த திட்டம் எந்த அளவுக்கு வெற்றிபெற்றுள்ளது என்று தெரியவில்லை. நீங்கள் இருவரும் தப்பிச்செல்வதுதான் சரி.’

‘அப்படியானால் நீங்கள்?’

‘எனக்குச் சில பணிகள் இருக்கின்றன. நீங்கள் கிளம்புங்கள்.’

‘எங்களுக்கு மட்டும் பணிகள் இல்லையா?’

‘எய்டி, இது விவாதிக்கவேண்டிய சமயம் அல்ல. நீங்கள் கிளம்பலாம். கடைசிக் குண்டு மிச்சமிருக்கும்வரை நான் சண்டைபோட்டுவிட்டு வருகிறேன்.’

கையசைத்துவிட்டு வேகவேகமாக ஓடினார் ஆபேல். எய்டி, மெல்டா இருவரும் ஓடினர். வெளியே தப்பியோடுவதற்காக அல்ல! அவர்களுக்குக் கொடுக்கப்பட்டிருந்த பணிகளை நிறைவேற்று வதற்காக. ஆபேலால் அவர்களைத் தடுக்கமுடியவில்லை. மூவரும் ஒன்றாக மருத்துவமனைக்குள் நுழைந்துவிட்டனர். அங்குள்ள மருத்துவர்களுக்கும் ஆயாக்களுக்கும் முன்னரே விஷயம் சென்றடைந்திருந்தது. ஆனால் ஆச்சரியம்! அவர்கள் இந்த வீரர்களைக் காட்டிக்கொடுக்கவில்லை. மாறாக, அவர்களைப் பாதுகாக்கவே விரும்பினார்கள். ஆபேலின் கண்ணையும் நெற்றியையும் சேர்த்து கட்டுப் போட்டனர். பிறகு, காலியாக இருந்த ஒரு

படுக்கையில் அவரைப் படுக்கவைத்து போர்வையால் மறைத்தனர். எய்டியும் மெல்பாவும் நர்ஸ் உடை அணிந்துகொண்டனர்.

விரைவில் ராணுவ வீரர்கள் மருத்துவமனைக்குள் புகுந்தனர். ஒவ்வொரு கட்டிலையும் நெருங்கி நோயாளியை எழுப்பி, அவர்களது போர்வையை விலக்கிச் சரிபார்த்தனர். முதலில் மாட்டிக்கொண்டது ஆபேல்தான். 'இங்குதான் ஒளிந்திருக்கிறாயா' என்று பலமாகக் கத்திய ஒரு வீரன் தனது துப்பாக்கிக்கட்டையால் ஆபேலைப் பலமாகத் தாக்கினான். மற்றொருவன் துப்பாக்கியால் மாறி மாறிக் குத்தினான். பிறகு அவர் முகத்தைச் சிதைத்தான். ஆபேல் அலறிய அலறல் கேட்டு எய்டியும் மெல்டாவும் துடிதுடித்துப் போனார்கள். அவர்களைக் கண்டுபிடிக்க அதிக நேரம் தேவைப்பட வில்லை. இருவரும் தாக்கப்பட்டனர். பிறகு, தரதரவென்று இழுத்துச் சென்றனர். போகும் வழியில் ஒரு மனிதன் ரத்தவெள்ளத்தில் துடித்துக் கொண்டிருப்பதை எய்டியும் மெல்டாவும் கண்டு துடித்துப் போனார்கள். எங்கோ பார்த்த முகமாக இருக்கிறதே என்று கண்களைக் கூர்மையாக்கிக் கவனித்தபோதுதான் தெரிந்தது அவர் ரால் கோமஸ் கார்சியா என்று. மொன்கடாத் தாக்குதல் வெற்றிபெற்றுவிடும் என்ற நம்பிக்கையில் காஸ்ட்ரோ இவரைத்தான் வெற்றி அறிக்கையை எழுதித்தரச் சொன்னார். மயக்கத்தில் இருந்த கார்சியா எழுந்திருக்க முயன்றார். ஒரு துண்டுக் காகிதத்தை எடுத்து 'அம்மா, நான் கைதாகிவிட்டேன்' என்று எழுதினார். அதற்குள், காவலர்கள் அவரை நெற்றிப்பொட்டில் சுட்டுக் கொன்றனர்.*

ஆபேல் குழுவில் இருந்த அனைத்து வீரர்களும் பிடிபட்டனர். அனைவரும் சுட்டுக் கொல்லப்பட்டனர். எய்டியும் மெல்டாவும் சிறைபிடிக்கப்பட்டனர். ஒரு ராணுவ வீரன் எய்டியை இழுத்து வந்தான். 'இந்தா இதுதான் உன் அண்ணன்!' என்று சிரித்தான். எய்டி நடுங்கினாள். அவன் கையில் ஒரு கத்தி. அதிலிருந்து ரத்தம் வழிந்து கொண்டிருந்தது. 'ஆபேல்' என்று சத்தம் போட்டுக் கத்தினாள். அவன் பிடித்திருந்த கத்தியின் முனையில் ஆபேலின் கண் செருகப் பட்டிருந்தது.

•

ஹவானாவில் வானொலிப் பெட்டிகள் அலறிக்கொண்டிருந்தன. 'மொன்கடாவைக் குறிவைத்த கலகக்காரர்களை முறியடித்து

---

* புரட்சி வெற்றிபெற்ற பிறகு, காஸ்ட்ரோ கார்சியாவுக்கு சிறப்பு மரியாதை செய்தார். அவர் இயற்றிய புரட்சிப் பாடல்தான் இன்றளவும் க்யூபாவின் தேசிய நிகழ்ச்சிகளில் முதன்மையாக இசைக்கப்படுகிறது.

ஃபிடல் காஸ்ட்ரோ • 91

விட்டோம். ஒருவர் பாக்கியில்லாமல் அனைவரும் சுட்டுக்கொல்லப் பட்டனர். தேசத்தைக் கவிழ்க்கவிருந்த மிகப்பெரிய சதி முறியடிக்கப் பட்டுவிட்டது.' அறிவிப்புகள் தொடர்ந்து ஒலிபரப்பாகிக் கொண்டிருந்தன. 'நம் எதிரிகளிடமிருந்து அதிநவீன ஆயுதங்களைக் கைப்பற்றியிருக்கிறோம். நம் ராணுவத்தை அழிக்க நினைத்த கலகக்காரர்கள் அழிக்கப்பட்டுவிட்டனர்.'

பாடிஸ்டா, நெருக்கடி நிலையைப் பிரகடனம் செய்தார். நான்கு நாள்களுக்கு முன்புதான் பாடிஸ்டா, விடுமுறை எடுத்துக்கொண்டு உல்லாசப்பயணம் சென்றிருந்தார். மொன்கடா நிலவரம் கேள்வி பட்டு விரைந்து வந்தார். வழக்கம்போல் இந்தத் தாக்குதலையும் தனது சொந்த லாபங்களுக்காகவே பாடிஸ்டா பயன்படுத்திக் கொண்டார். 'இதற்கு முன்பு ஆட்சியில் இருந்த பிரியோதான் இந்தக் கூலிப்படையை ஏவிவிட்டான். க்யூபாவின் அமைதியைக் குலைக்கவே இந்த ஏற்பாடு. ஆனால் நாங்கள் அதை முறியடித்து விட்டோம். மக்கள் கவலையின்றி வாழலாம்' என்று அறிவித்தான்.

சர்வ வல்லமை கொண்ட அமெரிக்கா பாடிஸ்டாவின் இந்தக் கூற்றை அப்படியே நம்பி ஏற்றுக்கொண்டது. 'பார்த்தீர்களா நாம் வைத்த ஆள் எவ்வளவு புத்திசாலித்தனமாக எதிரிகளை ஒழித்துவிட்டான்!' என்று பீற்றிக்கொண்டது. பாடிஸ்டாவுக்கு எதிர்ப்பு உருவாகியுள்ளது எனும் உண்மையை யாரும் அமெரிக்காவுக்குத் தெரிவிக்கவிலை. இத்தனைக்கும் அமெரிக்காவின் ஆஸ்தான தூதுவர் ஒருவர் க்யூபாவி லேயே வசித்துவந்தார். அவரும்கூட தன்னுடைய அறிக்கையில் ஏதோ தெருச்சண்டைக்கு நிகரான ஒரு சம்பவம் நடந்திருப்பதாகத்தான் தெரிவித்தார். அமெரிக்கா இதைப் பொருட்படுத்தவேயில்லை. குறிப்பாக, காஸ்ட்ரோவைப் பற்றிய குறைந்தபட்ச சந்தேகத்தைக்கூட அமெரிக்கா கொண்டிருக்கவில்லை.

கிரான்பிட்ரா எனும் மலை உச்சியை நோக்கி முன்னேறிக் கொண்டிருந்தார் காஸ்ட்ரோ. இந்த முறை அவருடன் மலை யேறியவர்கள் 18 பேர் மட்டுமே. 19 வயது இளைஞனான எமிலியோ தானும் வருவதாகச் சொல்லியிருந்தான். ஆனால் அவனால் தொடர்ந்து மலையேற முடியவில்லை. அவன் அணிந்திருந்த செருப்பு அவன் காலைப் பதம்பார்த்ததுதான் கால்வலிக்குக் காரணம். என்னென்னவோ செய்தும் அவனது கால்வலி கட்டுப்படவில்லை. வேறு வழியின்றி காஸ்ட்ரோவிடம் விடைபெற்றுக்கொண்டு கீழே இறங்கத் தொடங்கினான். ஆனால், அதற்குள் ராணுவத்தினர் அவனைக் கைது செய்தனர். சிறிதும் யோசிக்காமல் சுட்டுக்கொன்றனர்.

மலையேறுவதால் ஏற்பட்ட களைப்பைத் தவிர வேறு எந்தக் களைப்பும் இல்லை காஸ்ட்ரோவிடம். ஆனால், நெஞ்சம் நிறைய தகிக்கும் நெருப்பு. திட்டம் தோல்வியடைந்தது என்பதால் மட்டுமல்ல. அத்தனை முக்கியத் தோழர்களையும் அநியாயமாக இழந்ததால்.

நீண்டநேர அலைச்சலுக்குப் பிறகு ஒரு விவசாயியைக் கண்டார். காஸ்ட்ரோவின் குழுவுக்கு உணவளிக்க அந்த விவசாயி ஒப்புக் கொண்டார். அனைவரும் அவரது குடிசைக்குச் சென்று சாப்பிட்டனர். காஸ்ட்ரோவுக்கு மகா திருப்தி. உடனடியாக ஒரு கைத்துப்பாக்கியை அந்த முதியவருக்கு அன்பளிப்பாக அளித்தார். கூடவே அறிவுரை வேறு. 'உங்கள் பொருளைக் கொள்ளையடிக்க யாராவது வந்தால், குறிப்பாகக் காவல் படையினர் வந்தால் தயங்காமல் சுட்டுவிடுங்கள்.'

•

பாடிஸ்டா அரசு மிருகத்தனமாக நடந்துகொண்டது. ஜூலை 26 தாக்குதல் வடுவை அவர் மறக்கவில்லை. காஸ்ட்ரோவின் ஆள்களைத் தேடிப்பிடித்து அழித்துவிடுமாறு ஆணைப்பிறப்பித்தார்.

தாக்குதல் நடைபெற்ற இரண்டாவது நாள், சாண்டியாகோவில் பெரஸ் சாண்டஸ் எனும் பிஷப் தலைமையில் கூட்டம் கூட்டப் பட்டது. ராணுவத்தினர் தாம் பிடித்துவைத்துள்ள கைதிகளை சித்திரவதை செய்யக்கூடாது, அவர்கள் உயிருக்கு எந்தவித ஆபத்தும் நேரக்கூடாது என்று இந்த அமைப்பு போராடத்தொடங்கியது. போராட்டம் பெரிய அளவில் வெடிப்பதைக் கண்ட பாடிஸ்டா அரசு பெரஸ்ஸுடன் ஓர் உடன்படிக்கை செய்துகொண்டது. ஆயிரம் அக்கிரமங்களை பயமின்றிச் செய்தாலும் திருச்சபையை விரோதித்துக்கொள்ள பாடிஸ்டா தயக்கம் காட்டினார். பாடிஸ்டா மட்டுமல்ல ராணுவமும் கூட, திருச்சபையை எதிர்க்க முன்வரவில்லை.

காஸ்ட்ரோவையும் அவரது கூட்டாளிகளையும் உயிருடன் பிடித்து வந்து தருகிறேன், அவரைக் கொல்லவேண்டாம் என்றார் பெரஸ். பாடிஸ்டாவிடம் மாட்டினால் காஸ்ட்ரோவைச் சாகடித்து விடுவார்கள் என்று அவருக்குத் தெரியும். 'புரட்சியாளர்களே திரும்பி வாருங்கள்' எனும் பெயரில் ஓர் அறிக்கையைத் தயார் செய்து அனைத்து பகுதிகளுக்கும் அனுப்பிவைத்தார். இந்தப் பெரஸ் யார் தெரியுமா? காஸ்ட்ரோவுக்கு இளவயதில் ஞானஸ்நானம் செய்து வைத்தவர்.

பெரஸுக்கு காஸ்ட்ரோ மீது பிரியம் இருந்தது. காவல்துறை கண்டுபிடிப்பதற்குள் தானே அவரைக் கண்டுபிடித்துவிடலாம் என்ற எண்ணத்துடன் அவர் தனது தேடுதலைத் தொடங்கினார். ஒவ்வொரு

ஊராகச் சென்றார். சத்தம் போட்டு அறிவிப்பு செய்தார். 'ரத்தம் சிந்தியது போதும், சரணடைந்துவிடுங்கள்' என்று குரல் கொடுத்தார்.

மற்றொருபுறம், ரால் காஸ்ட்ரோ தனது சகோதரனைத் தேடி கால்நடையாக நடந்து வந்துகொண்டிருந்தார். காரில் சென்றால் கண்டுபிடித்துவிடுவார்கள் என்பதால்தான் இந்த வழி. திடீரென்று அவரை காவல்துறையினர் கைதுசெய்தனர். அவர் ரால் என்பதால் அல்ல. அவரிடம் அடையாள அட்டை இல்லை என்பதால். பெயர் கேட்கப்பட்டபோது ரால் வேறொரு பெயரைச் சொன்னார். அவர் கூறிய பெயர் உண்மைதானா என்பதை அறிய விரும்பிய அந்த அதிகாரி சாலையிலிருந்த மற்றொருவரை அடையாளம் கேட்க அவர் சற்றும் தயங்காமல், 'இவர்தான் ரால் காஸ்ட்ரோ. ஃபிடல் காஸ்ட்ரோவின் சகோதரன், ஏஞ்சலின் மகன்' என்று தெள்ளத் தெளிவாகச் சொன்னான். ரால் கைதுசெய்யப்பட்டார்.

•

காஸ்ட்ரோவோடு இணைந்து மலை ஏறிக்கொண்டிருந்த ஜீசஸ் மொண்டானேயும் மற்றும் வேறு இருவரும் காயமடைந்தனர். காஸ்ட்ரோ அவர்களை நகருக்குத் திரும்பிச்செல்லுமாறு அறிவுறுத்தினார். அவர்களும் வேறு வழியில்லாமல் திரும்பினர். ஆனால் பாதி வழியிலேயே அவர்கள் சிறைபிடிக்கப்பட்டனர்.

இப்போது காஸ்ட்ரோவுடன் இருந்தது ஒன்பது பேர் மட்டுமே. கடுமையான ஓய்வற்ற அலைச்சல். இரவுத் தூக்கம் கிடையாது. உணவைக் கண்ணால் பார்த்து மூன்று நாள்கள் ஆகிவிட்டன. ஒரு குடிசையைக் கண்டதும் உள்ளே நுழைந்த காஸ்ட்ரோ உண்பதற்கு உணவு கிடைக்குமா என்று கேட்டார். அங்கு தங்கியிருந்த விவசாயிக்கு காஸ்ட்ரோவைத் தெரிந்திருந்தது. அன்போடு அழைத்துச்சென்று உணவு வழங்கினார். சாப்பிட்டு முடித்துவிட்டு அங்கேயே தங்கினார்கள். அந்த விவசாயி ஹவானா விவகாரங்கள் குறித்தும், பெரஸ் எனும் பாதிரியார் காஸ்ட்ரோவைத் தேடிவரு வதையும் தெரிவித்தார்.

ஆகஸ்ட் 1. திடீரென்று பலத்த சத்தத்துடன் இயந்திரத் துப்பாக்கி வெடிக்கத் தொடங்கியது. தன்னைத் தேடிவந்துவிட்டார்கள் என்று காஸ்ட்ரோவுக்குப் புரிந்தது. இனியும் இங்கு தங்கக்கூடாது என்று முடிவுசெய்து உடனடியாக அந்த வீட்டிலிருந்து வெளியேறினார். அவர் சிறிது தூரம் நடப்பதற்குள் காவல்படை அவர்களைச் சுற்றிவளைத்தது. அந்தக் காவல்படைக்குத் தலைமை தாங்கியவர் பெட்ரோ மானவேல் சாரியா. அவர் காஸ்ட்ரோவின் படையை உயிருடன் பிடித்துச்செல்ல விரும்பினார். ஆனால் அவருடன்

வந்திருந்த வீரர்கள் அனைவரையும் அங்கேயே சுட்டுவிடலாம் என்று கூறினார்கள்.

'இவர்கள் நம் ராணுவ வீரர்களைக் கொன்றவர்கள், கொலை காரர்கள். இவர்களை விட்டுவைப்பதால் யாருக்கும் எந்தவித நன்மையும் கிடையாது' என்று கத்தினார்கள்.

'இல்லை வேண்டாம், இவர்களை உயிரோடு பிடித்துவிடலாம்' என்றார் சாரியா.

'இவர்களைக் கொன்றால் என்ன தவறு?'

'கொல்லக்கூடாது. இது என்னுடைய ஆணை' என்று உறுதியுடன் மறுத்தார் சாரியா.

அதேசமயம் காஸ்ட்ரோ தாமாகவே இவர்களைத் தேடி வந்தார். கொலைகாரர்கள் என்று அவர்கள் பேசிக்கொண்டது தன்னையும் தன்னுடைய சகாக்களையும்தான் என்று அவருக்குத் தெரிந்து போனது. கோபம் பொத்துக்கொண்டு வந்தது காஸ்ட்ரோவுக்கு.

'நாங்கள் கொலைகாரர்கள் கிடையாது. நீங்கள்தான் கொலை காரர்கள். எந்தவித ஆயுதங்களும் இல்லாமல் நிராயுதபாணியாக நின்ற எங்கள் ஆள்களைச் சுட்டுக்கொன்றது நீங்கள்தான்' என்று கத்தினார்.

ராணுவ வீரர்கள் துடித்தனர். ஆனால் சாரியா சிரமப்பட்டு அவர்களை அடக்கிவைத்தார். காஸ்ட்ரோ உள்பட அனைவரும் கைதுசெய்யப் பட்டனர். இதில் ஆச்சரியம் என்னவென்றால் அவர்கள் கைது செய்தது காஸ்ட்ரோவைத்தான் என்று அந்த வீரர்களுக்குத் தெரியாது. காஸ்ட்ரோவும் தன் பெயரை கோன்சாலஸ் என்று அறிவித்துக் கொண்டார். காஸ்ட்ரோவின் குழுவைச் சார்ந்தவர் போலும் என்றே அவர்கள் நினைத்தனர். அனைவரது கைகளும் கட்டப்பட்டன.

காஸ்ட்ரோவுக்கு சிறிது உறுத்தல். சாரியாவை இவர் இதற்கு முன்னால் பல்கலைக்கழகத்தில் வைத்து பார்த்திருக்கிறார். அவருக்கு சாரியாவை நன்றாகத் தெரிந்திருந்தது. ஒருவேளை தன்னைக் கண்டுபிடித்து விடுவாரோ என்று நினைத்துக்கொண்டார். காஸ்ட்ரோ சமீபமாக நிறைய அலைந்திருந்தார் என்பதால் மெலிந்து போயிருந்த தன்னை அவர் கண்டுபிடிக்க முடியாது என்றும் நினைத்துக்கொண்டார். பேசாமல் வண்டியில் ஏறி அமர்ந்தார்.

முன்வரிசையில் காஸ்ட்ரோவும் அவருக்கு அருகே சாரியாவும் அமர்ந்திருந்தனர்.

காஸ்ட்ரோவுக்கு உறுத்தியது. 'நான் உண்மையைச் சொல்லி விடுகிறேன். நீங்கள் தேடிக்கொண்டிருக்கும் குற்றவாளி நான்தான்' என்றார்.

சாரியா புன்னகைத்தார். 'எனக்குத் தெரியும் ஃபிடல்.'

காஸ்ட்ரோவுக்கு ஆச்சரியம். 'தெரிந்திருந்தும் எதற்காக என்னை விட்டுவைத்தீர்கள்? உங்கள் ஆள்கள் கொல்லவரும்போது ஏன் தடுத்தீர்கள்?'

'எதற்காக நான் உங்களைக் கொல்லவேண்டும்? தவறு செய்தது நீங்கள் அல்ல, இந்த அரசாங்கம்' என்றார் சாரியா.

காஸ்ட்ரோ அவரை விடவில்லை. 'என்னைக் கொல்லமறுத்தீர்கள் என்ற குற்றத்துக்காக உங்களைக் கொன்றுவிட்டால்?'

அதற்கும் சிரித்தார் சாரியா. 'நான் தயார்!'

•

'காஸ்ட்ரோ இறந்துவிட்டார்' எனும் செய்தி காட்டுத்தீ போல் ஹவானாவில் பரவிக்கொண்டிருந்தது. போராட்டத்தின்போது காஸ்ட்ரோ சுட்டுக்கொல்லப்பட்டதாகவும் அறிவிக்கப்பட்டது. ஆனால் பொதுமக்கள் இந்தச் செய்தியை நம்பிவிடவில்லை. அவர்கள் சந்தேகித்தது சரி என்பது போல் பெரஸ் ஹவானா விரைந்துசென்று தேவாலயத்தில் கூட்டத்தைக் கூட்டினார். காஸ்ட்ரோ இன்னமும் இறக்கவில்லை என்றும், கைது மட்டுமே செய்யப்பட்டுள்ளார் என்றும் அவர் தெரிவித்தார்.

அதே நாள், அதாவது ஆகஸ்ட் இரண்டாம் தேதி பாடிஸ்டா சாண்டியாகோவுக்கு விரைந்து ராணுவத்தினரைச் சந்தித்து வாழ்த் தினார். துணிச்சலாகப் போராடி கலகக்காரர்களை ஒடுக்கிய ராணுவ வீரர்களுக்கு பதக்கம் அணிவித்து மகிழ்ந்தார்.

•

காஸ்ட்ரோவை விசாரிக்க சாமியானோ என்பவர் நியமிக்கப் பட்டிருந்தார். இவர் ஒரு ராணுவத்தளபதி. காஸ்ட்ரோவிடம் பேசி எப்படியாவது உண்மையைக் கறந்துவிடவேண்டும் என்று அவர் விரும்பினார். ஒன்றன்பின் ஒன்றாக பல கேள்விகளை வீசினார். காஸ்ட்ரோ பேசத்தொடங்கினார். மொன்கடாத் தாக்குதலுக்கு திட்டம் தீட்டியது தொடங்கி தன்னுடைய சகாக்கள் யார், எதற்காக இந்தப் போராட்டம் என்று அனைத்து விபரங்களையும் பயப்படாமல் சொல்லி முடித்தார். சாமியானோ காஸ்ட்ரோவின் வாக்குமூலத்தை

வேறுவகையில் புரிந்து கொண்டார். ஏதோ சில பிரச்னையின் காரணமாக, காஸ்ட்ரோ தனது புரட்சிக்காரர்களின் பெயர்ப் பட்டியலை வாசிக்கிறான் போலும், அவர்களை மாட்டிவிடச் சம்மதிக்கிறான் போலும் என்று நினைத்துக்கொண்டார்.

சாமியானோவுக்கு திடீரென்று ஓர் அச்சம். 'இது நான் கொடுத்த வாக்குமூலம் அல்ல' என்று காஸ்ட்ரோ பின்னர் மறுத்து விட்டால் என்ன செய்வது? ஒரே வழிதான் அவருக்குத் தெரிந்திருந்தது. அந்த வழி இதுதான். தனிமையில் காஸ்ட்ரோ ஆயிரம் பேசினாலும் அது ஓர் ஆதாரமாக மாறமுடியாது. எனவே, அரசாங்கம், பொதுமக்கள் அனைவருக்கும் தெரியும்படி காஸ்ட்ரோ தனது தவற்றை ஒப்புக் கொண்டால்தான் தனக்குப் பெருமை என்று அவர் நினைத்துக் கொண்டார். பத்திரிகைகளுக்குத் தகவல் தெரிவித்து நிருபர்களை வரவழைத்தார். காஸ்ட்ரோ தனது தவறுகளை ஒப்புக்கொள்கிறார், வாருங்கள் என்று கூவினார் சாமியானோ.

பத்திரிகையாளர்களைச் சந்தித்தார் காஸ்ட்ரோ. வழக்கம்போல் பேச்சுத்திறமைதான் இம்முறையும் அவருக்குக் கை கொடுத்தது. 'எங்களது போராட்டம் க்யூபாவுக்காக. சர்வாதிகார ஆட்சியை முடிவுகட்டுவதற்காக. இந்தப் போராட்டத்தில் நாங்கள் சாக நேரிட்டாலும் பரவாயில்லை. எங்களுக்குத் தேவை க்யூபாவின் சுதந்தரம், சுதந்தரம் மட்டுமே!'

காஸ்ட்ரோ மிகத்தெளிவாக, மக்களின் மனத்தில் பதியும்படி தனது எண்ணங்களை வெளிப்படுத்தினார். பத்திரிகைகள் காஸ்ட்ரோவின் வாக்குமூலத்தை அப்படியே வெளியிட்டன. காஸ்ட்ரோவைப் பேசவைத்தது போதாதென்று அவரோடு சேர்ந்து ஒரு புகைப் படத்தையும் எடுத்துக்கொண்டார் சாமியானோ. அதுவும் எப்படி? காஸ்ட்ரோவை நடுவே நிற்கவைத்துவிட்டார். ஒருபுறம் சாமியானோ. மற்றொருபுறம் உதவித் தளபதி ஒருவர். சுவரில் மார்த்தியின் பெரிய படம். பார்த்தவர்கள் ஒரு கணம் குழம்பிப் போனார்கள். காஸ்ட்ரோ கைது செய்யப்பட்டிருக்கிறாரா அல்லது இரண்டு ராணுவத் தளபதிகளால் வரவேற்கப்பட்டிருக்கிறாரா? சாமியானோ நினைத்தது ஒன்று, நடந்தது வேறொன்று.

பரபரப்போடு செய்தித்தாளைப் பிரித்த மக்கள் காஸ்ட்ரோவின் புகைப்படத்தைக் கண்டதும் பெருமூச்சுவிட்டனர். ஆவலுடன் செய்திகளைப் படித்தனர். காஸ்ட்ரோ உயிரோடுதானிருக்கிறார். அவர் தொடுத்த போராட்டம் நம் நலனுக்காகத்தான் என்ற உண்மைகளை அவர்கள் உணர்ந்துகொண்டனர்.

காஸ்ட்ரோ சிறையில் அடைக்கப்பட்டார். சிறைக்குச் சென்ற ஒருசில மணி நேரங்களிலேயே மெல்ல மெல்ல சக கைதிகளுடன் தொடர்பு ஏற்படுத்திக்கொண்டார். கிடைக்கும் ஒரு சில நிமிஷங்களில் போராட்டத்தைப் பற்றி எடுத்துக்கூறினார். புரட்சியை விளக்கினார். தனிமை கிடைத்தபோதும் உறங்கிவிடவில்லை. சட்டப்புத்தகங்களை வாங்கி வைத்துக்கொண்டு படித்தார். தன்னைப் பார்க்க வரும் நண்பர்களிடமெல்லாம் இரண்டு விஷயங்களை வாங்கி வரச்சொல்வது அவர் வழக்கம். ஒன்று புத்தகம், மற்றொன்று சுருட்டு. நிறையப் படித்தார். அரசுக்கு எதிராகத் தாக்குதல் நடத்தினார் என்பதற்காகத்தான் சிறை. ஆனால், இங்கு காஸ்ட்ரோ தனது அடுத்தத் தாக்குதல் திட்டத்துக்காகத் தன்னை தயார் செய்துகொண்டிருந்தார்.

மிர்தாவும் ஃபிடலிட்டாவும் சிறைக்கு வந்தனர். காஸ்ட்ரோ இறந்து விட்டார் என்று முன்னர் அனைவரும் கூறியபோது அவர் அடைந்த வேதனையை விவரிக்க வார்த்தைகள் இல்லை. மெலிந்த உருவத்துடன் சிறைக்குள் அமர்ந்து ஃபிடலிட்டாவை கொஞ்சிக் கொண்டிருக்கும் தன் கணவனைப் பார்த்ததும் அவர் அழத் தொடங்கி விட்டார். ஃபிடலிட்டாவுக்கு ஒன்றுமே தெரியவில்லை. அவனுக்கு அப்போதுதான் நான்கு வயது நிரம்பிஇருந்தது. தாவி வந்து தன் அப்பாவின் முதுகில் ஏறிக்கொண்ட அவன், தன் தந்தையின் சட்டையைப் பிடித்திழுத்து விளையாடிக் கொண்டிருந்தான். கனத்த இதயத்துடன் அவனை காஸ்ட்ரோவிடமிருந்து பிரித்து அழைத்துச் சென்றார் மிர்தா.

அடுத்தடுத்த தினங்களில் சிறைக்காவலர்களை சிநேகம் பிடித்துக் கொண்டார் காஸ்ட்ரோ. அவர்களும் காஸ்ட்ரோவோடு எளிதாகப் பழகினார்கள். சதா புத்தகம் வாசித்துக்கொண்டும், கிறுக்கிக் கொண்டும் இருந்த அந்த மனிதன் ஆபத்தற்றவன் என்று அவர்களுக்குத் தோன்றியது. பிறகு காவலர்கள் மூலமாகவே செய்திகளை சேகரித்துக் கொண்டார்.

காஸ்ட்ரோவும் பிற கொட்டடியில் இருந்த தோழர்களும் செய்தி பரிமாறிக்கொள்ளும் முறை சுவையானது. ஒரு தோழர் குறிப் பொன்றை எழுதி தனக்குத் தெரிந்த வேறொரு கைதியிடம் கொடுப்பார். அந்தக் கைதி அதைப் பத்திரமாக மறைத்து வைத்திருந்து காஸ்ட்ரோ சிறையைக் கடந்து செல்லும்போது யாருக்கும் சந்தேகம் வராதபடி, காஸ்ட்ரோவை ஒருகணம் கூட நிமிர்ந்து பார்க்காமல் தன் கையிலிருந்த குறிப்பை அவர் பக்கமாக எறிந்துவிடுவார். காஸ்ட்ரோ அந்தக் குறிப்பைப் படித்து விஷயங்களைத் தெரிந்துகொள்வார். பதிலுக்கு இவர் ஏதாவது எழுதி அனுப்பவேண்டுமானாலும் இதே வழிமுறைதான்.

1953, செப்டம்பர் 21. விசாரணை தொடங்கியது. அரசாங்கத்துக்கு எதிராகச் செயல்பட்ட கலகக்காரர்களை விசாரிக்கப் போகிறார்கள் என்பதால் விசாரணை நடவடிக்கைகளை ரகசியமாக இருக்கும்படி பார்த்துக்கொண்டனர். தனி நீதிமன்றம், சிறப்புப் பாதுகாப்பு. யாருக்கும் அனுமதி கிடையாது. இப்படித்தான் தொடங்கியது விசாரணை. காஸ்ட்ரோ அழைத்து வரப்பட்டார். தான் எங்கே கூட்டிச்செல்லப் படுகிறோம் என்று அவருக்குத் தெரியாது. அமைதியாக வந்தார். 'இதோ இங்குதான் விசாரணை' என்று அதிகாரிகள் கூறியதும் நீதிமன்ற வளாகத்தை நிமிர்ந்து பார்த்தார். அவரால் சிரிக்காமல் இருக்க முடியவில்லை. எந்த இடத்தில் புகுந்து தாக்குதல் நடத்தினார்களோ மிகச் சரியாக அந்த இடத்தில்தான் விசாரணை. தனது தோழர்களுடன் துப்பாக்கியைத் தூக்கிக்கொண்டு சென்ற அதே இடத்துக்கு மீண்டும் நுழைகிறார்.

பிரதம நீதிபதி பெனிட்டோ ஓசாரியோ. மூன்று நீதிபதிகள் நியமிக்கப் பட்டிருந்தனர். கைதிகள் சார்பில் வாதாட 22 வழக்கறிஞர்கள், சாட்சியங்கள். இவர்கள் தவிர ஆறு பத்திரிகையாளர்களும் வரவழைக்கப்பட்டிருந்தனர். அவர்கள் என்ன செய்யவேண்டும், என்ன செய்யக்கூடாது என்பது குறித்து முன்னரே விரிவாக அறிவுறுத்தப் பட்டிருந்தனர். விசாரணையை அவர்கள் முழுவதுமாகப் பார்க்கலாம் என்றாலும் அவ்வளவு சுலபத்தில் எதையும் எழுதிவிடமுடியாது. இது ஒரு கண்துடைப்பு வேலைதான். பின்னால் ஏதாவது பிரச்னை எழுந்தால், பத்திரிகையாளர்கள் முன்னிலையில்தான் அனைத்து விசாரணைகளும் நடைபெற்றன என்று சொல்லிவிடலாம் அல்லவா? பாடிஸ்டாதான் ஏற்கெனவே நெருக்கடி நிலையை அறிவித்து விட்டாரே! பத்திரிகைகள் மட்டும் எப்படி தன்னிச்சையாக இயங்க முடியும்?

காஸ்ட்ரோ தனி ஜீப்பில் கொண்டுவரப்பட்டார். மற்றவர்கள் ராணுவ டிரக்குகளில். அதுவரை அமைதியாக இருந்த நீதிமன்ற வளாகம் காஸ்ட்ரோ நுழைந்தவுடன் மாறிப்போனது. கிசுகிசுத்த குரலில் 'ஃபிடல்' 'ஃபிடல்' என்று அழைக்கத்தொடங்கினர். அந்த அறையில் குழுமியிருப்பவர்களில் எத்தனை பேர் காஸ்ட்ரோ ஆதரவாளர்கள் எத்தனை பேர் காஸ்ட்ரோ எதிர்ப்பாளர்கள் என்று கண்டுபிடிக்க இயலவில்லை. காஸ்ட்ரோவின் முகத்தைத் தீவிரமாக ஆராய்ந்த பலர், அவர் சோர்வடைந்திருப்பதாகப் பேசிக்கொண்டனர். வேறு சிலர், அவர் எப்போதும் சோர்வடையமாட்டார் என்று பேசிக் கொண்டனர். காஸ்ட்ரோவின் வாதத்திறமையை நன்கு அறிந்த பலர் அவர் ஏதாவது பேசுவாரா என்று ஆவலுடன் எதிர்பார்த்துக் கொண்டிருந்தனர்.

வந்ததும் வராததுமாக காஸ்ட்ரோ தனது பணியைத் தொடங்கினார்.

'நீதிபதி அவர்களே, வணக்கம். நீங்கள் நீதி வழங்கத்தானே வந்திருக்கிறீர்கள்?'

நீதிபதி தலையசைத்தார்.

'அப்படியானால் எதற்காக விசாரணைக்கு முன்பாகவே கொடும் குற்றவாளிகளுக்குக்கூட தரப்படாத தண்டனையாக எங்களுக்கு விலங்கு பூட்டியிருக்கிறீர்கள், இதுதான் நீதியா?'

நீதிபதி ஒரு வார்த்தை கூட பேசவில்லை. விலங்குகளை உடனடியாக அவிழ்த்துவிட உத்தரவிட்டார்.

அன்றைய தினம் காஸ்ட்ரோ மீதுதான் விசாரணை. எதிர்த்தரப்பு வக்கீல் காஸ்ட்ரோவை ஏறிட்டார். அவருக்குப் பின்னால் சாட்சி யங்கள் தயாராக இருந்தனர். என்ன சொல்லியும் காஸ்ட்ரோ தப்பிக்க முடியாது. அவரை நேரில் கண்ட சாட்சிகள் உண்டு. தயாரிக்கப்பட்ட சாட்சிகள் வேறு. காஸ்ட்ரோவும் அவரது கூட்டாளிகளும் சுட்டுக் கொன்ற ராணுவ வீரர்களின் போலிப் பட்டியல் தயாராக இருந்தது.

காஸ்ட்ரோ கூண்டில் ஏறினார்.

'நீதிபதி அவர்களே, வழக்கு ஆரம்பிக்கும் முன் நான் ஒரு விஷயத்தைத் தெளிவுபடுத்த விரும்புகிறேன். மொன்கடாத் தாக்குதலை நடத்தியது நானும் எனது புரட்சித் தோழர்களும்தான். அரசாங்கத்துக்கு எதிராகத் திட்டம் தீட்டியது நாங்கள்தான். இத்தாக்குதல் நடவடிக்கைக்குத் தலைமை தாங்கியது நான்தான். எந்த உண்மையையும் நான் மறைக்க விரும்பவில்லை.'

வக்கீல் விழித்தார். இதென்ன சிரமப்பட்டு சாட்சியங்களை ஏற்பாடு செய்துவைத்தால் இந்த மனிதன் எல்லாவற்றையும் முதலிலேயே ஒப்புக்கொள்கிறாரே!

அடுத்து காஸ்ட்ரோ எழுப்பிய கேள்வி அவரை மேலும் குழப்பியது.

'நான்தான் தாக்குதலைத் தொடுத்தேன் என்று சொல்லிவிட்டேன். ஆனால், ஏன் அவ்வாறு செய்தேன் என்று யாருமே கேட்க வில்லையே?'

'ஏன்?' என்றார் நீதிபதி.

'சொல்கிறேன். ஆனால், அதற்கு முன்னால் நான் ஒரு வழக்கறிஞராக மாறவேண்டும்.'

அவரது கோரிக்கையை ஏற்றுக்கொண்ட நீதிமன்றம் காஸ்ட்ரோ தன் சார்பில் தானே வழக்காட ஒப்புக்கொண்டது. வழக்கம் போல் ஐந்து பிசோ செலுத்தச்சொன்னார்கள். சிறையிலிருந்து அப்படியே நீதிமன்றத்துக்குக் கொண்டுவரப்பட்ட காஸ்ட்ரோவிடம் ஒரு பிசோ கூட கிடையாது. காஸ்ட்ரோ சார்பில் கூட்டத்திலிருந்த ஒருவர் கட்டணத்தைச் செலுத்தினார். மற்றொரு வழக்கறிஞர் தனது மேல்கோட்டையும் அங்கியையும் கொடுத்தார். அந்த மனிதரோ சற்று குள்ளமானவர், மெலிந்த தேகம் கொண்டவர். அவருடைய கோட்டும் அங்கியும், திடகாத்திரமாக இருந்த காஸ்ட்ரோவுக்கு சற்றும் பொருந்தவில்லை.

'இனி என் வாதத்தைத் தொடங்குகிறேன்' என்று தொண்டையை கனைத்துக்கொண்டார் காஸ்ட்ரோ. அவர் கண்களுக்கு நேராக மார்த்தியின் புத்தகம் ஒன்று இருந்தது.

'ஏன் இந்தத் தாக்குதலைத் தொடுத்தேன் என்று இப்போது சொல்கிறேன். இப்போது ஆட்சியில் இருக்கும் அரசு சட்டவிரோதமான அரசு. பாடிஸ்டா மக்களால் தேர்ந்தெடுக்கப்பட்ட தலைவர் கிடையாது. அவர் ஒரு சர்வாதிகாரி. அவருடைய அரசு மக்கள் விரோத அரசு. இங்குள்ள அனைவருக்கும் தெரிந்த உண்மை இது. ஒரு சட்டவிரோதமான அரசாங்கத்தைத் தூக்கி எறிவதில் என்ன தவறு?'

வழக்கறிஞர் குறுக்கிட்டார். 'சொந்த நாட்டின் மீதே தாக்குதல் நடத்துவது அநியாயம் அல்லவா?'

'நீதிபதி அவர்களே, நாங்கள் தேசவிரோதிகள் அல்ல. க்யூபா எங்கள் தாய்நாடு. சிறுவயது முதலே பிறந்த நாட்டை நேசிக்குமாறு நாங்கள் அறிவுறுத்தப்பட்டிருக்கிறோம். அதன்படிதான் இன்றளவும் நாங்கள் நடந்துவருகிறோம். நாங்கள் க்யூபாவையும் க்யூபர்களையும் நேசிக்கிறோம் என்பதற்கு எங்களது மொன்கடாத் தாக்குதலைத் தவிர வலுவான ஓர் அத்தாட்சி இருந்துவிடமுடியாது. தாய்நாட்டுப் பற்று இல்லையென்றால் மக்கள் எக்கேடாவது கெட்டுப்போகட்டும், பாடிஸ்டா என்னவாவது செய்துகொள்ளட்டும் என்று இருந்திருப்போம்.'

'அப்படியானால் நீங்கள் யார் மீது குற்றம் சுமத்துகிறீர்கள்?'

காஸ்ட்ரோ தெளிவான குரலில் தன்னைச் சுற்றியிருப்பவர்களைப் பார்த்துக்கொண்டே கூறினார், 'பாடிஸ்டா மீது.'

வழக்கு மறுநாள் ஒத்திவைக்கப்பட்டது.

அப்பட்டமாக பாடிஸ்டா மீது காஸ்ட்ரோ சுமத்திய குற்றச்சாட்டைக் கேட்டு அரசு அதிகாரிகள் கோபமும் எரிச்சலும் அடைந்தனர். ஒரு சாதாரண கைதி இத்தனைத் துடுக்குத்தனத்துடன் ராணுவ முகாமைத் தாக்கவும் செய்து அதற்கு நியாயமும் கற்பிக்கிறானே? தவிரவும் பாடிஸ்டா மீதல்லவா இவன் குற்றம் சுமத்துகிறான்? அவர்கள் ஒரு முடிவுக்கு வந்தனர். இனியும் காஸ்ட்ரோவை நீதிமன்றத்துக்கு அழைத்து வரக்கூடாது. அவரை வாதாடவும் அனுமதிக்கக்கூடாது. மக்கள் அவரது பேச்சைக் கேட்டால் கட்டாயம் குழம்பிப்போவார்கள். இந்தக் கலகக்காரனை விட்டுவைத்தால் அரசாங்கத்துக்கே ஆபத்து. சாவியானோ எனும் அதிகாரிக்கு ஒரு திட்டம் தோன்றியது. பேசாமல் சிறைச்சாலையில் வைத்து காஸ்ட்ரோவைச் சுட்டுக்கொன்று விட்டு, தப்பி ஓட முயன்றார் அதனால் சுட்டுவிட்டோம் என்று சொல்லிவிட்டால் என்ன? மற்றொருவர் வேறொரு யோசனையை முன்வைத்தார். சுட்டுக் கொன்றால் அனைவருக்கும் தெரிந்துவிடும். அதனால் அவர் புகைக்கும் சுருட்டில் விஷம் வைத்துவிடலாம். இத்திட்டம் ஏற்றுக் கொள்ளப்பட்டது. ஆனால் நிறைவேறவில்லை.

சிறையிலிருந்த ஆயுள்கைதிகளுக்கு இந்த விஷயம் எப்படியோ போய்ச் சேர்ந்தது. அவர்கள் உடனடியாக காஸ்ட்ரோவை எச்சரித்தனர். காஸ்ட்ரோ சுருட்டுப் பெட்டி பக்கமே போகவில்லை. சிறை அதிகாரிகள் அளிக்கும் உணவையும் கவனமாக வாங்கிவந்து மணலில் கொட்டினார். காஸ்ட்ரோவால் சுருட்டு பிடிக்காமல் இருக்கமுடியாது என்பது அவரது தோழர்களுக்குத் தெரியும். காஸ்ட்ரோ என்றால் புரட்சி. புரட்சிக்கு அடுத்தபடியாக சுருட்டு. இதுதான் தோழர்கள் காஸ்ட்ரோவைப் பற்றி அறிந்து வைத்திருந்தது. அதனால், வெளியிலிருந்து புகையிலையைத் தருவித்து காகிதம் கொண்டு சுருட்டி, அவர்களாகவே சுருட்டுகளைத் தயாரித்து காஸ்ட்ரோவுக்கு வழங்கினர். மீண்டும் எப்போது நீதிமன்றம் போவோம் என்று காத்துக் கொண்டிருந்தார் காஸ்ட்ரோ. அடுத்த முறை பேச அனுமதித்தால் என்னென்ன பேசவேண்டும் என்று யோசித்துக்கொண்டிருந்தார்.

செப்டம்பர் 26. நீதிமன்றம் கூடியது. அனைவரது கண்களும் காஸ்ட்ரோவை எதிர்பார்த்துக்கொண்டிருந்தன. ஆனால் அவரைக் காணவில்லை. 'ஃபிடல் காஸ்ட்ரோ மீதான விசாரணையைத் தொடங்கலாம்' என்று அறிவிக்கப்பட்டது.

'மன்னிக்கவேண்டும் நீதிபதி அவர்களே. காஸ்ட்ரோ இன்று வரவில்லை' என்றார் ராணுவ அதிகாரி.

'ஏன்?' என்றார் நீதிபதி.

‘அவருக்கு உடல்நிலை சரியில்லை. நடமாட முடியவில்லை. எழுந்து நிற்கக்கூட முடியாத நிலையில் உள்ளார். அவரைப் பரிசோதித்த மருத்துவர்கள் அவர் கட்டாயம் ஓய்வில் இருக்க வேண்டும் என்று சொல்லிவிட்டனர்.’

‘அதற்கு என்ன ஆதாரம்?’

‘இதோ மருத்துவர் கொடுத்த சான்றிதழ்’ என்று கூறியபடி அந்தச் சான்றிதழை நீதிபதிக்கு வழங்கினார் அந்த அதிகாரி.

‘சரி, அப்படியானால் காஸ்ட்ரோ உடல்நலம் அடைந்தபிறகு விசாரணையைத் தொடங்கலாம்’ என்றபடி தனது இருக்கையை விட்டு எழுந்தார் நீதிபதி.

திடீரென்று ஒரு பெண் குரல். ‘ஒரு நிமிஷம் நீதிபதி அவர்களே...’

அனைவரும் ஆச்சரியத்துடன் திரும்பிப் பார்த்தனர். மெல்பா!

விறுவிறுவென்று நடந்துவந்த மெல்பா நேராக நீதிபதியை நோக்கிச் சென்றார். ‘இங்குள்ளவர்கள் பொய் சொல்கிறார்கள். காஸ்ட்ரோ நலமாகத்தான் இருக்கிறார்.’

‘அதற்கு என்ன ஆதாரம்?’ என்றார் நீதிபதி.

மெல்பா அவசரப்படாமல் தன் தலைமுடியைத் துழாவினார். சில விநாடிகளில் சுருட்டப்பட்ட ஒரு காகிதம் தோன்றியது. ‘இதோ ஃபிடல் காஸ்ட்ரோ தன் கைப்பட நீதிமன்றத்துக்கு எழுதிய கடிதம்!’

அது காஸ்ட்ரோவின் கையெழுத்துதான் என்பது உறுதிசெய்யப் பட்டது.

மெல்பா தொடர்ந்தார். ‘காஸ்ட்ரோவின் உயிருக்கு ஆபத்து நேர்ந் திருக்கிறது. அவரைப் பத்திரமாக நீதிமன்றத்துக்கு வரவழைப்பது நீதிபதிகளின் கடமை!’

நீதிபதி யோசித்தார்.

‘நாளை ஃபிடல் காஸ்ட்ரோ இங்கு கொண்டுவரப்படவேண்டும். அவரது உயிருக்கு எந்தவிதச் சேதமும் ஏற்படக்கூடாது. இரண்டு மருத்துவர்கள் காஸ்ட்ரோவைப் பரிசோதிப்பார்கள். அவர்களுடைய சான்றிதழ் என்னிடம் உடனடியாக வந்துசேரவேண்டும்’ - என நீதிபதி உத்தரவிட்டார்.

•

அத்தனைக் காவலுக்கு மத்தியில் மெல்பா தனது தலைமுடியில் காஸ்ட்ரோவின் கடிதத்தை மறைத்துக் கொண்டு வந்ததைப் போல் வழக்கு விபரங்களும் நீதிமன்றத்திலிருந்து எப்படியோ ரகசியமாக மக்களைச் சென்றடைந்தது. காஸ்ட்ரோ மீதான அவர்களது மரியாதை மேலும் கூடியது. அதே சமயம், காஸ்ட்ரோவைக் கொல்ல பாடிஸ்டா அரசு செய்த முயற்சிகள் அவர்களைக் கொதிப்படையச் செய்தது. காஸ்ட்ரோ எதிர்பார்த்ததும் இதைத்தான்.

விசாரணை வளாகம். காஸ்ட்ரோ தயாராகிவிட்டிருந்தார். 'இதுதான் நமக்குக் கொடுக்கப்பட்டுள்ள கடைசி சந்தர்ப்பம். எத்தனை சிரமங்கள்? எத்தனை தியாகங்கள்? பார்த்துப் பார்த்து தீட்டிய திட்டம். ஆனால் இப்போது அத்தனையும் பாழ். இனி தண்டனை உறுதி. சந்தேகமேயில்லை. ஆனால் அதற்கு முன்னால் செய்யவேண்டிய முக்கிய விஷயம் ஒன்று உண்டு. எதற்காக இந்தத் தாக்குதலை நடத்தினோம் என்று மக்களிடம் சொல்லிவிடவேண்டும். போராட்ட முயற்சிகள் தோல்வியடையலாம், தவறில்லை. ஆனால், போராட்டம் தோல்வியடையக் கூடாது. அது காக்கப்படவேண்டும். புரட்சிக் கனல் பரவவேண்டும். இது மக்களுக்கான போராட்டம். மக்கள் முன்எடுத்துச் செல்லவேண்டிய போராட்டம். இதை அவர்கள் உணரவேண்டும். அதை உணர்த்தவேண்டியது என்னுடைய கடமை' என உறுதி பூண்டார்.

நீதிபதியின் இருக்கைக்குப் பின்னால் இருந்த மார்த்தி தீர்க்கமான பார்வையோடு காஸ்ட்ரோவைப் பார்ப்பது போல் இருந்தது. காஸ்ட்ரோ தொடங்கினார்.

'நீதிபதி அவர்களே... நான் சில சாட்சியங்களை விசாரிக்க விரும்புகிறேன். சில உண்மைகளைத் தெளிவுபடுத்த விரும்புகிறேன். அத்தனை விவரங்களையும் வெளிப்படையாக அறிவிக்க விரும்புகிறேன். அதற்கு உங்களது அனுமதி வேண்டும். நான் கூறப்போகும் சங்கதிகளை நீங்கள் கேட்கவேண்டியது அவசியம்.'

நீதிபதி தலையசைத்தார்.

'முதலில் நான் விசாரிக்க விரும்புவது மெல்பாவை.'

பார்வையாளர்கள் வியப்படைந்தனர். புரட்சியை முன்னெடுத்துச் சென்றவர் காஸ்ட்ரோ. அவருடன் இணைந்து தாக்குதல் நடத்தியவர் மெல்பா. இவரை வைத்து என்ன விசாரணை செய்துவிடப்போகிறார். மெல்பாவைத் தப்பிக்கவைக்க போடும் நாடகமா?

மெல்பா கூண்டில் ஏறினார். காஸ்ட்ரோ மெல்பாவிடம் திரும்பினார்.

'தாக்குதல் நடந்தபோது புரட்சிக்காரர்களுடன் இணைந்து செயல் பட்டதை நீங்கள் ஒப்புக்கொள்கிறீர்களா?'

'ஆம், ஒப்புக்கொள்கிறேன்' என்றார் மெல்பா.

'தாக்குதல் தொடங்கப்பட்டபோது நீங்கள் என்ன செய்து கொண்டிருந்தீர்கள் என்று சொல்லமுடியுமா?'

'நான் மருத்துவமனையில் இருந்தேன். அங்கு வைத்துதான் நான் கைதுசெய்யப்பட்டேன்.'

'நீங்கள் மருத்துவமனைக்குள் நுழைந்தபோது மருத்துவர்களும் செவிலியர்களும் இருந்தார்களா? உங்களை அவர்கள் தாக்க முயற்சிக்கவில்லையா? உங்களைக் காட்டிக்கொடுக்கவில்லையா?'

'இல்லை. உண்மையைச் சொல்லப்போனால் எங்களுக்கு உதவியதே அவர்கள்தான். ராணுவப் படையிடமிருந்து எங்களைக் காப்பாற்றியதும் அவர்கள்தான்!'

வழக்கறிஞர்கள் தங்களுக்குள் பார்வையைப் பரிமாறிக்கொண்டனர். காஸ்ட்ரோவை கலகக்காரன் என்று சொல்வது சரிதான் என்று நினைத்துக்கொண்டனர்.

'புரட்சிக்காரர்கள் மருத்துவமனையிலிருந்த யாரையாவது தாக்கினார்களா? உயிர்ச்சேதம் விளைவித்தார்களா?'

'ஒரு சிறு கீறல்கூட யார் மீதும் விழவில்லை. மாறாக, ராணுவப் படையினர்தான் குரூரமாக நடந்துகொண்டனர்' - சொல்லும்போதே மெல்பாவின் குரல் தழுதழுத்தது.

'ராணுவப்படையினர் அப்படி என்னதான் செய்தார்கள் என்று விளக்கமுடியுமா?'

மெல்பா தேம்பித் தேம்பி அழுதபடியே விவரிக்கத் தொடங்கினாள். ஆபேலின் விழியைத் தோண்டியெடுத்து கொடுமைப்படுத்தியதை, ரால் கோமஸ் கார்சியாவை நெற்றிப்பொட்டில் சுட்டுக்கொன்றதை, கைதிகளை மிருகத்தனமாக துப்பாக்கிக்கட்டையால் நொறுக்கியதை... இப்படி சொல்லிக்கொண்டே போனார். யாரும் ஒரு வார்த்தையும் பேசவில்லை, பேசமுடியவில்லை. 'அவள் சொல்வது பொய்' என்று மறுக்க முடியவில்லை. அரசாங்கத் தரப்பு அதிகாரிகளும், ஏன் ராணுவ வீரர்களுமே அவமானத்தால் வெட்கித் தலைகுனியவேண்டிய நிலை. நீதிமன்றம் உறைந்துபோனது.

காஸ்ட்ரோ தனது வேதனையை மறைத்துக்கொண்டு தொடர்ந்தார்.

‘ஆபேலின் விழியைத் தோண்டி அவரைக் கொன்றது யார் என்று சொல்லமுடியுமா?’

‘இதோ இவன்தான்...’ கூட்டத்திலிருந்த அந்த ராணுவ அதிகாரியைச் சுட்டிக்காட்டினாள் மெல்பா.

ஒட்டுமொத்த கண்களும் அந்த வீரனை மொய்த்தன. அவன் பொறுமையிழந்து கத்தினான்.

‘ஆமாம். நான்தான் அந்த நாயைச் சுட்டுக்கொன்றேன். அதற்காக பாடிஸ்டா எனக்கு விருதும் கேடயமும்கூட அளித்தார்.’

‘குற்றவாளியே குற்றத்தை ஒப்புக்கொண்டாகிவிட்டது. அடுத்து ஜீசஸ் மொன்டானே’ என்றார் காஸ்ட்ரோ.

விசாரணை தொடங்கியது.

மொன்டானே ஒரு ராணுவ வீரனைச் சுட்டிக்காட்டினான். ‘இதோ, இவன்தான் போரிஸ் லூயிஸ் எனும் தோழனை சித்திரவதை செய்து கொன்றவன். இவன் செய்த கொடுமைகளை விவரிக்கக்கூட என்னால் முடியவில்லை. என்னையும்கூட கொன்றுவிடுவதாக இவன் மிரட்டினான்.’

நீதிபதிகள் தலையை தொங்கப் போட்டுக்கொண்டனர். காஸ்ட்ரோ ஒவ்வொருவராக வரவழைத்தார்.

‘தயங்காமல் நீங்கள் கண்ட காட்சிகளை விவரியுங்கள். இது நீதி வழங்கும் இடம். இங்கே யாரும் உங்களை எதுவும் செய்யமுடியாது. என்ன நான் சொல்வது சரிதானே?’ என்று நீதிபதியை திரும்பிப் பார்த்தார் காஸ்ட்ரோ. அவர்களுக்கு தயக்கம் ஒரு பக்கம், அச்சம் ஒரு பக்கம், கடமையுணர்வு ஒரு பக்கம். வேறு வழியின்றி தலையசைத்தனர்.

புரட்சி வீரர்கள் தாம் கண்ட காட்சிகளை விவரிக்கத் தொடங்கினர். அவர்களால் முழுவதுமாகக்கூட சொல்ல முடியவில்லை. கண்ணீர் முட்டிக்கொண்டு வந்தது. திக்கித் திணறினர். சிலரால் சம்பந்தப்பட்ட ராணுவ அதிகாரிகளை அடையாளம் காட்ட முடிந்தது. வேறு சிலரால் முடியவில்லை. ராணுவ வீரர்கள் புரட்சிக்காரர்களை எப்படி யெல்லாம் கீழ்த்தரமாக சித்திரவதை செய்தனர், எப்படியெல்லாம் தண்டித்தனர், எத்தனை பேரைக் கொன்றனர் போன்ற விபரங்கள் வெளிவர வெளிவர நீதிபதிகள் அவமானத்தால் துடிதுடித்தனர்.

அடுத்த கட்ட விசாரணை தொடங்கியது. இந்த முறை கூண்டில் ஏறியவர்கள் ராணுவ வீரர்கள். காஸ்ட்ரோவின் தோழர்கள்

முன்வைத்த குற்றச்சாட்டுகளுக்கு அவர்கள் தம் தரப்பு வாதத்தை முன்வைக்கவேண்டிய நேரம். ஆனால், அவர்களால் சரிவரப் பேசமுடியவில்லை. எந்தவிதத்திலும் தங்கள் செயலுக்கு நியாயம் கற்பிக்க முடியவில்லை. காஸ்ட்ரோ அவர்களைச் செயலிழக்க வைத்தார்.

'எங்களுக்கு அளிக்கப்பட்ட பணிகளைத்தான் செய்து முடித்தோம்' என்றான் ஒரு வீரன்.

'உங்களுக்கு இந்தப் பணிகளை யார் வழங்கியது?' என்றார் காஸ்ட்ரோ.

'பாடிஸ்டா'

அவ்வளவுதான். அதற்கு மேல் சொல்ல எந்த விஷயமும் அவர்களிடம் இல்லை. நீதிபதிகளுக்கு என்ன செய்வது என்றே விளங்கவில்லை.

காஸ்ட்ரோ எழுந்தார். 'நீதிபதி அவர்களே... இதுவரை நடந்துள்ள விசாரணைகளிலிருந்து உண்மையான குற்றவாளிகள் யார் என்பதையும், தேசவிரோதிகள் யார் என்பதையும் புரிந்து கொண்டிருப்பீர்கள் என்று நம்புகிறேன். இனி அடுத்த கட்ட விசாரணையைத் தொடங்குகிறேன். புரட்சியாளர்கள் ஏதாவது தவறு செய்தார்களா, ராணுவ வீரர்களை யாராவது கொன்றார்களா, அரசாங்கச் சொத்துகளுக்கு பங்கம் விளைவித்தார்களா என்று விசாரணை செய்ய விரும்புகிறேன்.'

மருத்துவமனை ஊழியர்களையும் மருத்துவர்களையும் வர வழைத்தார். குறுக்கு விசாரணை தொடங்கியது.

'இங்குள்ள புரட்சியாளர்கள் மருத்துவமனைக்குள் புகுந்தது உண்மை தானே?'

'ஆம். உண்மைதான்.'

'அவர்களால் கொல்லப்பட்டவர்களின் எண்ணிக்கை தோராயமாக எத்தனை இருக்கும்?'

'அவர்கள் ஒருவரையும் கொல்லவில்லை!'

'காயமடைந்தவர்களின் எண்ணிக்கை?'

'ஒருவரும் காயமடையவில்லை!'

அழைக்கப்பட்ட ஒவ்வொரு மருத்துவரும், ஒவ்வொரு செவிலி யரும், ஒவ்வொரு ஊழியரும் ஒரே மாதிரியான பதில்களைத்தான் வழங்கினார்கள்.

காஸ்ட்ரோ நீதிபதியிடம் திரும்பினார். 'மற்றொரு முக்கிய விவரத்தையும் நான் தெரியப்படுத்த விரும்புகிறேன். அதாவது தாக்குதல் நடந்த ஜூலை 26 முதல் ஆகஸ்டு 2 வரையில் ராணுவப் படையினரால் கொல்லப்பட்டவர்களைப் பற்றி சில வார்த்தைகளைச் சொல்ல விரும்புகிறேன். அவர்கள் மொத்தம் 61 பேர். அவர்களது பெயர்களை நான் இப்போது வாசித்துக் காட்டுகிறேன்.'

அந்த அறை முழுவதும் வெப்பம் பரவியது. வக்கீல்கள் அதிசயித்துப் போயினர். காஸ்ட்ரோ இருந்தது என்னவோ சிறையில். எப்படி அவரால் இந்த வழக்கில் இத்தனை சுறுசுறுப்புடன் வாதாட முடிகிறது? இத்தனை பெரிய தோல்விக்குப் பிறகும் எப்படி இவரால் துவண்டுவிடாமல் இருக்க முடிகிறது? எப்படி வழக்கு விவரங்களைச் சேகரிக்க முடிந்தது?

நீண்ட பட்டியலை வாசித்து முடித்த காஸ்ட்ரோ நீதிபதியை ஏறிட்டார். 'நீதிபதி அவர்களே! புரட்சியாளர்கள் மீது வன்முறையைக் கட்டவிழ்த்து விட்ட ராணுவ வீரர்கள் மீது சட்டப்படி வழக்குப் பதிவு செய்யும் உரிமையை எனக்கு அளிக்க வேண்டுகிறேன்.'

அந்த உரிமை உங்களுக்கு உண்டு!' இதைத்தவிர அந்த நீதிபதியால் வேறொன்றும் சொல்ல இயலவில்லை. 'நன்றி' என்றபடி தன் இருக்கையில் வந்து அமர்ந்தார் காஸ்ட்ரோ.

இதே கால்பந்தாகவோ, குஸ்திச் சண்டையாகவோ இருந்திருந்தால் கைத்தட்டல் வானைப் பிளந்திருக்கும். காஸ்ட்ரோவையும் அவரது தோழர்களையும் விசாரிக்க, அவர்களுக்கு தண்டனையளிக்கத்தான் இந்த நீதிமன்றம் கூட்டப்பட்டது. காஸ்ட்ரோ ஒரு தேசத்துரோகி, அரசாங்கத்தை எதிர்த்துச் செயல்படும் கலகக்காரன், தீவிரவாதி என்று பட்டங்கள் சூட்டத்தான் இந்த விசாரணையே தொடங்கப்பட்டது. ஆனால் காஸ்ட்ரோ எல்லாவற்றையும் தலைகீழாக மாற்றிப்போட்டு விட்டார். நீதிமன்றத்தையே புரட்டிப் போட்டுவிட்டார். முடிவில், பாடிஸ்டா அரசையே குற்றவாளிக் கூண்டில் நிற்கவைத்துவிட்டார். சம்பந்தப்பட்ட ராணுவ வீரர்கள் மீது வழக்குத் தொடுக்கும் உரிமையையும் பெற்றுவிட்டார்.

வழக்கு இறுதிக் கட்டத்தை நோக்கி நகர்ந்துகொண்டிருந்தது.

காஸ்ட்ரோவிடம் தனது முதல் கேள்வியைக் கேட்டார் நீதிபதி.

'மொன்கடாத் திட்டத்துக்கு மூலகுரு யார்?'

திட்டத்துக்குத் தூண்டுதலாக உள்ள குருவுக்குத்தான் எப்போதும் தண்டனைகள் அதிகம்.

‘உங்கள் முதுகுக்குப் பின்னால் புகைப்படமாகத் தொங்கிக் கொண்டிருக்கும் ஹொஸெ மார்த்தி, அவர்தான் என் குரு. ஆனால் அவரை உங்களால் தண்டிக்கமுடியாது. உங்கள் அனுமதியோடு அவருடைய ஒரு சில வார்த்தைகளை இங்கே பகிர்ந்து கொள்ள விரும்புகிறேன்.’

அனைவரும் மவுனமாக அவரையே பார்த்துக்கொண்டிருக்க, காஸ்ட்ரோ சற்று உரத்த குரலில் கைகளை வீசியபடி தொடர்ந்தார்.

‘மக்கள் விரோத, தேச விரோத ஆட்சியை அகற்ற உயிரைப் பணயம் வைத்து, ஆயுதம் ஏந்திப் போராடுபவர்கள்தான் க்யூபாவின் உண்மை யான குடிமக்கள். அவர்கள் நல்ல மனிதர்கள். அவர்கள் சாகடிக்கப் பட்டாலும் மக்களை வாழவைக்கவே அவர்கள் தியாகம் செய்கிறார்கள். எனவே, அவர்களை வாழ்த்துகிறேன்.’

காஸ்ட்ரோ தொடர்ந்தார் - ‘இறுதியாக ஒன்றைச் சொல்ல விரும்பு கிறேன். நீங்கள் எனக்கு எவ்வளவு கடுமையான தண்டனையையும் வழங்கலாம். நான் அதை மதித்து ஏற்றுக்கொள்வேன். ஒருவேளை நீங்கள் என்னை விடுதலை செய்வதாக இருந்தால் நான் என்ன செய்வேன் தெரியுமா? மீண்டும் ஒரு தாக்குதலுக்குத் திட்டமிடுவேன். மீண்டும் இந்த அரசைக் கவிழ்க்கப் போராடுவேன்!’

வழக்கு தள்ளிப் போடப்பட்டது. வழக்கு விவரங்களைத் தெரிந்து கொண்ட பாடிஸ்டாவுக்கு அதிர்ச்சி மேல் அதிர்ச்சி. எவ்வளவு துணிச்சலாக நீதிமன்றத்திலேயே அத்தனை ராணுவ வீரர்களுக்கு மத்தியில், காவல் அதிகாரிகளுக்கு முன்னிலையில் தன்னை எதிர்த்து அறைகூவல் விடுகிறான்? இவனைக் கொல்லாமல் விட்டது எத்தனை பெரிய தவறாகிவிட்டது? இவனை நீதிமன்றத்தில் நிறுத்தியதே பெரும் தவறாகப் போய்விட்டதே?

அதற்குப் பிறகு காஸ்ட்ரோ நீதிமன்றத்துக்கு வரவில்லை. விசாரணைகள் தொடர்ந்தன. நீதிபதி தனது தீர்ப்பை வாசித்தார். குற்றம் சுமத்தப்பட்ட 122 பேரில் 29 பேரைத் தவிர ஏனையோர் விடுவிக்கப்பட்டனர். இது காஸ்ட்ரோவின் வாதத்துக்கு கிடைத்த மகத்தான வெற்றி. ரால் காஸ்ட்ரோ உள்ளிட்ட மூத்த தலைமைக் குழுவினருக்கு பதின்மூன்று ஆண்டுகள் சிறைத்தண்டனை விதிக்கப் பட்டது. சிறைக்கைதிகள் அனைவரும் பைன்ஸ் தீவுக்கு அனுப்பப் பட்டனர். மெல்பா, எய்டி இருவருக்கும் பெண்கள் சீர்திருத்தச் சிறை.

எஞ்சியிருப்பது காஸ்ட்ரோ மட்டும்தான். அவர் மீண்டும் விசாரணைக்கு அழைத்து வரப்பட்டார். இந்த முறை வேறு இடம். பார்வையாளர்கள் கிடையாது. உண்மையில் அது நீதிமன்றம்கூட

கிடையாது. செவிலியர்களின் அறை. காஸ்ட்ரோவுடன் மீண்டும் தர்க்கத்தைத் தொடங்கினால் அவர் 24 மணிநேரம் கூட எடுத்துக் கொள்வார் என்ற பயம் நீதிபதியிடம் இருந்தது. அதனால் வழக்கைத் தொடங்குவதற்கு முன்பே தெளிவாகக் கூறிவிட்டார். 'இன்றைய விசாரணை நேரம் இரண்டு மணி நேரம்தான்.'

இரண்டு மணி நேரத்தில் காஸ்ட்ரோ ஒன்றரை மணி நேரத்தை எடுத்துக்கொண்டார். இந்த ஒன்றரை மணிநேர வாதம் (உண்மையில் அதை ஓர் உரை என்றுதான் சொல்லவேண்டும்) க்யூபாவின் எதிர்காலத்தை நிர்ணயம் செய்தது. க்யூபாவின் அன்றைய அரசியலை, குரூர ராணுவத்தை, ஒடுக்குமுறையை கண்ணாடி போல் எடுத்துக்காட்டியது. கட்டிலுக்குக் கீழே ஒளிந்து கொள்பவர்களைக் கூட கர்ஜனையுடன் திமிறி எழுந்து வருமாறு செய்தது. இந்த நீண்ட உரைதான் பின்னாளில் 'வரலாறு என்னை விடுவிக்கும்' (History Will Absolve Me) எனும் தலைப்பில் புத்தகமாக வெளியிடப்பட்டது.

காஸ்ட்ரோ தனது வாதத்தை முடிக்கும் வரை காத்துக்கொண்டிருந்த நீதிபதி தனது தீர்ப்பை வாசித்தார். 'நேர்மையுடன் தனது நோக்கங்களை ஒப்புக்கொண்ட ஃபிடல் காஸ்ட்ரோவை இந்த நீதிமன்றம் பாராட்டுகிறது. ஆனால் ஆயிரம் காரணங்களைச் சொன்னாலும் சட்டத்தைத் தன் கையில் எடுத்துக்கொண்டு அவர் செயல்பட்டது தவறு. எனவே அவருக்கு பதினைந்து ஆண்டுகால சிறைத்தண்டனை விதிக்கிறேன்.' காஸ்ட்ரோ சிறைக்குக் கொண்டுபோக தயார்படுத்தப் பட்டார். கைவிலங்கு இடப்பட்டது. அவருக்காக விமானம் தயாராக இருந்தது.

●

பைன்ஸ் தீவுக்குள் நுழையும்போது காஸ்ட்ரோவுக்குக் கட்டாயம் சிலிர்த்திருக்கவேண்டும். காரணம், பைன்ஸ் சிறைச்சாலை மற்ற சிறைச்சாலைகளைப் போன்றதல்ல. க்யூபாவின் வரலாற்றை திருத்தி எழுதிய சிறைச்சாலை. அமெரிக்கா மற்றும் ஸ்பானிய காலனியாதிக்கத்தை எதிர்த்து நின்று, தன் உயிரை இழந்த மார்த்தி சிறை வைக்கப்பட்டது இங்குதான். மார்த்திதான் தன்னுடைய மூலகுரு என்று காஸ்ட்ரோ சற்று முன்தான் அறிவித்திருந்தார். விரைவில் அவர் சிறைவைக்கப்பட்ட இடத்துக்கே காஸ்ட்ரோவை அனுப்பிவைத்தது நீதிமன்றம்.

உள்ளே நுழைந்த மறுகணமே தேதி குறிக்கத் தொடங்கிவிட்டார் காஸ்ட்ரோ. எப்போது பதினைந்து ஆண்டுகள் முடியும் என்றல்ல. அடுத்த தாக்குதலை எப்போது தொடங்கலாம் என்றுதான். முன்னர் சாண்டியாகோவில் இருந்தபோது சிறைச்சாலையை எவ்வாறு பயிற்சி

சாலையாக மாற்றுவது என்று கற்றுக்கொண்டிருந்தார். அது இப்போது உதவிக்கு வந்தது. ஏற்கெனவே சிறைக்கு அனுப்பப்பட்டிருந்த தோழர்களோடு ரகசியமாக செய்திப் பரிமாற்றத்தைத் தொடங்கினார். மனைவி மிர்தாவுக்குக் கடிதங்கள் எழுதினார். தன் கணவனுக்கு மரணதண்டனை அளிக்காமல் சிறைத்தண்டனையாக குறைத்துவிட்டதைக் கேள்விப் பட்டு மிர்தாவுக்கு ஒருபுறம் மகிழ்ச்சி. 'உங்களுக்கு ஏதாவது அனுப்பி வைக்கவா?' என்று மிர்தா கேட்டவுடன் காஸ்ட்ரோ ஒரு முழுத் தாளில் 1,2,3 என்று பட்டியல் போடத்தொடங்கிவிட்டார். அத்தனையும் புத்தகங்கள். போராட்ட காலத்தில் தனக்குக் கிடைத்த அற்புத வாய்ப்பாக காஸ்ட்ரோ பைன்ஸ் தீவைக் கருதியதில் ஆச்சரியமில்லை.

இதற்கு அடுத்த கட்டமாக சிறைச்சாலையில் ஒரு வகுப்பறையை உருவாக்கினார். நிறைய விவாதித்தனர். வகுப்புகள் எடுக்கப்பட்டன. ஒவ்வொருவரது படிப்புக்கும் திறமைக்கும் ஏற்ப பணிகள் ஒதுக்கப் பட்டன. சில முக்கிய நூல்களை கட்டாயம் கற்கவேண்டும் என்று காஸ்ட்ரோ வற்புறுத்தினார். வரலாறு பற்றிய புரிதல் அவசியம் என்று விளக்கிக் கூறினார். சிறைக்காவலர்களுக்கு காஸ்ட்ரோ நிரம்பவே நன்றிக்கடன் பட்டிருக்கிறார். இத்தனை சுதந்தரமாக அவரைச் செயல்பட அனுமதிக்காவிட்டால் அவரது கதி என்னவாகியிருக்கும்? ஹவானா அரசியல் குறித்த செய்திகள் உடனுக்குடன் அவரை வந்தடைந்தது. பாடிஸ்டா குடியரசுத் தலைவருக்கான தேர்தலை அறிவித்திருக்கிறார் என்று கேள்விப்பட்டவுடன் 'இதோ! மற்றொரு தேர்தல் நாடகம் தொடங்கிவிட்டது' என்று நண்பர்களிடம் கூறினார்.

ஒரு சமயம் பாடிஸ்டா, சிறைக்கு மிக அருகே ஒரு தொடக்க விழாவில் கலந்துகொள்ள வரவிருப்பதாக அறிந்தார். உடனே கூட்டம் கூட்டப் பட்டது. பாடிஸ்டாவுக்கு தம்முடைய எதிர்ப்பை எப்படியாவது தெரிவித்துவிடவேண்டும் என்று முடிவு செய்தனர். ஆனால் இருப்பதென்னவோ சிறையில். யோசித்து யோசித்து ஒரு முடிவுக்கு வந்தனர். திட்டம் இதுதான். சிறைச்சாலையை அவர் நெருங்கும் போது பாடிஸ்டாவுக்கு எதிரான கோஷங்களை அவர் காதில் விழும்படி அனைவரும் எழுப்பவேண்டும். அதே போல் செய்தார்கள். விளைவு? காஸ்ட்ரோவைப் பிரித்தெடுத்து தனிச்சிறையில் அடைத்தனர்.

1954, பிப்ரவரி 20. எய்டி, மெல்பா இருவரும் விடுவிக்கப்பட்டனர். மெல்பாவின் விடுதலை காஸ்ட்ரோவுக்கு மிகுந்த உற்சாகத்தை ஏற்படுத்தியது. ஏனென்றால் மெல்பா காஸ்ட்ரோவைப் போலவே ஒரு வழக்கறிஞர். அவர் ஹவானா சென்றால் கட்டாயம் போராட்டத்தைப் பற்றி நிறைய எடுத்துச்சொல்வார். மக்களை ஒன்றுதிரட்டவும் உதவுவார். காஸ்ட்ரோவின் நம்பிக்கை வீண்போகவில்லை.

ஃபிடல் காஸ்ட்ரோ • 111

இப்போது காஸ்ட்ரோ இருப்பது தனிமைச்சிறையில் என்பதால் புத்தகங்களுடனான சிநேகம் இன்னமும் அதிகரித்தது. தத்துவம், வரலாறு என்று தேடித்தேடி படித்தார். புரட்சிக்காக வாசிக்கிறாரா அல்லது பரீட்சைக்காக வாசிக்கிறாரா என்று தெரியாதபடி கட்டுக் கட்டாக புத்தகங்களைச் சேகரித்து வைத்திருந்தார். ஒரு சமயம் ஜேக் லண்டன், மற்றொரு சமயம் ஜூலியஸ் சீசர் (காஸ்ட்ரோ, சீசரை புரட்சிக்காரன் என்றுதான் அழைப்பார்). பிறகு திடீரென்று மார்க்ஸ், எங்கெல்ஸ், லெனின் என்று மூழ்கிப்போவார். பிறகு ஏதாவது தோன்றும். ஐன்ஸ்டினின் சார்பியல் தத்துவத்தை எடுத்து வைத்துக் கொண்டு காடா விளக்கு அணையும்வரை விழுந்து விழுந்து வாசிப்பார். பிறகு செய்தித்தாள்கள்.

காஸ்ட்ரோவின் அமெரிக்க எதிர்ப்பு மேலும் அதிகரிக்கும்படி ஒரு சம்பவம் ஜூலை 17 அன்று நடந்தது. அமெரிக்க அதிபர் ஐசன் ஹோவர் கவுதமாலாவுக்குள் மூக்கை நுழைத்து அங்குள்ள ஆட்சியைக் கவிழ்த்தார். யுனைடெட் ஃப்ரூட் கம்பெனியும், சி.ஐ.ஏவும் இணைந்து இச்சதியை நடத்தி முடித்தது. எதற்காக இந்த ஆட்சிக் கவிழ்ப்பு?

ஜேக்கபோ அர்பென்ஸ் குஸ்பன் என்பவரது தலைமையிலான அரசு அமெரிக்காவை விரோதித்துக் கொண்டது. பாடிஸ்டா போல் கிளிப்பிள்ளை ஆட்சி செய்யாமல் அர்பென்ஸ் சுயமாக நிர்வகிக்கத் தொடங்கினார். யுனைடெட் ஃப்ரூட் கம்பெனி அமெரிக்காவுக்குச் சொந்தமானது என்பது தெரிந்திருந்தும் அவர்களை விரோதித்துக் கொண்டார். அமெரிக்கா வளைத்துப் போட்டிருந்த நிலங்களை அரசுடைமையாக்கினார். வெகுண்டுஎழுந்த யுனைடெட் ஃப்ரூட் மேலிடம் வரை சென்றது. ஐசன் ஹோவர் சி.ஐ.ஏ வை அனுப்பி காரியத்தைக் கச்சிதமாக முடித்துவைத்தார்.

●

க்யூபா கொந்தளித்துக்கொண்டிருந்தது. முன்னரே மெல்பா போன்றவர்கள் பாடிஸ்டாவின் அராஜக அரசியல் செயல்களை அம்பலப்படுத்தியிருந்தனர். ஃபிடல் காஸ்ட்ரோ க்யூபாவின் நன்மைக்காகத்தான் புரட்சியைத் தொடக்கிவைத்தார் என்பதில் எவருக்கும் இருவேறு கருத்துகள் இல்லை. ஆகவே, சற்றுத் தாமதமானாலும் காஸ்ட்ரோ எதிர்பார்த்ததைப் போலவே மக்கள் புரட்சிக்கு ஆதரவாகக் குரல் எழுப்பத் தொடங்கினர். இதற்கிடையே காஸ்ட்ரோ கணித்ததைப் போலவே பாடிஸ்டா நடத்திய தேர்தல் ஒரு வேடிக்கை விளையாட்டாகவே நடந்து முடிந்தது. பாடிஸ்டாவை எதிர்த்துப் போட்டியிட முன்வந்த ராமோன் கிராவ் போட்டியிலிருந்து

விலகிக்கொள்வதாக அறிவித்தார். மக்கள் நம்பிக்கையிழக்கத் தொடங்கினர். காஸ்ட்ரோவுக்கு ஆதரவாகப் போராட்டங்கள் தொடங்கின.

பாடிஸ்டா அரசு முதல் முறையாக வெப்பத்தை உணர்ந்தது. இந்தக் கொந்தளிப்பை வழக்கம்போல் அடக்கமுடியாது என்று அவர் புரிந்துகொண்டார். பத்திரிகைகளும் மக்களுக்குத் தோதாக இறங்க, இறங்கி வருவதைத் தவிர அவருக்கு வேறுவழி தெரியவில்லை. 'காஸ்ட்ரோவை விடுவிக்கத் தயார். ஆனால், இனி இது போன்ற கலகங்களில் ஈடுபடமாட்டோம் என்று அவர் எழுதித்தரவேண்டும்' என்ற நிபந்தனையை முன்வைத்தார்.

சமரசம் எனும் வார்த்தைக்கான பொருளை அறிந்துகொள்ள சற்றும் ஆர்வம் காட்டாத காஸ்ட்ரோ, பாடிஸ்டாவுக்குப் பணிந்துபோக மறுத்துவிட்டார். 'போராட்டத்தைக் கைவிட முடியவே முடியாது' என்று உரக்கச் சொன்னார். சிறிது காலம் இழுத்தடித்தார் பாடிஸ்டா. காஸ்ட்ரோ மசியவில்லை.

1955 மே 15-ம் தேதியன்று காஸ்ட்ரோ விடுதலை செய்யப்பட்டார்.

7. கரும்புத் தோட்டத்திலே

காஸ்ட்ரோ ஹவானா வந்து சேர்ந்தபோது அவருக்காக மக்கள் திரளாக, ஆரவாரத்துடன் காத்துக் கொண்டிருந்தனர். மொன்கடா தாக்குதலுக்குப் பிறகு காஸ்ட்ரோ அடைந்தது இதைத்தான். இதை மட்டும்தான். இழப்பு என்று பார்த்தால் கணக்கெடுக்க முடியாது. இரண்டு வருஷ சிறைவாசம். தாக்குதல் முயற்சி தோல்வி. துப்பாக்கியைச் சுமந்தபடி களத்தில் குதித்த தோழர்கள் பலர் உயிருடன் இல்லை. இவை மட்டும்தானா? தனது மனைவி மிர்தாவையும்கூட அவர் பிரிந்துவிட்டார்.

காஸ்ட்ரோ சிறையில் இருந்தபோது இச்சம்பவம் நடைபெற்றது. வழக்கம்போல் வானொலி கேட்டுக் கொண்டிருந்தார். திடீரென்று 'மிர்தா' எனும் பெயர் உச்சரிக்கப்படவே, கூர்மையுடன் கவனிக்கத் தொடங்கினார். அந்தச் செய்தி அவரைப் புரட்டிப் போட்டது. 'மிர்தா அரசாங்கப் பணியிலிருந்து நீக்கப் பட்டுவிட்டார்' - இதுதான் செய்தி. அரசாங்கப் பணியிலிருந்து நீக்கப்பட்டுவிட்டாரா? காஸ்ட்ரோ மெய்யாகவே கலங்கிப்போனார். அப்படியானால் மிர்தா அரசாங்க இலாகாவிலா இத்தனை காலமும் பணியாற்றிக் கொண்டிருந்தார்? பாடிஸ்டா அரசாங் கத்திலா? தன்னையும் தன்னுடைய தோழர்களையும் சிறையில் பூட்டிய பாடிஸ்டா அரசாங்கத்திலா? புரட்சிகரத் தோழர்களைச் சுட்டுப்பொசுக்கிய அரசாங்கத்திலா?

மிர்தாவின் துரோகம் அவரை முற்றிலுமாகச் செயலிழக்க வைத்தது. ஒரு புரட்சியாளரின் மனைவி எப்படி அராஜக அரசாங்கத்துக்காகப் பணிசெய்யமுடியும்? ஒரு கணமும் தாமதிக்கவில்லை காஸ்ட்ரோ. தனது வழக்கறிஞர் நண்பரைத் தொடர்பு கொண்டார். மிர்தாவை அந்தக் கணமே விவாகரத்து செய்யவிரும்புவதாகத் தெரிவித்தார்.

மிர்தா தரப்பு நியாயத்தைக் கேட்க காஸ்ட்ரோ தயாராகயில்லை. அவர் எடுத்த முடிவு திட்டவட்டமானது. ஆனால், அரசாங்கத்தில் பணிபுரிந்தார் என்ற ஒரே காரணத்துக்காக மிர்தா அரசாங்கத்தின் அத்தனை அராஜகச் செயல்களையும் ஆதரித்தார் என்று சொல்ல முடியுமா? ஆனால் அது அப்படித்தான் என்பார் காஸ்ட்ரோ. மிர்தா கொடுத்த எந்தவொரு விளக்கத்தையும் அவர் ஏற்றுக்கொள்ளவில்லை.

மிர்தா விவகாரத்தில் காஸ்ட்ரோ மீது சில விமரிசனங்கள் முன் வைக்கப்படுகின்றன. மிர்தாவைத் திருமணம் செய்து கொண்ட பிறகு, எத்தனை காலம் அவரோடு இணைந்து வாழ்ந்திருக்கிறார்? மிர்தாவின் சுக துக்கங்களில் கலந்து கொண்டிருக்கிறாரா? குடும்பத்தை நடத்த, செலவுகளைச் சமாளிக்க அவர் என்ன செய்தார் என்று கவலைப் பட்டிருக்கிறாரா? மகன் ஃபிடலிட்டாவுக்கு அறுவை சிகிச்சை என்றபோதுகூட தன் கையிலிருந்த காசை அவருக்குக் கொடுக்காமல் ஆயுதம் வாங்க செலவு செய்தது எந்தவிதத்தில் நியாயம்? காஸ்ட்ரோவின் நண்பர்கள்தான் அவ்வப்போது உதவிகள் செய்து வந்தனர் என்று தெரிந்திருந்தாலும், அதைப்பற்றி விசாரிக்கவாவது செய்தாரா? சமீபத்தில் மிர்தாவின் தாயும் தந்தையும் இறந்தபோது நேரில் சென்று மிர்தாவுக்கு ஆறுதல் அளித்தாரா?

மிர்தா தன் கணவனைப் பற்றி புகார் செய்ததோ குறைபட்டுக் கொண்டதோ கிடையாது. சமயம் கிடைக்கும்போதெல்லாம் சிறைக்கு வந்து அவரை சந்திக்கத் தவறியதில்லை. நொடிப் பொழுதும் வீடு தங்காது கட்சி, கூட்டம், புரட்சி, திட்டம் என்று அவர் சுற்றிக்கொண்டிருக்கும்போதெல்லாம் வீட்டை நிர்வகித்தது மிர்தாதான்.

பொது வாழ்வில் ஈடுபடும் பலர் தங்கள் சொந்த வீட்டைப் புறக்கணிப்பது புதிதல்ல. காஸ்ட்ரோவும் அதில் விதிவிலக்கல்ல.

ஆனால் காஸ்ட்ரோ செய்த தவறு மிர்தா தரப்பு நியாயத்தை கேட்க மறுத்தது. இந்த விஷயத்தில் மட்டும் அவர் ஒரு வழக்கறிஞராக நடந்துகொள்ளவில்லை. மிர்தாவை காஸ்ட்ரோ விவாகரத்து செய்துவிட்டார் என்றபோதிலும் தன் மகன் ஃபிடலிட்டாவை மட்டும் அவரால் விட்டுக்கொடுக்க முடியவில்லை.

●

க்யூபாவில் தங்கியிருந்து அடுத்தத் தாக்குதல் குறித்து திட்டமிடுவது சிரமம் என்பது தெரிந்ததும் மெக்ஸிகோ செல்ல முடிவுசெய்தார். கிளம்புவதற்கு முன்னால் அவர் கொடுத்த அறிக்கையின் சாராம்சம் இதுதான்: 'க்யூபாவை விட்டு நான் பிரிகிறேன். ஆனால், கட்டாயம் திரும்பிவருவேன் - ஒன்று சர்வாதிகார ஆட்சி முடிவுக்கு வந்தபிறகு, அல்லது வீர மரணம் எய்திய பிறகு.'

1955 ஜூலை 8-ம் தேதி காஸ்ட்ரோ மெக்ஸிகோ சென்றடைந்தார். அடுத்த திட்டம் எப்படியும் வெற்றிபெற வேண்டும் என்பதில் அவர் தீவிரமாக இருந்தார். மொன்கடாத் தாக்குதல் தோல்வியுற்றதற்கு முக்கியக் காரணம் போதிய படைப்பயிற்சி இல்லாமையே என்பது காஸ்ட்ரோவின் கணிப்பு. மார்த்தி அமெரிக்கா மற்றும் ஸ்பெயின் ஆதிக்கத்தை எதிர்க்க கெரில்லா பயிற்சி முறையையே பெரிதும் நம்பியிருந்தார். எதிரியின் படைபலம் பூதாகரமாக இருந்தால், அவர்களை எதிர்க்க கெரில்லா முறைதான் சிறந்தது. காஸ்ட்ரோ கெரில்லா பயிற்சி முறையைத் தெரிந்துகொள்ள விரும்பினார். அவர் மெக்ஸிகோ வந்ததற்கும் இதுதான் முக்கியக் காரணம்.

காஸ்ட்ரோ தேடிவந்தது ஒரு கெரில்லா பயிற்சியாளரைத்தான். அவர் பெயர் ஆல்பர்டா பேயோ. இவர் ஒரு க்யூபர். ஸ்பெயினுக்கு எதிரான போராட்டத்தில் ஈடுபட்டவர். இவரது படை முறியடிக்கப்பட்ட பிறகு மெக்ஸிகோ வந்து சேர்ந்தவர். பயிற்சியளிக்க எப்படியும் அவரை சம்மதிக்க வைக்கவேண்டும் என்ற முடிவோடு அவரைச் சந்தித்தார்.

தனக்கு முன்னால் வந்து நின்ற காஸ்ட்ரோவை விநோதமாகப் பார்த்தார் பேயோ.

'நீங்கள் என்னை நாடி வந்ததற்குக் காரணம்?'

'நாங்கள் புரட்சிக்குழுவைச் சேர்ந்தவர்கள். எங்களுக்கு நீங்கள் கெரில்லா பயிற்சி முறையை கற்றுக்கொடுக்க வேண்டும்!'

'பயிற்சி முடிந்ததும் என்ன செய்வதாக உத்தேசம்?'

காஸ்ட்ரோ சற்றும் தயங்காமல் பதிலளித்தார். 'க்யூபாவில் நல்லாட்சி அமைக்க உத்தேசம்.'

'அப்படியானால் பாடிஸ்டா அரசை எதிர்க்கத்தான் கெரில்லா பயிற்சி தேவைப்படுகிறதா?'

'ஆமாம்.'

'உங்கள் புரட்சிக்குழுவின் பலம் என்ன?'

‘இப்போது சிலர் இருக்கிறார்கள். மேலும் ஆள்களைச் சேர்த்துக் கொள்ளலாம். அதில் எந்தப் பிரச்னையும் இருக்காது’

பேயோ கண்களை சுருக்கிக்கொண்டு பார்த்தார். ‘உங்களிடம் போதிய நிதி வசதி இருக்கிறதா?’

‘இப்போதைக்கு இல்லை. ஆனால் சேர்த்துக்கொள்ளலாம்.’

பேயோ குழம்பிப்போனார். வீரர்கள் இல்லை, நிதியும் இல்லை. ஆனால் புரட்சி நடத்தப்போகிறேன். பாடிஸ்டா அரசை கவிழ்ப்பேன் என்கிறார். எப்படி முடியும்?

‘முடியும், நிச்சயம் முடியும்’ என்றார் காஸ்ட்ரோ. எப்படி முடியும் என்று தெளிவாக விளக்கத் தொடங்கினார். அதற்குப் பிறகு பேயோ, ‘புரட்சி சாத்தியமாகுமா?’ என்று காஸ்ட்ரோவை கேட்கவில்லை.

‘உங்களுக்கு பயிற்சியளிக்கத் தயார்’ என்று மட்டுமே சொன்னார்.

பேயோ கெரில்லா பயிற்சி அளிக்கும் ஆசிரியர் மட்டுமல்ல, மெக்ஸிகோவிலுள்ள ஒரு கல்லூரியில் ஆங்கிலம் கற்பிக்கும் ஆசிரியரும் கூட. ஆனால், காஸ்ட்ரோவைக் கண்டது முதல் அவர் முழுநேர கெரில்லாப் பயிற்சியாளராகவே மாறிப்போனார். காஸ்ட்ரோவின் வியக்கவைக்கும் பேச்சுத்திறனுக்கு இது மற்றுமொரு சான்று. முன்பின் தெரியாதவர்கள்கூட காஸ்ட்ரோவுடன் பேசத்தொடங்கிவிட்டால் அவர் சொல்வதற்கு தலையாட்டத் தொடங்கிவிடுவார்கள்.

பேயோ விஷயத்தில் காஸ்ட்ரோவின் வசியம் ஆச்சரியப்படத்தக்க விளைவுகளை ஏற்படுத்தியது. பேயோ தனது தொழிற்சாலையை விற்றார். ‘கவலைப்படாதீர்கள் பேயோ. தொழிற்சாலை போனால் போகிறது. மாதாமாதம் உங்களுக்கு பயிற்சிக் கட்டணம் செலுத்தி விடுகிறேன்’ என்று நம்பிக்கையளித்தார் காஸ்ட்ரோ. ஒரு மாதமாவது உருப்படியாக தான் பேசிய கட்டணத்தைச் செலுத்தினாரா என்று தெரியாது. பாவம் பேயோ! அவர்தான் இப்படி என்றால் அவர் மனைவி அவரையே விஞ்சிவிட்டார். தன் கணவன் ஏதோ ஒரு தாடிக்கார இளைஞனை நம்பி வேலையை இழந்து சம்பாத்தியம் இழந்து ஒன்றும் இல்லாமல் போய்விட்டாரே என்று வருத்தப்பட்டார். அதாவது காஸ்ட்ரோ அவரிடம் பேசுவதற்கு முன்னால். காஸ்ட்ரோ அவருக்கு ஒரு பிரத்யேக உரை நிகழ்த்திய பிறகு, ‘நல்ல விஷயம்தானே. ஏன் கவலைப்படுகிறீர்கள்?’ என்று சொல்லிவிட்டார்.

விரைவில் ரால் காஸ்ட்ரோவும் மெக்ஸிகோ வந்து சேர்ந்தார். ஒரு குழு உருவாகத்தொடங்கியது. க்யூபாவிலிருந்து தோழர்கள்

மாதந்தோறும் ஒரு சிறு தொகையை அனுப்பிக் கொண்டிருந்தனர். அந்தச் சிறிய தொகையிலிருந்து ஒரு சிறிய தொகையைப் பிரித்தெடுத்து பேயோவுக்கு அளித்து வந்தார் காஸ்ட்ரோ.

இங்கு இருந்தபோது காஸ்ட்ரோ, லாரா கார்டனாஸ் என்பவரைப் பற்றிய புத்தகம் ஒன்றை எழுதினார். யார் இந்த கார்டனாஸ்? இவர் ஒரு ராணுவத் தளபதி. 1930-ல் மெக்ஸிகோவில் புரட்சி மூலம் ஆட்சியைக் கவிழ்த்தவர். ஆட்சிக்கு வந்தபிறகு பல சீர்திருத்தங்களைக் கொண்டு வந்தவர். கார்டனாஸ் பற்றி தன்னுடைய தோழர்கள் தெரிந்துகொள்ள வேண்டும் என்று காஸ்ட்ரோ விரும்பினார். உடனே மளமளவென்று புத்தகத்தை எழுதிமுடித்துவிட்டார். ஒரு காரியம் புரட்சிக்குத் துணைபோகும் என்றால் அதைச் செய்துமுடிக்க காஸ்ட்ரோ என்றுமே தயங்கியதில்லை. சரி புத்தகம் எழுதியாகிவிட்டது. அதை எப்படி அச்சிடுவது? அதற்குப் பணம் வேண்டாமா? அப்போதுதான் அவருக்கு ஒரு சுவாரசியமான விஷயம் தெரியவந்தது. அமெரிக்காவில் எந்தப் பொருளை வேண்டுமானாலும் அடமானம் வைக்கலாம். பொருளுக்குத் தகுந்தாற்போல் காசு கிடைக்கும். காஸ்ட்ரோ தன்னிடம் என்ன இருக்கிறது என்று பட்டியலிட்டு இறுதியில் தனது மேல்கோட்டைத் தேர்ந்தெடுத்தார்.

மெக்ஸிகோ தெருக்களில் எதையோ யோசித்தபடி வேடிக்கை பார்த்துக்கொண்டே சுற்றிக்கொண்டிருந்த காஸ்ட்ரோவை யாரும் சந்தேகிக்கவில்லை. அச்சு அசல் ஒரு சுற்றுலாப்பயணி போலவே அவர் காட்சியளித்தார். காஸ்ட்ரோவுக்கு அப்போது வயது 29.

●

காஸ்ட்ரோ மெக்ஸிகோவில் தங்கியிருந்தபோது மற்றொரு புரட்சியாளரும் அங்கு வந்திருந்தார். அவர் சே குவேரா! காஸ்ட்ரோவுக்கு சற்றும் சளைத்தவர் அல்ல அந்தப் புரட்சிக்காரர். காஸ்ட்ரோ எத்தனை தீவிரமாக சர்வாதிகாரத்தையும் ஏகாதிபத்தியத்தையும் எதிர்த்து வந்தாரோ அத்தனை தீவிரமாக சே குவேராவும் எதிர்த்து வந்தார். தீவிர அமெரிக்க எதிர்ப்பாளர். அடிப்படையில், சே ஒரு மருத்துவர். காஸ்ட்ரோ எப்படி தன் வழக்கறிஞர் தொழிலை சம்பாத்தியத்துக்குப் பயன்படுத்திக் கொள்ளவில்லையோ அதே போல் சே தன் மருத்துவத் தொழிலை பணம் சம்பாதிக்கும் தொழிலாகப் பார்க்கவில்லை. நோயுற்ற ஏழை எளியவர்களுக்கு உதவவே அவர் மருத்துவத்தை பயன்படுத்திக் கொண்டார்.

காஸ்ட்ரோ மொன்கடாத் தாக்குதலை நடத்திக் கொண்டிருக்கும் போது, லத்தீன் அமெரிக்கா முழுக்க சுற்றுப்பயணம் மேற் கொண்டிருந்தார் சே. பொலிவியா, அதைத் தொடர்ந்து பெரு,

ஈக்குவாடார், கொலம்பியா, கோஸ்டா ரீகா, நிகாரகுவா, ஹோண்டுராஸ், எல் சல்வடார் என்று பயணம் நீண்டு கொண்டே சென்றது. அப்போது காஸ்ட்ரோவுக்கு சே குவேராவைப் பற்றித் தெரியாது. ஆனால் சே குவேரா காஸ்ட்ரோவை அறிந்திருந்தார். க்யூபாவில் காஸ்ட்ரோ தலைமையில் மொன்கடாத் தாக்குதல் நடத்தப் பட்டதும், அந்த முயற்சி தோல்வியடைந்ததும், காஸ்ட்ரோ சிறையில் அடைக்கப்பட்டதையும் சே குவேரா தெரிந்துவைத்திருந்தார்.

மெக்ஸிகோ வருவதற்கு முன்னால் சே கவுதிமாலாவில் எட்டரை மாத காலம் தங்கியிருந்தார். காஸ்ட்ரோ சிறையில் இருந்தபோது சே குவேரா குவாதிமாலாவில் இருந்தார். அந்நாட்டின் குடியரசுத் தலைவர் ஜேக்கபோ அர்பென்ஸ் குஸ்பன் ஓர் அமெரிக்க எதிர்ப்பாளர் என்பதால் சேவுக்கு அவரைப் பிடித்துப் போனது. 'அர்பென்ஸ் மிகவும் துணிச்சலானவர். தேவைப்பட்டால் போராடிக்கொண்டே சாகவும் தயாராக இருப்பார்' என்று வியந்து கூறினார். அமெரிக்க நலனுக்காக ஆட்சி நடத்தும் தலைவர்களுக்கு மத்தியில் அர்பென்ஸ் தொழிலாளர்களின் நலனுக்காகச் சில திட்டங்களை அறிவித்தார். தொழிலாளர்களுக்கான குறைந்தபட்ச கூலி, தொழிற்சங்கங்கள் அமைத்திட உதவி என்று சில திட்டங்களை நிறைவேற்றத் துடித்தார்.

சே, அர்பென்ஸ் அரசுக்கு தன்னாலான உதவியை அளித்திட விரும்பினார். ஏகாதிபத்தியத்தை எதிர்க்கிறோம் என்று யார் அழைத்தாலும் 'இதோ வந்துவிடுகிறேன்' என்பார் சே. கவுதமாலா ராணுவத்தில் சேர விருப்பம் தெரிவித்தார். ஆனால் முயற்சி பலிக்கவில்லை. தனியாக ஒரு படையைத் திரட்டலாமா என்று அவர் முயன்றபோது அமெரிக்கா அந்த இருபத்தைந்து வயது கலகக்காரனைக் கவனிக்கத் தொடங்கியது. 'இவனால் நமக்குப் பிரச்னை ஏற்பட வாய்ப்பிருக்கிறது. இவனை குறித்துவைத்துக் கொள்ளுங்கள்!' என்று அமெரிக்க அரசு சி.ஐ.ஏ.வை எச்சரித்தது. காஸ்ட்ரோவை முற்றிலுமாக உதாசீனப்படுத்திய அமெரிக்கா, சே விஷயத்தில் மட்டும் அதீத எச்சரிக்கையுடன் நடந்துகொண்டது.

கவுதமாலாவில் இருந்தபோது க்யூபர்கள் பலர் அவருடைய நண்பர்களாக மாறினர். க்யூப அரசியலையும் கூர்மையாகக் கவனிக்கத் தொடங்கினார். க்யூப நண்பர்கள்தான் அவருக்கு 'சே' எனும் பெயரைச் சூட்டினர் என்பது குறிப்பிடத்தக்கது. அமெரிக்கா கவுதமாலாவில் ஆட்சிக் கவிழ்ப்பு நடத்தியபோது மக்கள் அர்பென்சுக்கு ஆதரவாகப் போராடுவார்கள் என்று அவர் எதிர்பார்த்தார். ஆனால் அப்படி எதுவும் நடக்கவில்லை. ஆட்சி கவிழ்ந்தது. சே மனம் நொந்து கவுதமாலாவை விட்டு வெளியேறினார். 'அங்கே மக்கள் புரட்சியை முன்னெடுத்துச் சென்றிருக்கவேண்டும். அமெரிக்காவை அனுமதித்திருக்கக் கூடாது'

என்பது சேவின் ஆதங்கம். மக்களிடம் ஆயுதம் இல்லாததால்தான் அவர்களால் போராடமுடியவில்லை என்று வருந்தினார்.

அடுத்து என்ன என்று யோசித்தபடி மெக்ஸிகோ வந்துசேர்ந்தார். அவருக்கு ஒரு வேலை கிடைத்தது. புகைப்படக் கலைஞராக! ஊர் சுற்றுவதில் அலாதி விருப்பம் கொண்டிருந்த சே, மெக்ஸிகோவின் தெருக்களில் அலைந்து திரிந்து சுற்றுலாப் பயணிகளை படம் பிடித்தார். ஏதோ வருவாய் கிடைத்தது. பிறகு ஒரு மருத்துவமனையில் ஆய்வாளராகச் சேர்ந்தார். மருத்துவத்தில் மேல்படிப்பு படிக்க வேண்டும் எனும் விருப்பம் எழுந்தது. எப்படியாவது சிறிதுசிறிதாக பணம் சேர்த்துவிட முயன்றார். சிறுசிறு வேலைகளைச் செய்துவந்தார்.

1955-ம் ஆண்டு ஹில்டா காடியா மெக்ஸிகோ வந்து சேர்ந்தார். ஹில்டாவும் ஒரு போராளிதான். இவர் பெரு நாட்டைச் சேர்ந்தவர். கவுதமாலாவில் தங்கியிருந்தபோது காடியாவின் நட்பு சே குவேராவுக்குக் கிடைத்தது. இவர்களை ஒன்றிணைத்தது புரட்சிகரக் கருத்துகள்தான். கில்டா கம்யூனிச சித்தாந்தங்களைக் கரைத்துக் குடித்தவர். சே குவேராவுடன் இவர் ருஷ்யப்புரட்சி குறித்தும், மார்க்ஸ் குறித்தும், சீனாவைக் குறித்தும்தான் மிகுதியாகப் பேசியிருக்கிறார். சே மார்க்சியம், கம்யூனிசம் என்று பின்னர் வாசிக்கத் தொடங்கியதற்கு காடியா ஒரு முக்கியக் காரணமாக இருந்தார்.

சே குவேராவின் க்யூப நண்பர்களுள் ஒருவர் நிகாலோபஸ். இவர் ரால் காஸ்ட்ரோவின் நண்பர். ரால் மெக்ஸிகோ வந்தபோது, நிகாலோபஸ்ஸின் உதவியால் சே - ரால் இருவரும் சந்தித்துக் கொண்டனர். ரால் மூலமாகத்தான் சே, காஸ்ட்ரோவைச் சந்தித்தார். 1955 கோடைக்காலத்தில் (ஜூலை-ஆகஸ்ட்) முதல் முதலாக சே குவேராவும் காஸ்ட்ரோவும் சந்தித்துக்கொண்டனர். இருவரது வாழ்வும் ஒன்றிணைந்தது அப்போதுதான். இந்தச் சந்திப்பைப் பற்றி சே பின்னாளில் இப்படி நினைவுகூர்கிறார்.

'ஒரு குளிர்கால இரவில் நான் அவரைச் சந்தித்தேன். உலக அரசியல் பற்றி விவாதித்தோம். இரவு வரை விவாதித்துக்கொண்டே யிருந்தோம். பொழுது விடியும்போது எனக்குத் தெரிந்துவிட்டது, எனது அடுத்த பயணம் காஸ்ட்ரோவோடுதான். அவர் அறிவுக்கூர்மை மிக்கவராக, தன்னம்பிக்கையுள்ளவராக, அசாத்தியத் துணிச்சல் நிறைந்தவராக எனக்குக் காட்சியளித்தார்.'

ஆகஸ்ட் 18-ம் தேதி சே குவேரா காடியாவைத் திருமணம் செய்து கொண்டார். காஸ்ட்ரோ இத்திருமண நிகழ்ச்சியில் கலந்து கொள்ளவில்லை. உளவுத்துறையினரின் சந்தேகக் கண்களிலிருந்து தப்பிப்பதற்காக அவர் இதுபோன்ற பொதுநிகழ்ச்சிகளில்

கலந்துகொள்வதைத் தவிர்த்து வந்தார். ரால், ஜீசஸ் மொண்டானே இருவரும் இந்நிகழ்ச்சியில் கலந்து கொண்டனர்.

அடுத்தத் தாக்குதல் திட்டம் 1956-ம் ஆண்டு என்று தேதி குறித்தார் காஸ்ட்ரோ. தன்னுடைய போராட்டக் குழுவுக்கு ஜூலை 26 இயக்கம் என்று முன்னரே பெயரிட்டிருந்தார். பேயோவிடம் பெற்ற பயிற்சி கிட்டத்தட்ட முடிவுக்கு வந்திருந்தது. பேயோ மிகப்பொறுமையாக, ஆனால், மனத்தில் ஆழமாகப் பதிந்துபோகும் வண்ணம் பல புதிய தாக்குதல் முறைகளைக் கற்றுக்கொடுத்தார். 'கெரில்லாத் தாக்குதலுக்கு முதல் முக்கியத் தேவை உள்ளூர் மக்களின் உதவி. அவர்களது உதவியில்லாமல் தாக்குதல் தொடுக்க முடியாது' என்று அழுத்தமாக அறிவுறுத்தியிருந்தார்.

காஸ்ட்ரோ கலங்கிப்போனர். 'இத்தனை காலமாக கெரில்லாத் தாக்குதலை நான் எத்தனை அலட்சியமாக எடுத்துக்கொண்டிருந் தேன்! ஒரு வேளை பேயோ போன்ற ஆசிரியர் முன்னரே கிடைத் திருந்தால் மொன்கடாத் தாக்குதல் தோல்வியடைந்திருக்காது. இத்தனைத் தோழர்கள் உயிரிழந்திருக்கமாட்டார்கள்.'

•

க்யூபாவில் காஸ்ட்ரோவின் புரட்சிகரக் குழுக்கள் மக்களைத் தயார்படுத்திக் கொண்டிருந்தன. புரட்சி உருவாவதற்கான தளத்தை அமைத்துக்கொண்டிருந்தன. நிதி சேகரிக்கும் பணி முடுக்கிவிடப் பட்டிருந்தது. மக்கள் தாமாகவே முன்வந்து இயன்ற பண உதவி புரிந்தனர். பொதுக்கூட்டங்கள் நடத்தப்பட்டன. பாடிஸ்டா கடுமையாக விமரிசனம் செய்யப்பட்டார். 'அடுத்தது யார் - பாடிஸ்டாவா காஸ்ட்ரோவா?' எனும் தலைப்பில் கட்டுரைகள் எழுதப்பட்டன. காஸ்ட்ரோ க்யூபா திரும்பவேண்டும் என்ற எண்ணம் பரவலாக இருந்தது. அதேபோல் காஸ்ட்ரோவுக்கு எதிரான பிரசாரங்களும் செய்யப்பட்டன. 'காஸ்ட்ரோ ஒரு கடுமையான சர்வாதிகாரி. க்யூபா அவரிடம் சிக்கிக்கொள்ளக் கூடாது' என்று சிலர் பேசியும், எழுதியும் வந்தனர்.

மற்றொருபுறம் முன்னாள் குடியரசுத் தலைவர் பிரியோ, பாடிஸ்டாவுக்கு எதிராக மாணவர்களை தூண்டிக்கொண்டிருந்தார். ஆயுதங்கள் வாங்கிக் குவித்தார். திடீர் தாக்குதல் நடத்தி பாடிஸ்டாவை வீழ்த்திவிட்டு தான் பதவியில் அமர்ந்துவிட வேண்டும் என்பது அவருடைய கனவு. ஆனால் உறங்கும் போதும் கூட விழித்துக்கொண்டிருந்த பாடிஸ்டா, பிரியோவின் திட்டத்தை ஊகித்தறிந்தார். அவர் பதுக்கி வைத்திருந்த ஆயுதங்கள் கைப்பற்றப் பட்டன. பிரியோ போராட்ட முயற்சியைக் கைவிட்டு பரம சாதுவாக

மாறினார். பாடிஸ்டாவே முன்வந்து தேர்தல் நடத்தினால்தான் அவரது ஆட்சி மாறும் என்ற நிலை ஏற்பட்டது. அப்படியே தேர்தல் நடைபெற்றாலும், மக்கள் பாடிஸ்டாவுக்கு எதிராக வாக்குப் பதிவு செய்தாலும், இறுதியில் வெற்றிபெறப்போவது பாடிஸ்டாவாகத் தான் இருக்கும்.

இந்தச் சூழலில்தான் புரட்சிகரக் குழுக்களின் அனல் பறக்கும் பிரசாரங்கள் க்யூபாவின் மூலை முடுக்கெல்லாம் பரவின. மாணவர்களுக்கு மத்தியில் போராட்ட நெருப்பு பற்றிக்கொண்டது. காவல் துறையினரோடு நேரடி மோதலில் குதித்தனர்.

டிசம்பர் 23 அன்று சர்க்கரை ஆலைத் தொழிலாளர்கள் 'வேலை செய்ய மாட்டோம்' என்று கொடி பிடித்தனர். இந்த வேலைநிறுத்தம் பெரிதாகப் பேசப்பட்டது. இப்போராட்டத்தில் ஈடுபட்ட தொழிலாளர்களின் எண்ணிக்கை இரண்டரை லட்சம்.

●

ஜூலை 26. குழு தயாராகிக் கொண்டிருந்தது. க்யூபாவிலிருந்து தேர்ந்தெடுக்கப்பட்ட நபர்கள் வந்து சேர்ந்திருந்தனர். பிற லத்தீன் அமெரிக்க நாடுகளிலிருந்தும் பல போராளிகள் மெக்ஸிகோ வந்தடைந்தனர். அனைவரும் ஒரே இடத்தில் குழுமியிருப்பது உகந்ததல்ல என்பதால் சிறுசிறு பிரிவுகளாகப் பிரிந்து தங்கினர். செய்திகள் மட்டும் உடனுக்குடன் பயணித்துக்கொண்டிருந்தன. நிதி திரட்டும் பணி இன்னமும் முடிந்தபாடில்லை. இருப்பதை வைத்துத் தான் அன்றாட வாழ்க்கையை ஓட்டவேண்டும் என்பதால் காஸ்ட்ரோ கடுமையான விதிமுறைகளை உருவாக்கியிருந்தார். ஆடம்பரங்கள் - அது உணவிலாகட்டும், உடைகளிலாகட்டும் - முற்றிலுமாகத் தவிர்க்கப்பட்டன. இரவில் சுற்றுவது, கும்பல் கூடுவது போன்றவை தவிர்க்கப்பட்டன.

ஒரு நாள் காஸ்ட்ரோவின் சகோதரி லிடியா, மெக்ஸிகோ வந்து சேர்ந்தார். கையோடு ஃபிடலிட்டாவையும் அழைத்து வந்திருந்தார். காஸ்ட்ரோ மகிழ்ச்சியில் துள்ளிக் குதித்தார். தன்னோடு அவனை தங்க வைத்துக்கொள்ள முடியாது என்பதால் மற்றொரு நண்பரிடம் அவனை ஒப்படைத்தார்.

திடீரென்று ஃபிடலிட்டா கடத்தப்பட்டான். காஸ்ட்ரோ துடிதுடித்துப் போனார். ஆனால், அவன் கடத்தப்படவில்லையென்றும் மிர்தாதான் அவனை அழைத்துச் சென்றுவிட்டார் என்றும் செய்தி வெளியானது. இச்சம்பவத்துக்குப் பிறகு காஸ்ட்ரோ அவசர அவசரமாக உயில் எழுதினார். அந்த உயிலில் தன் மகன் அவன் தாயோடு சேர்ந்து

வாழக்கூடாது என்றும், அவன் பொதுப்பள்ளியில் சேர்ந்து படிக்க வேண்டும் என்றும், தக்க சமயம் வரும்போது க்யூபாவின் நலனுக்காகப் போராடவேண்டும் என்றும் குறிப்பிட்டிருந்தார்.

பயிற்சிகள் மிகக் கடுமையாக நடந்துகொண்டிருந்தன. சே குவேரா உற்சாகமாக மலையேறிக் கொண்டிருந்தார். கடுமையான வேலைகளைச் செய்யச் சொன்னால் சே குவேரா துடிப்பாகிவிடுவார். சோர்வு, களைப்பு, ஓய்வு இதெல்லாம் அவருக்குத் தெரியவே தெரியாதா என்று தோழர்கள் அவரைப் பார்த்து பல சமயங்களில் வாய் பிளந்திருக்கின்றனர். சுமைகளைத் தூக்கச் சொன்னால் சுகமாகத் தூக்குவார். இருப்பதிலேயே கடினமான பணிகளாக பார்த்துப் பார்த்துத் தேர்ந்தெடுத்துக் கொள்வார். பயிற்சி என்பது அனைவருக்கும் பொதுவானதுதானே? சே குவேராவை மட்டும் பிரத்யேகமாக இங்கு குறிப்பிடுவதற்கு காரணம் என்ன? இருக்கிறது. சே குவேரா ஓர் ஆஸ்துமா நோயாளி. கடினமான வேலைகளைச் செய்யக்கூடாது என்று அவரை அறிவுறுத்தியிருக்கிறார்கள். அவரே ஒரு மருத்துவர், அவருக்கே இது தெரியும். ஆனால் அவர் இதையெல்லாம் சட்டை செய்தால்தானே!

பயிற்சிக்கு இடையே மற்றொரு சம்பவம் காஸ்ட்ரோவை மகிழ்ச்சி கொள்ளச்செய்தது. ஜீசஸ் மொண்டானே, மெல்பா இருவரும் திருமணம் செய்துகொள்ள விரும்பினர். பயிற்சி முகாமே திருமணக் கூடமாக மாறியது. இருவருக்கும் திருமணம் நடந்தது. காஸ்ட்ரோ, மெல்பாவுக்கு முட்டை பொறிக்கும் முறையைச் சொல்லிக்கொடுத்து அனைவரையும் பிரமிக்க வைத்தார். எல்லாம் சிறையில் இருக்கும் போது கற்றுக்கொண்டது!

புதிதாக ஒரு பிரச்னை முளைத்தது. குழுவினரின் எண்ணிக்கை அதிகரித்திருந்த காரணத்தால் அனைவருக்கும் தனித்தனியே பயிற்சிகள் அளிப்பது சிரமமாக இருந்தது. மொத்தக் குழுவினரும் ஒரே இடத்தில் கூடினால் பயிற்சி சுலபமாகும் என்று பேயோ கருதினார். ஒதுக்குப்புறமான பகுதி ஏதாவது இருக்கிறதா என்று தேடும் பணி தொடங்கியது. கிராமப்புறத்தில் அப்படி ஓர் இடம் கிடைத்தது. 90 சதுர மைல் பரப்பளவு. சுற்றிலும் பாதுகாப்பு அரண். மைதானத்தை ஒட்டி ஒரு வீடு. வீட்டுச் சொந்தக்காரரிடம் பேசினார்கள். ஆனால் அவர் மறுத்துவிட்டார். அந்த இடத்தை வாடகைக்கு விடமாட்டேன், வேண்டுமானால் விற்றுவிடுகிறேன் என்றார். விலை - 2,40,000 டாலர். கனவில் கூட தோன்றமுடியாத தொகை. பேயோவுக்கு ஓர் உபாயம் தோன்றியது. வீட்டுக்காரரிடம் பேசினார். 'உங்கள் நிலத்தை இன்னும் அதிக விலைக்கு வாங்க அமெரிக்க ராணுவ அதிகாரி ஒருவர் தயாராக இருக்கிறார். ஆனால்

அதற்கு முன்னால் இடத்தைச் சுத்தப்படுத்த வேண்டும். நாங்கள் உங்களுக்கு உதவுகிறோம், அதுவும் இலவசமாக.'

'ரோசா ராஞ்ச்' இவர்கள் வசமானது. பயிற்சி சுறுசுறுப்பாகத் தொடங்கியது. துப்பாக்கிகள் பயமில்லாமல் வெடித்தன. ஓங்கி உயர்ந்த மலையைத் தவிர அவர்களை வேவு பார்க்க யாரும் வரவில்லை. ஓய்வு என்பதே இல்லாமல் போனது. எந்நேரமும் ஓயாமல் பயிற்சிகள்தான். யாரும் விதிவிலக்கல்ல. தலைவராக இருந்தாலும் சரி, தோழராக இருந்தாலும் சரி. அப்படி ஒரு கண்டிப்பு. விதிகளை மீறுபவர்களுக்கு மரணதண்டனை கிடைக்கும் என்று அறிவுறுத்தப்பட்டிருந்தது.

அப்படி ஒரு சந்தர்ப்பமும் வந்துசேர்ந்தது. காலிக்ஸ்டோ எனும் வீரர் 'இனி என்னால் முடியாது' என்று பயிற்சிக்கு இடையே வெளியேறி விட்டார். உடனே அவரை இழுத்துச்சென்றார்கள். தலைமையை மீறிவிட்டதற்காக அவர் தண்டிக்கப்படவேண்டும் என்று முடிவு செய்தனர். 'என்னால் தொடர்ந்து இத்தனை நேரம் பயிற்சியில் ஈடுபட முடியாது' என்று காலிக்ஸ்டோ சொல்லிவிட்டார். ரால் காஸ்ட்ரோவுக்கும் பேயோவுக்கும் கடுமையான கோபம். காலிக்ஸ்டோ அவர்களிடம் தன் நிலைமையை விளக்கினார். கடும்பயிற்சி தனக்கு ஒத்துவராது என்றும், அதற்கு மாற்றாக சமையல் பணிகளை ஒதுக்கித்தந்தால் திருப்தியுடன் செய்ய தயாராக இருப்பதாகவும் சொன்னார். பயிற்சிபெற ஏன் தயக்கம் காட்டினீர்கள் என்று கடிந்து கேட்டபோது காலிக்ஸ்டோ உண்மையை ஒப்புக் கொண்டார். 'யாரிடமும் சொல்லாதீர்கள். என்னுடைய முதுகெலும்பு உடைந்துவிட்டது. கடுமையான பயிற்சிகளை நான் செய்யக்கூடாது. இந்த உண்மையை காஸ்ட்ரோவிடம் சொன்னால் அவர் என்னை வீட்டுக்கு அனுப்பிவிடுவார். பிறகு என்னால் புரட்சியில் கலந்து கொள்ள முடியாது.' பேயோ அவரைக் கட்டித்தழுவி காஸ்ட்ரோவிடம் அழைத்துச் சென்றார். காஸ்ட்ரோ காலிக்ஸ்டோவை கோபமாக முறைத்தார். 'யார் சொன்னது நான் உன்னை அழைத்துச்செல்ல மாட்டேன் என்று! அதற்காக நீ உண்மையை மறைக்கலாமா?'

•

எல்லாம் திட்டமிட்டபடி நடந்துகொண்டிருந்தது. அதாவது 1956 ஜூன் 20-ம் தேதி வரை. காஸ்ட்ரோ தனது இரு தோழர்களுடன் வீதியில் உலாவிக்கொண்டிருந்தார். விரைந்து வந்த மெக்ஸிகோ காவலர்கள் அவர்களைக் கைது செய்தனர். சற்றும் எதிர்பாராத சம்பவம்! காவல்நிலையத்துக்குச் சென்றபோது ஏற்கெனவே பன்னிரண்டு பேர் கைதாகியிருந்தனர். திட்டத்துக்கான நேரம்

நெருங்கி வரும்போது இப்படி ஒரு சோதனை. அவர்களிடம் சரண் அடைவதைத் தவிர வேறு வழி தெரியவில்லை. காஸ்ட்ரோ காவலர்களுடன் இணைந்து, 'ரோசா ராஞ்ச்' சென்று சிறுகச் சிறுக சேமித்து வாங்கிய ஆயுதங்கள் அனைத்தும் ஒன்றுவிடாமல் ஒப்படைத்தார். அனைவரையும் சரணடைந்து விடுமாறு காஸ்ட்ரோ கேட்டுக்கொண்டார். சே குவேரா உள்பட அனைவரும் கைது செய்யப்பட்டனர்.

மெக்ஸிகோ காவல்துறை எப்படி காஸ்ட்ரோவைக் கண்டுபிடித்தது? அவர்களது தாக்குதல் திட்டம் அவர்களுக்கு தெரிந்துவிட்டதா? கிடையாது. இதற்குப் பின்னால் இருந்த சூத்திரதாரி வேறுயாருமல்ல சாட்சாத் பாடிஸ்டாதான்! காஸ்ட்ரோ ஓர் ஆபத்தான கம்யூனிஸ்ட் என்றும் கலகக்காரன் என்றும் க்யூபாவில் தேடப்படும் அதிமுக்கியக் குற்றவாளி என்றும் பாடிஸ்டா மெக்ஸிகோ காவல்துறைக்கு தகவல் அனுப்பிவைத்திருந்தார். வழக்கு விசாரணையில் காஸ்ட்ரோ, சே, காலிக்ஸ்டோ தவிர பிறர் விடுவிக்கப்பட்டனர். இந்த மூவரையும் விடுவிக்க காவல்துறை மறுத்துவிட்டது. க்யூபாவிடம் இவர்களைச் சேர்ப்பித்துவிட முடிவு செய்யப்பட்டது. சிறையே பரவாயில்லை, க்யூபா மட்டும் வேண்டாம் என்று காஸ்ட்ரோ நினைத்தார். க்யூபாவில் மாட்டிக்கொண்டால் பிறகு பாடிஸ்டா விட்டுவைக்கமாட்டார். இந்தமுறை மரணத்துக்குக் குறைவான தண்டனையை எதிர்பார்க்க முடியாது.

தெரிந்தவர்கள், தெரிந்தவர்களுக்குத் தெரிந்தவர்கள் என்று தேடித்தேடிப் பேசினார்கள். மந்திரியின் உதவியை நாடினர். கையூட்டு கொடுக்கக்கூட தயாராகவே இருந்தனர். ஆனால் காவல்துறை விட்டுக் கொடுக்கவில்லை (மெக்ஸிகோ காவல் துறை லஞ்சத்துக்குப் பெயர் போனது. அவர்கள் கேட்கும் தொகையைக் கொடுத்துவிட்டால் போதும். வழக்கு காணாமல் போய்விடும். காஸ்ட்ரோவை விடுவிக்க 25,000 டாலர் வரை அளிக்க முன்வந்தனர்). இறுதியாக மெக்ஸிகோவின் முன்னாள் குடியரசுத் தலைவர் லசாரோ கார்டனஸ் காஸ்ட்ரோவுக்கு உதவ முன்வந்தார். காவல்துறையிடம் பேசினார். மூவரும் விடுவிக்கப் பட்டனர்.

மீண்டும் குழு சுதாரித்துக்கொண்டது. இப்போது அவர்களது தேவை ஒரு படகு. கடல் வழியாக மெக்ஸிகோவிலிருந்து வெளியேறுவது தான் திட்டம். சில படகுகளைப் பார்த்தனர். விலை படியவில்லை. பின்னர் அவசரஅவசரமாக கிரான்மா தேர்ந்தெடுக்கப்பட்டது. 25 பேர் அமர்ந்துசெல்ல ஏற்ற படகு இது. விலை 20,000 டாலர். இரண்டு டீசல் இயந்திரங்கள். 2000 கேலன் டீசல் கொள்ளளவு சக்தி.

அடுத்து ஆயுதங்கள். மெக்ஸிகோ காவல்துறை பெரும்பாலான ஆயுதங்களைக் கைப்பற்றிக்கொண்டதால் அனைத்தும் புதிதாக வாங்க வேண்டிய கட்டாயம். துரித வேகத்தில் காரியம் சாதிக்கப்பட்டது. துப்பாக்கிகள், இயந்திரத் துப்பாக்கிகள், ரவைகள் என்று அவர்கள் வாங்கிக் குவித்தனர். எங்கிருந்து தெரியுமா? அமெரிக்காவிடமிருந்து, கள்ளச்சந்தையிலிருந்து! சட்டவிரோதமாக வேறெங்கு ஆயுதங்கள் கிடைக்கும்? இதில் வேடிக்கை என்னவென்றால் அமெரிக்காவின் பின்புலத்துடன் செயல்படும் பாடிஸ்டா அரசைக் கவிழ்க்க அமெரிக்க ஆயுதங்களையே அவர்கள் தேர்ந்தெடுத்தனர்.

●

நவம்பர் 25, 1955. புறப்படவேண்டியதுதான் பாக்கி. கிரான்மா நிறைந்து வழிந்தது. 25 பேர் பயணம் செய்யக்கூடிய படகில் 81 பேர். மேலும், ஆயுதங்கள், உணவுப்பொட்டலங்கள், தண்ணீர் என்று ஏகப்பட்ட சுமை வேறு! அனைத்தும் தயார். காஸ்ட்ரோ கடைசியாக மெக்ஸிகோவை ஒருமுறை திரும்பிப் பார்த்தார். மெக்ஸிகோ ஆழ்ந்த உறக்கத்திலிருந்தது. அதிகாலை 1.30 மணி. கிரான்மா மெக்ஸிகோவை விட்டு மிதந்து மிதந்து புறப்பட்டது.

சே குவேராவின் பணி படகிலேயே தொடங்கிவிட்டது. அவருடைய ஆஸ்துமா சற்று தீவிரமாகத்தானிருந்தது. குளிர்ந்த காற்றும், தொடர்ச்சியான, இதுவரை அறிந்திராத அசைவுகளும் சேர்த்து தோழர்களை இம்சித்தது. வாந்தி, காய்ச்சல் என்று பலர் படுத்து விட்டனர். மருந்துப்பையைத் தூக்கிக்கொண்டு ஒவ்வொருவரையும் கவனித்துக்கொண்டிருந்தார் சே. அவர்கள் எதிர்பார்த்ததைவிடக் கொடுமையாகவே இருந்தது கிரான்மா பயணம். மழை, மின்னல் என்று இயற்கை தன் பங்குக்கு இவர்களை இம்சித்தது. உணவு போதவில்லை. எந்நேரமும் ரோந்து வரலாம் என்ற கவலை. வழி தவறாமல் படகைச் செலுத்தவேண்டும். இத்தனை இன்னல்களுக்கு இடையேதான் கிரான்மா முன்னேறிக்கொண்டிருந்தது.

திடீரென்று மாலுமி ஒருவர் கால் வழுக்கி கடலில் விழுந்துவிட்டார். சத்தம் கேட்டு சிலர் கடலில் குதித்து அவரைக் காப்பாற்றினர். சே குவேரா அருகிலிருந்து கவனித்து அவரை உயிர் பிழைக்க வைத்தார். மாலுமி கண்விழித்ததும் ஓடிவந்து அவரைக் கட்டிப்பிடித்துத் தழுவிக் கொண்டார் காஸ்ட்ரோ. 'எத்தனை இன்னல்கள் வந்தாலும் நாம் அவற்றை வெல்வோம். நாம் அடையப் போகும் வெற்றிக்கு நீதான் சாட்சி!

பயணம் தொடர்ந்தது. சியர்ரா மேஸ்த்ரா கண்களுக்கு புலப்படத் தொடங்கியது. 'என்னுடைய பணி இதோடு முடிந்தது. இனி நான்

விடைபெற்றுக் கொள்கிறேன்' என்று சொல்வதைப் போல் கிரான்மா நின்றுவிட்டது. இன்னமும் ஒரு மைல் தூரம் போகவேண்டும். ஆனால் கிரான்மா நகரவில்லை. இதுவும் நல்லதுதான் என்று கருதிய காஸ்ட்ரோ, அனைவரையும் கடலுக்குள் இறங்கி நடக்கச் சொல்லி உத்தரவிட்டார். மறுபேச்சு பேசாமல் அனைவரும் இறங்கினர். சிலருக்குக் கழுத்தளவு தண்ணீர் (காஸ்ட்ரோ போன்ற நெட்டை ஆசாமிகளுக்கு இடுப்பளவு). தலையில் சுமைகள், மார்பில் துப்பாக்கி. இவற்றைச் சுமந்தபடி மெல்ல மெல்ல நடக்கத் தொடங்கினர். கால்கள் அடிக்கடி களிமண் தரையில் சிக்கிக் கொண்டன. விடுபடுவதற்குச் சிரமமாக இருந்தது. இடையே ஒரு காட்டை வேறு கடக்கவேண்டியிருந்தது. ஒரே முள்புதர். முகத்திலும் தோள்பட்டையிலும் தொடையிலும் காயங்கள். தட்டுத் தடுமாறி நடந்தனர். டிசம்பர் 2-ம் தேதியன்று ஒரு வழியாகக் கரையைத் தொட்டனர். சில ஆயுதங்களும் மூட்டைகளும் கடலில் அடித்துச் செல்லப்பட்டிருந்தன. ஆனால் அவற்றைப் பற்றி யோசிக்க அவகாசம் கிடையாது.

இதற்கிடையே காஸ்ட்ரோவை எதிர்பார்த்து காத்துக் கொண்டிருந்தது பாடிஸ்டாவின் படை. காஸ்ட்ரோ மெக்ஸிகோவில் இருக்கும்போதே கடல் வழியாக அவர்கள் க்யூபாவை ஆக்கிரமிக்க வருவார்கள் எனும் செய்தி பாடிஸ்டாவை வந்தடைந்திருந்தது. காஸ்ட்ரோ கிரான்மாவை தேர்ந்தெடுத்ததைக்கூட பாடிஸ்டா அறிந்திருந்தார். உடனடியாக பாதுகாப்பு பலப்படுத்தப்பட்டது. புரட்சியாளர்கள் க்யூபாவுக்குள் நுழைவதற்கு முன்னால் முற்றிலுமாக முறியடிக்கப்படவேண்டும் என்பது உத்தரவு.

கிரான்மா சேற்றில் சிக்கி நின்றுவிட்டதை சிலர் கவனித்துவிட்டனர். உடனே ரோந்து விமானம் காட்டுப்பகுதியில் வட்டமடிக்கத் தொடங்கியது. கிரான்மாதான் அகப்பட்டதே தவிர அது சுமந்து வந்த ஆள்களைப் பார்க்கமுடியவில்லை. சிறிது நேரம் சுற்றிச் சுற்றிப் பறந்தனர். பிறகு விமானத்தில் பறந்தபடியே காட்டுப்பகுதியில் சுற்றியபடி தாக்குதல் நடத்தினர். புல், பூண்டு கூட உயிர்பிழைத்திருக்க வாய்ப்பில்லை என்று தெரிந்ததும், விமானம் கிளம்பியது.

ஹவானாவிலிருந்து செய்திகள் பறக்கத்தொடங்கின. 'ஃபிடல் காஸ்ட்ரோ எனும் கலகக்காரனின் தலைமையில் ஒரு குழு ஹவானாவைப் படையெடுத்துத் தாக்க வந்தது. அரசு உடனடியாக ராணுவத்தை அனுப்பிவைத்து எதிர்த்தாக்குதல் நடத்தி காஸ்ட்ரோவின் சதியை முறியடித்துவிட்டது. இந்தத் தாக்குதலில் ஃபிடல் காஸ்ட்ரோ, ரால் காஸ்ட்ரோ உள்ளிட்ட பலர் கொல்லப்பட்டனர். இறந்தது காஸ்ட்ரோதான் என்பது சந்தேகத்துக்கிடமின்றி தெரிந்துவிட்டது.

இறந்துபோன காஸ்ட்ரோவின் சட்டைப்பையிலிருந்து அவரது பாஸ்போர்ட்டை வைத்து அவர் காஸ்ட்ரோதான் என்பதை உறுதி செய்திருக்கிறோம். இறந்துபோன அனைவரையும் பள்ளம் தோண்டிப் புதைத்துவிட்டோம். பொதுமக்கள் பீதியடையவேண்டாம் என்று கேட்டுக்கொள்கிறோம்' - இந்தச் செய்தியைக் கேட்ட பலர் உண்மை யாகவே காஸ்ட்ரோ இறந்துவிட்டதாகவே நம்பினர். ஹவானாவி லிருந்து விமானம் ஏறிய இந்த 'ஆதாரபூர்வமான' தகவல் நேராக அமெரிக்காவைச் சென்றடைந்தது. அங்கு மேலும் சில 'தகுந்த ஆதாரங்களும் பின்குறிப்புகளும்' சேர்க்கப்பட்டன. காஸ்ட்ரோவின் மரணச்செய்தி உலகெங்கும் இறக்கைக் கட்டிப் பறந்தது.

●

சியார்ரா மேஸ்த்ரா. அடர்த்தியான மரங்கள் நிறைந்த மலைப்பகுதி. பாதுகாப்பான மறைவிடம். ஆங்காங்கே சிறுசிறு முகாம்களாக மக்கள் வசித்து வந்தனர். மலையிலுள்ள காடுகளைச் சார்ந்து வாழ்பவர்கள் அவர்கள். காஸ்ட்ரோவும் அவரது குழுவினரும் ஒருவர் பின் ஒருவராக அதிகச் சத்தம் எழுப்பாமல் நடந்து வந்தனர். கரும்புக் காடுகள் அடர்த்தியாக விளைந்திருக்கும் பகுதியைத்தான் காஸ்ட்ரோ வழித்தடமாக தேர்ந்தெடுத்திருந்தார். மரங்கள் அற்ற பொட்டல் வெளியில் நடந்தால், விமானத்தாக்குதல் தொடுப்பார்கள் என்று அவருக்குத் தெரியும். கரும்புப் பயிர்களைத் தடவிக் கொடுத்தபடியே நடந்தார் காஸ்ட்ரோ. கரும்புத் தோட்டங்கள் பழைய நினைவுகளைக் கிளறிவிடும். சிறுவயதில் அலைந்தது, திரிந்தது, நண்பர்களுடன் கோழிச்சண்டை பார்த்தது, செருப்பில்லாமல் நடக்கும் ஏழை குழந்தைகளைப் பார்த்து வருந்தியது...

சே குவேரா ஒரு கையில் துப்பாக்கி, மறுகையில் மருந்துப்பை இரண்டையும் சுமந்துகொண்டு மலையேறுவார். திடீரென்று இருமுவார். ஆஸ்துமா தீவிரமடைந்திருக்கும். அப்படியே அமர்ந்து விடுவார். சிலசமயம் வலியால் துடிப்பார். சிறிது நேரத்துக்கெல்லாம் துள்ளிக் குதித்து மலையேறக் கிளம்பிவிடுவார்.

கரையை அடைந்த காஸ்ட்ரோ, சே மற்றும் தோழர்கள் சிறிது தொலைவு நடந்த பிறகு மலையேறத் தொடங்கினர். இருட்டத் தொடங்கியதும் மரங்களுக்கு அடியில் படுத்து உறங்கினர். அப்போதும்கூட துப்பாக்கியைக் கட்டிப்பிடித்தபடிதான் கனவு காண்பார்கள். கனவிலும் அநேகமாக புரட்சிதான் அரங்கேறிக் கொண்டிருக்கும்.

சியாரா மிஸ்திராவில்தான் அவர்கள் சில காலம் தங்கியிருக்க வேண்டும். இங்கிருந்தபடி விவசாயிகளையும் இளைஞர்களையும்

ரகசியமாகத் திரட்டவேண்டும். உணவு பெரும்பாலும் விவசாயிகளின் வீடுகளில்தான். காஸ்ட்ரோதான் கதவைத்தட்டுவார். 'என் பெயர் ஃபிடல் காஸ்ட்ரோ, சர்வாதிகார ஆட்சியை எதிர்த்துப் போராட என் குழுவினரோடு வந்திருக்கிறேன். சிறிது உணவு கிடைக்குமா?' என்பார். பன்றியைச் சமைத்து விருந்து வைப்பார்கள். சாப்பிடுவார். குழுவினர் சிதறி, பல வீடுகளில் தங்கி உண்பார்கள். கரும்புச்சாறு அருந்துவார்கள். தேன்கூட்டைக் கண்டால் பிரித்தெடுத்து தேன் உண்பார்கள்.

சில நாள்களுக்குப் பிறகு, அலக்ரியா எனும் பகுதியை அடைந்ததும் அங்கே ஒரு கூடாரத்தை அமைத்தனர். நீண்ட நாள்களாக அலைந்து கொண்டிருந்ததால், துப்பாக்கிகளை ஓரமாகக் கிடத்திவிட்டு, உணவு தயாரிக்கத் தொடங்கினர். சிலர் அப்படியே தரையில் படுத்து ஓய்வெடுத்துக் கொண்டிருந்தனர். திடீரென்று துப்பாக்கிகள் வெடிக்கத் தொடங்கின. சற்றும் எதிர்பாராத தாக்குதல். சுதாரித்து எதிர்த் தாக்குதலைத் தொடரும் முன் ராணுவத்தினர் முழுவீச்சில் சுட ஆரம்பித்தனர். அத்தனையும் கனரகத் துப்பாக்கிகள். காஸ்ட்ரோவுக்கு தன்னுடைய முகாம் சுற்றிவளைக்கப்பட்டிருப்பது தெரிந்தது.

'எல்லோரும் சிதறி ஓடுங்கள்' காஸ்ட்ரோவின் குரல் துப்பாக்கிச் சத்தங்களுக்கு இடையே ஒலித்தது. இப்போது அவர்களுடைய இலக்கு காடுதான். அடர்த்தியான மரங்களுக்கு இடையே புகுந்து விட்டால் தாக்க முடியாது. இவர்களுக்கும் மறைந்து கொண்டே தாக்க ஓர் இடம் கிடைக்கும். சிறு சிறு குழுக்களாகப் பிரிந்து ஓடிக் கொண்டிருந்தனர். கைகள் தன்னிச்சையாக துப்பாக்கியை இயக்கிக் கொண்டிருந்தன. துப்பாக்கியை ஏந்தி ஓடிக்கொண்டிருந்தார் சே குவேரா. சிறிது நேரத்தில் சுருண்டு கீழே விழுந்தார். அவரது கையில் குண்டு பாய்ந்திருந்தது. மற்றொருவர் சேவைத் தூக்கிக்கொண்டு ஒரு பாறைக்கு அருகே ஒதுங்கினார். ரத்தம் வழிந்துகொண்டிருந்தது. கிட்டத்தட்ட சே இறந்துவிட்டார் என்றே அவர் நினைத்தார். ஆனால் அது மயக்கம்தான். சிறிது நேரத்துக்கெல்லாம் விழிப்பு தோன்ற, கட்டுப்போட்ட கையை ஒரு முறை பார்த்துவிட்டு, துப்பாக்கியை மறுகையில் பிடித்தவாறு சுடத்தொடங்கினார் சே.

காஸ்ட்ரோ மிகத்தீவிரமாக இயங்கிக்கொண்டிருந்தார். தாக்குதல் என்று வந்துவிட்டால் முன்னணியில் நிற்பது அவரது வழக்கம். தலைமை தாங்குகிறேன் என்று சொல்லிக்கொண்டு மற்றவர்களின் முதுகுக்குப் பின்னாலிருந்து இயங்குவது அவருக்குப் பிடிக்காது. மற்ற போராளிகள் எவ்வளவோ சொல்லிவிட்டார்கள். தலைமை என்பதற்காக இல்லாவிட்டாலும் அடிப்படைப் பாதுகாப்புக்காவது சற்று பின்வாங்கித்தான் செயல்படவேண்டும் என்று. இந்த முறையும்

அப்படித்தான். அவரைப் பிடித்து இழுத்து பின்னுக்கு அனுப்பியபடி பிற போராளிகள் முன்னே விரைந்து ஓடினர்.

காட்டுப்பகுதிக்குள் புகுந்தவுடன் மொத்தக் குழுவும் சிறு சிறு அணிகளாகப் பிரிந்துவிட்டன. எல்லோரும் பத்திரமாக இருக்கி றார்களா என்று தெரிந்துகொள்ளக்கூட முடியவில்லை. தொடர்ந்து ஓடிக்கொண்டிருந்தனர். ராணுவ வீரர்கள் விமானத்திலிருந்து தொடர்ந்து குண்டு வீசிக்கொண்டேயிருந்தனர். அடர்ந்த காட்டுப்பகுதி என்பதால் கீழே ஓடுபவர்களை சரியாக அடையாளம் காண முடியவில்லை. அதனால் தோராயமாகத்தான் சுடமுடிந்தது. அப்படியும் 21 போராளிகள், ஓடும்போதே சுட்டுக்கொல்லப்பட்டனர். ஜீசஸ் மொண்டானே சிறைபிடிக்கப்பட்டார்.

நேருக்கு நேர் நின்று தாக்குதல் புரிய அவர்கள் தங்களைத் தயார் செய்து கொண்டு வரவில்லை. அவர்களது திட்டம் கெரில்லாத் தாக்குதல். ஒருவேளை இவர்கள் தாக்குதலைத் தொடரும் முன் ராணுவத்தினர் முந்திவிட்டால், மறைவிடம் தேடுவதுதான் உகந்த வழியாகக் கருதப்பட்டது. சிதறி ஓடிய போராளிகள் கரும்புத்தோட்டத்தை அடைந்தனர். தலைக்கு மேலே விமானம் பறந்துகொண்டிருந்தது. 'இங்கேயே தங்கிவிடலாம்' என்றார் காஸ்ட்ரோ. அனைவரும் கீழே சுருண்டு படுத்துக்கொண்டனர். யாரும் சத்தம் எழுப்பவேண்டாம் என்று காஸ்ட்ரோ எச்சரித்தார். தரையில் படுத்தபடி அண்ணாந்து பார்த்தார் காஸ்ட்ரோ. வானத்தை மறைத்தபடி கரும்புகள் வளர்ந்திருந்தன. இந்தக் கரும்புத் தோட்டம் மட்டும் இல்லாவிட்டால் மறைந்துகொள்வதற்கு வேறு இடம் எங்கே இருக்கிறது? கரும்புகளைத் தடவிக்கொடுத்தபடி நீண்ட நேரம் படுத்துக்கிடந்தார். கரும்பு இலைகளைப் பிரித்து பாய் போல் சுருட்டி, அதற்குள் சுருண்டு படுத்துக்கொண்டனர். ராணுவத்தினர் விட்டுச்சென்ற பணியை கொசுக்கள் தொடங்கின.

காஸ்ட்ரோ யோசித்தார். அலக்ரியாவில் கூடாரம் அமைத்த சங்கதி எப்படி ராணுவத்தினருக்குத் தெரிந்திருக்கும்? வழிகாட்டிய இளைஞர்கள் யாராவது சொல்லியிருப்பார்களா? தெரியவில்லை. ஆனால் காஸ்ட்ரோவுக்குத் தெரியாமலேயே ஒரு தவறு நடந்திருந்தது. உற்சாகமிகுதியால் கரும்பைச் சுவைத்துக்கொண்டே சென்ற போராளிகள் வழி நெடுகக் கரும்புச் சக்கைகளைத் துப்பியபடி நடந்துவந்திருந்தனர். இதனால் அவர்களது முகாமைக் கண்டுபிடிப்பது சுலபமாகிப் போனது.

மொத்தம் நான்கு நாள்கள். கரும்புகளுக்கு மத்தியிலேயே இரவு, பகலாக சுருண்டு படுத்துக்கிடந்தனர். கரும்புச்சாறு மட்டுமே உணவு.

டிசம்பர் 10-ம் தேதி கரும்புத்தோட்டத்தை விட்டு வெளியே வந்தனர். பகல் நேரத்தில் நடந்தனர். இருட்டத்தொடங்கியதும் கண்ணில்பட்ட கரும்புத்தோட்டத்தில் மறைந்துகொண்டனர்.

டிசம்பர் 11. மீண்டும் மலையேற்றம். அங்கே சில குடியிருப்புகள் இருந்தன. ராணுவத்தினர் எங்கும் மறைந்திருக்கவில்லை என்பதை உறுதி செய்துகொண்டு முன்னேறினர். இப்போது காஸ்ட்ரோவின் குழுவில் மொத்தம் 20 பேர் மட்டுமே. ஒரு வீட்டில் உணவு கிடைத்தது. கூடவே, இயக்கத்தினரின் தொடர்பும் கிடைத்தது. தம்முடைய ஆள்களைக் கண்டதும் சிறு துகளாக ஒட்டிக் கொண்டிருந்த களைப்பும் இருந்த இடம் தெரியாமல் மறைந்து விட்டது. ஆள்கள் சேரத்தொடங்கினர். பெரும்பாலும் விவசாயிகள். நேரம் செல்லச்செல்ல சிதறி ஓடிய குழுவினர் வந்துசேர்ந்தனர்.

சே குவேரா தனது குழுவினருடன் டிசம்பர் 13-ம் நாள் ஒரு விவசாயியின் வீட்டில் உணவருந்தினார். நீண்ட நாள்களுக்குப் பிறகு சாப்பிட்டதால் சேவுக்கு கடுமையான வயிற்று வலி. அங்கேயே மூலிகை வைத்தியம் எடுத்துக்கொண்டு தேறினார். ரோசாபால் எனும் பாதிரியின் வீட்டுக்குச் சென்று தங்கினார். அந்தப் பாதிரிக்கு சே குவேராவை மிகவும் பிடித்துப்போனது. க்யூபாவின் மேன்மைக்காகத் தான் சேவும் போராளிகளும் அரசாங்கத்தை எதிர்த்து தாக்குதல் நடவடிக்கை நடத்தத் திட்டமிட்டுள்ளனர் என்று தெரிந்துகொண்டார். உடனே சே மற்றும் அவரது குழுவினரின் வெற்றிக்காக ஜெபம் செய்தார். சே தனது வாழ்நாளிலிலேயே முதல் முறையாக ஜெபித்தார். மீண்டும் சேவுக்கு உடல்நிலை பாதிப்படைய, அந்தப் பாதிரி அருகிலிருந்து கவனமாகப் பார்த்துக்கொண்டார். சே குவேராவுக்காக ரகசியமாக தந்திகள் அனுப்பினார். ஆனால், இவர் போராளிகளுக்கு உதவி செய்ததை ராணுவம் மோப்பம் பிடித்துவிட்டது. ரோசாபால் கைதுசெய்யப்பட்டார். அவர் வீட்டில் சே மறைத்துவைத்திருந்த ஆயுதங்கள் கைப்பற்றப்பட்டன.

டிசம்பர் 18. ரால் காஸ்ட்ரோ சில போராளிகளுடன் காஸ்ட்ரோவைச் சந்தித்தார். 'ஆஹா! நீ வந்துவிட்டாயா!' என்று உற்சாகமாகக் கத்தினார் காஸ்ட்ரோ. 'நல்ல வேளை! ஆயுதங்கள் குறைவாக இருக்கிறதே என்று நினைத்துக்கொண்டிருந்தேன்!' என்றார். அப்போதுதான் தோழர்களுக்குப் புரிந்தது இந்த 'ஆஹா! தனது சகோதரன் உயிருடன் திரும்பி வந்ததற்காக அல்ல. அவர் துப்பாக்கிகள் கொண்டுவந்ததால்தான். காஸ்ட்ரோவும் சே குவேராவும் மீண்டும் சந்தித்துக்கொண்டது டிசம்பர் 21-ம் தேதி. பாதிரி வீட்டில் தான் தங்கியிருந்ததையும் அவருடைய ஆயுதங்கள்

கைப்பற்றப்பட்டதையும் சே காஸ்ட்ரோவிடம் கூறியபோது காஸ்ட்ரோ ஆத்திரமடைந்தார்.

●

புரட்சி வெற்றிபெற்ற பிறகு என்னென்ன திட்டங்களைச் செயல்படுத்தவேண்டும் என்று காஸ்ட்ரோ சிந்தித்துக் கொண்டிருந்தார். சே உற்சாகமாக ஒவ்வொரு திட்டமாக விவரிப்பார். பிறகு காஸ்ட்ரோ, சே இருவரும் விவாதிப்பார்கள். அப்படியே படுத்து உறங்கிவிடுவார்கள். ஒரு சமயம் காஸ்ட்ரோ திடீரென்று கத்தினார். 'அனைவரும் எழுந்திருங்கள். ராணுவத்தினர் தாக்கத்தொடங்கிவிட்டனர்.' சே உள்பட வீரர்கள் அனைவரும் சட்டென்று கண்விழித்து துப்பாக்கிகளைத் தூக்கிக் கொண்டு சுடத் தயாரானார்கள். காஸ்ட்ரோ புன்னகைத்தார். 'நீங்கள் எந்த அளவுக்குத் தயாராக இருக்கிறீர்கள் என்று பார்ப்பதற்காகதான் இப்படிச் செய்தேன்' என்றார். காஸ்ட்ரோவின் உற்சாகம் விரைவில் அனைவரையும் தொற்றிக்கொண்டது. இயக்கத்தைச் சேர்ந்தவர்கள் ஆயுதங்களை மறைத்து எடுத்து வந்தனர். ஆள்களும் கணிசமாகச் சேர்ந்துவிட்டார்கள்.

காஸ்ட்ரோ சில ஏற்பாடுகளைச் செய்தார். ஜூலை 26 குழு உயிர்ப்புடன் இருக்கிறது என்றும் எப்போது வேண்டுமானாலும் போர் தொடங்கலாம் என்றும் பத்திரிகைகளுக்குச் செய்தி அனுப்பினார். இது சற்று முரணான சங்கதியாகத் தெரியலாம். காஸ்ட்ரோ ஏற்பாடு செய்திருந்தது கெரில்லாத் தாக்குதல். எதிராளிகள் அசந்திருக்கும்போது முழு வீச்சில் தாக்குதல் நடத்துவதுதான் கெரில்லா போர்முறை. ஆனால், காஸ்ட்ரோ ஏன் கெரில்லாத் தாக்குதலை போராக மாற்றினார்?

காரணம் இருக்கிறது. அப்படிச் செய்தால்தான் நகரங்களும், கிராமங்களும் விழித்துக்கொள்ளும். நடக்கப்போகும் தாக்குதல் அவர்களுக்காகத்தான் என்று அவர்கள் உணர்வார்கள். நாளை ஆட்சி கவிழ்ந்தால் ஏன் இப்படி நடந்தது என்று அவர்களுக்குத் தெரிய வேண்டும். பிரியோ போன்ற முன்னாள் குடியரசுத் தலைவர்கள் ஆட்சிக் கவிழ்ப்பு நடத்துவதற்கும், ஒரு புரட்சிக் குழு நடத்தும் ஆட்சிக் கவிழ்ப்புக்கும் உள்ள வித்தியாசங்களை அவர்கள் உணர வேண்டும். மிக முக்கியமாக, மக்களின் ஆதரவு வேண்டும். மக்களுக்கான புரட்சியில் மக்கள்தான் பங்கேற்க முடியும். காஸ்ட்ரோ எதிர்பார்த்ததைப் போலவே நகரத்திலிருந்தும் கிராமப்புறங்களிலிருந்தும் மக்கள் குவிந்தனர்.

மழை பெய்து முடித்திருந்தது. பயணம் தொடர்ந்தது. தொலைவில் இருந்த ஒரு மலையுச்சியைக் காட்டினார் காஸ்ட்ரோ. 'அதோ... அந்த

மலையுச்சிதான். அதை அடைந்துவிட்டால் போதும். பாடிஸ்டா அரசு கவிழ்ந்துவிடும், க்யூபா நமக்குத்தான்!' அந்த மலையுச்சி வெகு அருகே, கைக்கு எட்டும் தொலைவில்தான் இருப்பதாக அனைவரும் நினைத்தனர். இதோ இப்போதே போய்விடலாம் என்று நிமிர்ந்து பார்த்தபடி நடந்தனர். ஆனால் நீண்டுகொண்டேயிருந்தது பயணம். சிலர் மலையேறும்போது வழுக்கி விழவும் செய்தனர். அவர்கள் திரும்ப அனுப்பப்பட்டனர்.

லா பிளேட்டா ராணுவ முகாமை நெருங்கிவிட்டது குழு. அங்கு குவிக்கப்பட்டிருக்கும் ஆயுதங்களைக் கைப்பற்றினாலே போதும். நிலைமை கட்டுக்குள் வந்துவிடும். பாய்ந்துசென்றது குழு. முதல் கட்டமாக, ராணுவத்தினர் சிறைப்பிடித்து வைத்திருந்த விவசாயிகள் விடுவிக்கப்பட்டனர். துப்பாக்கிச் சூடு தொடங்கியது. புரட்சி வீரர்கள் முகாமைச் சுற்றிலும் வியூகம் வகுத்தனர். கண்ணிமைக்கும் நேரம்தான். முகாம் இவர்கள் வசமானது. இந்தத் தொடக்க வெற்றி ஏராளமான உற்சாகத்தை ஏற்படுத்தியது. இன்னமும் சிறிது காலம்தான், இலக்கை அடைந்துவிடுவோம் என்று பேசிக்கொண்டனர். லட்சியத்தை அடையும் வழியில் குண்டூசி முனை அளவுக்கு வெற்றி கிடைத்து விட்டாலும் உற்சாகம் கரை புரண்டு ஓடுவது இயற்கை. இனி ஆயுதங்களுக்குப் பஞ்சம் கிடையாது என்ற நிலையில் சியார்ரா மேஸ்த்ராவின் மையப்புள்ளியில் முகாம் அமைத்தனர். இங்கே இரண்டு வாரங்கள் தங்கியிருந்து அடுத்த திட்டத்தை வகுத்தனர்.

முகாமில் சூடாக உணவு தயாராகிக்கொண்டிருந்தது. எங்கிருந்தோ பறந்துவந்தது ஒரு குண்டு. பிறகு அடுத்தடுத்து குண்டுகள் மழையாக பொழிந்தன. பாய்ந்து வெளியே ஓடிவந்தனர். துல்லியமாக இவர்களது கூடாரத்தில் விழுந்து வெடித்திருந்தது. காஸ்ட்ரோ அண்ணாந்து பார்த்தார். குண்டு வீசிய விமானம் தலைக்குமேலே பறந்துகொண்டிருந்தது. பி.26 வகை விமானம். பார்த்த மாத்திரத்தி லேயே காஸ்ட்ரோவுக்குத் தெரிந்துவிட்டது. அமெரிக்காதான் இதனை வழங்கியிருக்கிறது. உள்ளூர் கலவரத்தை நசுக்க மிகக் கருணையுடன் அன்பளிப்பு செய்திருக்கிறது. யாருக்கும் சேதாரம் ஏற்படவில்லை என்பதை உறுதி செய்துகொண்டபின் நிம்மதி பிறந்தது. உடனடியாக முகாம் மாற்றப்பட்டது.

காஸ்ட்ரோவைக் கொன்றுவிட்டோம் என்று முதலில் அறிவித்த பாடிஸ்டா அவர் உயிருடன் இருக்கிறார் என்று தெரிந்ததும் ராணுவத்தை விட்டு மீண்டும் காடு முழுக்க குண்டுகளை வீசச்செய்தார். அமெரிக்கா அளித்த விமானங்களும், ஆயுதங்களும் துணையாக வந்தன. நேரடி ராணுவத் தாக்குதலை மட்டுமே

நம்பியிருக்கக்கூடாது என்று கருதிய பாடிஸ்டா, தனி அடியாள் படையையும் தயார் செய்து ஏவிவிட்டார்.

இதற்கிடையே, காஸ்ட்ரோவின் ஆட்கள் ஹவானாவுக்கும் சாண்டியாகோவுக்கும் சென்று வெளிநாட்டுப் பத்திரிகையாளர்களை காட்டுக்குள் அழைத்து வந்தனர். காஸ்ட்ரோ அவர்களுடன் உரையாட ஆர்வம் கொண்டிருந்தார். தமது ஒவ்வொரு அசைவும், ஒவ்வொரு திட்டமும் மக்களுக்குத் தெரியவேண்டும் என்று அவர் விரும்பினார். மாச்சானில்லோ எனும் கிராமத்தில் பத்திரிகையாளர் களைச் சந்திப்பதாக ஏற்பாடு. பத்திரிகையாளர்கள் வந்து சேர்ந்தனர். அவர்களோடு இணைந்து சீலியா சான்சஸ் எனும் பெண்ணும் வந்திருந்தார். இவர் ஒரு மருத்துவர். ஆபத்தான பயணம் என்று தெரிந்திருந்தும் காஸ்ட்ரோவை சந்திக்க வந்திருந்தார். நேரடியாகக் களத்தில் இறங்கவில்லை என்பது தவிர அனைத்து முக்கியப் பணிகளையும் திறம்படக் கவனித்துவந்தவர் இந்த சீலியா.

காஸ்ட்ரோவைச் சந்திக்க ஆர்வம் கொண்டு பத்திரிகையாளர்களோடு இணைந்துவந்த மற்றொரு பெண் எஸ்பின் வில்மா (பின்னர் இவர் ரால் காஸ்ட்ரோவை மணந்துகொண்டார்). காஸ்ட்ரோ ஸ்பானிஷில் சொல்வதை ஆங்கிலத்தில் மொழிபெயர்க்க இவர் மகிழ்ச்சியுடன் ஒப்புக்கொண்டார். நியூயார்க் டைம்ஸிலிருந்து மூத்த பத்திரிகை யாளரான ஹெர்பர்ட் மாத்யூஸ் தட்டுத்தடுமாறி காஸ்ட்ரோவைப் பார்க்க வந்திருந்தார்.*

அனைவரையும் வரவேற்ற காஸ்ட்ரோ அவர்களது கேள்விகளுக்கு தெளிவாகப் பதிலளித்தார்.

'நீங்கள் இறந்துவிட்டதாக பாடிஸ்டா அறிவித்திருந்தாரே?'

'ஆம். அந்தச் செய்தியை நானும் கேள்விப்பட்டேன். நிறையச் சிரித்தேன்!'

'சியார்ரா மேஸ்த்ராவில் நிறைய விபத்துகள் ஏற்படுவதாக பாடிஸ்டா சொன்னாரே!'

'ஆமாம், ஆமாம். ராணுவ வீரர்களை நாங்கள் தாக்கி, அதனால் அவர்கள் காயமடைந்தால் பாடிஸ்டா அதை ஒப்புக்கொள்வதில்லை.

---

* பிற அமெரிக்க நிருபர்களைப் போல் அல்லாமல் காஸ்ட்ரோவை நேரடியாகச் சந்தித்து அவரது திட்டங்களை அறிந்துகொள்வதற்காக இந்தப் பயணத்தை மேற்கொண்டவர்.

புரட்சிப்படையால் ராணுவ வீரர்கள் தாக்கப்படுவதை அவர் வெளியே காட்டிக்கொள்ள விரும்பவில்லை. அவர்கள் தாமாகவே வழுக்கி விழுந்துவிட்டதாகவும், விபத்தில் சிக்கி காய மடைந்ததாகவும் அறிவிக்கிறார். ஒன்று மட்டும் நிச்சயம். சியார்ரா மேஸ்த்ராவில் அடிக்கடி நிறைய விபத்துகள் ஏற்படுகின்றன!'

பத்திரிகை நிருபர்களுக்கு ஆச்சரியம். எலும்பும் தோலுமாக ஆகிவிட்ட இந்த இளைஞரால் எப்படி இத்தனை நம்பிக்கையுடன் பேச முடிகிறது? எப்படி இவரால் சிரிக்க முடிகிறது? க்யூபா எங்களுடையது! என்று எப்படி இவரால் உரக்கச் சொல்லமுடிந்தது? எந்தத் தைரியத்தில்?

பத்திரிகையாளர்களை கவர்ந்த மற்றொரு விஷயம் காஸ்ட்ரோவின் குழுவில் இருந்த ஆட்களின் எண்ணிக்கை. அவர் பேட்டி அளித்துக் கொண்டிருக்கும்போதே அரை மணிக்கு ஒரு முறை 18 ஆட்கள் அடங்கிய குழு ஒவ்வொன்றாக வந்து காஸ்ட்ரோவை சந்தித்துக் கொண்டிருந்தனர். ஒரு சாதாரண கலகக் கும்பல் என்று நினைத்துக் கொண்டிருந்தவர்கள் கூட அவரது படைபலத்தைக் கண்டு நடுங்கிப் போனார்கள்.

பின்னர் செய்தி வெளியிடும்போது, காஸ்ட்ரோவிடம் ஏகப்பட்ட குழுக்கள் இருப்பதாக அதிசயித்து எழுதினர். ஆனால் உண்மை நிலவரம் என்ன என்பது காஸ்ட்ரோவுக்கும் அவரது ஆட்களுக்கும் மட்டுமே தெரியும். காஸ்ட்ரோவிடம் அத்தனைக் குழுக்கள் இல்லை என்பதே நிஜம். மொத்தம் இருந்தது ஒரே ஒரு குழு மட்டுமே. 18 பேர் மட்டுமே அந்தக்குழுவில் இருந்தனர். ஆனால், தன்னை மிகச் சிறிய படையாக அடையாளப்படுத்திக்கொள்ள காஸ்ட்ரோ விரும்ப வில்லை. அதனால் அதே குழுவை ஆடைகள் மாற்றி அரைமணிக்கு ஒருமுறை வந்து தன்னைச் சந்திக்குமாறு அவர் அறிவுறுத்தியிருந்தார்.

பத்திரிகைகள் காஸ்ட்ரோவை ஒரு மகத்தான போராளியாகச் சித்திரித்து கட்டுரைகள் தீட்டின. அவரது போர்க்குணமும், சீரிய தலைமையும் புகழப்பட்டது. 'காஸ்ட்ரோவின் தோற்றம் கவரக்கூடியதாக இருக்கிறது. அவரது நம்பிக்கை வியக்கவைக்கிறது. அவரது அறிவு கூர்மையானது. அவர் மட்டுமல்ல, அவரது வீரர்களும் மிகுந்த நம்பிக்கையுடனும் வீரத்துடனும் முன்னேறிவருகிறார்கள். இவர்களை குண்டுகள் மற்றும் துப்பாக்கிகள் கொண்டு எதுவும் செய்துவிட முடியாது என்றே தோன்றுகிறது. மொத்தத்தில், பாடிஸ்டா ஒரு புதிய சக்திவாய்ந்த எதிரியை முதல் முறையாக எதிர்கொள்ள இருக்கிறார்'. (நியூயார்க் டைம்ஸ் பிப்ரவரி 24, 1956.)

பாடிஸ்டா அரசாங்கம் முதலில் இந்தச் செய்தியை நம்பவில்லை. காஸ்ட்ரோ அத்தனை பெரிய புரட்சிக்காரனல்ல என்றுதான் அவர் நினைத்திருந்தார். மொன்கடாத் தாக்குதலுக்குப் பிறகும்கூட ஏனோ காஸ்ட்ரோவையும் அவரது படையையும் அவர் குறைத்தே மதிப்பிட்டிருந்தார். அமெரிக்கா, காஸ்ட்ரோவை சட்டை செய்யவே இல்லை. அப்படியே ஏதாவது எதிர்ப்புகள் தோன்றினாலும் தாம் கொடுத்த ஆயுதங்களையும் விமானங்களையும் வைத்து பாடிஸ்டா முறியடித்துவிடுவார் என்று நம்பியது.

●

1957-ல் சியார்ரா மேஸ்த்ராவின் பெரும்பகுதி போராளிகளின் கட்டுப்பாட்டுக்குள் வந்துவிட்டது. சே குவேராவுக்கு ஒரு தனிப் படை கொடுக்கப்பட்டிருந்தது. விமானத் தாக்குதல்கள் தொடரப் பட்டால்கூட சே அவ்வளவாகக் கவலைப்படுவதில்லை. மறைவிடம் தேடி ஓடுவதில்லை. தான் செய்துகொண்டிருந்த பணியைத் தொடர்ந்து செய்து கொண்டிருப்பார். சுருட்டுப் பிடித்துக்கொண்டு கண்களை இடுக்கியபடி வானில் பறக்கும் விமானத்தை வேடிக்கை பார்ப்பார். மாலை நேரங்களில் செர்வாண்டிஸ், ராபர்ட் லூயிஸ் ஸ்டீவன்சன், பாப்லோ நெரூடா என்று வாசித்துக்காட்டி மகிழ்வார். சியார்ரா மேஸ்த்ராவில் கால் பதித்தது முதல் பல தடவைகள் குண்டடிப்பட்டிருக்கிறார். டிசம்பர் 9, 1957-ல் அல்ட்டோ டி கோன்ராடோப் எனும் பகுதியில் சண்டையிடும்போது அவரது பாதத்தில் குண்டு பாய்ந்தது. மிகுந்த அசட்டைத்தனத்தால் வந்த விளைவு. இச்சமயம் சே காஸ்ட்ரோவுக்கு எழுதிய கடிதம் அவரது ஆளுமையைப் படம்பிடித்துக்காட்டுவதாக அமைகிறது.

'...எம்1 ரக துப்பாக்கிக் குண்டு என் காலில் புகுந்து அங்கேயே தங்கிவிட்டது. தற்சமயம் நான் நடக்க இயலாத நிலையில் உள்ளேன். ராமிரோ, படைக்குத் தலைமை தாங்கி பெரும்பாலோருடன் ஓர் இடத்துக்குப் போயிருக்கிறார். எந்த இடம் என்பதை இதைக் கொண்டுவரும் வழிகாட்டி தெரிவிப்பார். எங்களுக்கு உடனடியாக 30.06 மற்றும் 45 தானியங்கிகளும் தேவைப்படுகின்றன. நான் இங்கு அதிரடித் தாக்குதல் ஒன்றைத் தயாரித்துவிட்டு பாதுகாப்பாக இருக்கிறேன். உங்களது அறிவுரையை அலட்சியம் செய்ததற்காக வருந்துகிறேன். ஆனால் கடுமையான களைப்பின் காரணமாக, நமது படையினரின் தன்னம்பிக்கை மிகவும் குறைவாக இருந்ததால், நான் முன்னணியில் இருக்கவேண்டியது அவசியமெனக் கருதினேன். நான் தேவையான அளவு எச்சரிக்கையாயிருந்தும், காயம் ஏற்பட்டது ஒரு விபத்தே...'

விரைவில் பேசிட்டோ, எல் ஹாம்பிரிட்டோ எனும் இரண்டு ராணுவ முகாம்களை வெற்றிகரமாகக் கைப்பற்றினார் சே.

காஸ்ட்ரோவுக்குக் கொள்ளை மகிழ்ச்சி. ஆயுதங்கள் அதிகரிக்க அதிகரிக்க போராளிகளின் நம்பிக்கை கூடும் என்று அவருக்குத் தெரியும். முன்னரே ஒரு குழுவுக்குத் தலைமை தாங்கிக்கொண்டிருந்த சே குவேரா, கூடுதலாக ஜெனரல் கமாண்டண்ட்டாகவும் மாற்றப்பட்டார்.

போர் என்று வந்துவிட்டால் முதல் வரிசையில் நின்று மிகக் கடுமையாகப் போராடும் குணம் கொண்டவர் சே. அதே சமயம் இரக்கம், அன்பு போன்ற பண்புகளை இழக்காதவராகவும் அவர் இருந்தார். ராணுவ முகாம்களைத் தாக்கும்போது சிறைப்படும் கைதிகளை ஒருபோதும் அவர் துன்புறுத்தியதில்லை. கைதிகளை மரியாதையாக நடத்தும் பக்குவம் அவரிடம் இருந்தது. அதே போல் கைதிகளுக்குக் காயம் ஏற்பட்டிருந்தால், இந்த ராணுவ வீரர், துப்பாக்கியைக் கீழே வைத்துவிட்டு மருத்துவப் பையைத் தூக்கிக் கொள்வார். சே மருத்துவராகவும் அந்தக் கைதி ஒரு நோயாளியாகவும் மாறிவிடுவார்கள். பாடிஸ்டா கைதிகளை நடத்திய விதத்தையும் சே குவேரா கைதிகளை நடத்தும் விதத்தையும் ஒப்பிட்டுப் பார்த்தால்தான் சேயின் மனிதத்தன்மையை உணரமுடியும்.

●

ஒரு வேடிக்கை நடந்தது. ராணுவ கர்னல் ஒருவர் தனது படையினருடன் சரணடைந்தார். காஸ்ட்ரோ அவருடன் அமர்ந்து பேசிக்கொண்டிருந்தார். 'நீங்கள் ஜெயித்துவிடுவீர்கள் என்றுதான் நானும் நினைக்கிறேன்' என்றார் கர்னல். காஸ்ட்ரோ அருகிலிருந்த ஹெலிகாப்டரையே வைத்த கண் வாங்காமல் பார்த்துக் கொண்டிருந்தார். புரிந்துகொண்ட கர்னல், 'வாருங்களேன் ஒரு முறை சுற்றிவிட்டு வரலாம்' என்று அழைத்தவுடன் காஸ்ட்ரோ தயாராகி விட்டார். கூடவே சே குவேரா வேறு. மூவரும் ஒன்று சேர்ந்து பறந்தனர். தோழர்களுக்கு ஒன்றுமே புரியவில்லை. ஒருவேளை பாடிஸ்டா ஏதாவது சதி செய்து விமானத்தில் வெடிவைத்து காஸ்ட்ரோவையும் சேவையும் தகர்த்துவிட்டால்? காஸ்ட்ரோ எப்படி தன்னுடைய எதிரியுடன் ஒன்றுசேர்ந்து பறக்கச் சம்மதித்தார்?

காஸ்ட்ரோ, சே இருவரும் பாடிஸ்டா எதிர்ப்பில் ஈடுபட்டுக் கொண்டிருந்த அதே சமயம், மற்றொரு முனையில் இருந்த ரால் காஸ்ட்ரோ அமெரிக்காவைச் சீண்டி விட்டுக்கொண்டிருந்தார். நாற்பத்தி ஒன்பது அமெரிக்கர்களை அப்படியே கடத்திக்கொண்டு வந்திருந்தார் ரால். அமெரிக்காவை வம்புக்கு இழுப்பதில் அவருக்கு

அலாதி இன்பம். தனக்கு என்று வந்துவிட்டால் அமெரிக்கா எப்படி யெல்லாம் தவிக்கும் என்று அவருக்கு நன்றாகவே தெரியும். தெரிந்திருந்துதான் யுனைடெட் ஃப்ரூட் உள்ளிட்ட நிறுவனங்களில் பணிபுரியும் நபர்களையும், ஹவானாவில் முதுகுப் பையோடு சுற்றிக்கொண்டிருந்த சுற்றுலாப் பயணிகளையும் கடத்தினார். கடத்திய அமெரிக்கர்களை ரால் ஒன்றும் செய்துவிடவில்லை. வேளா வேளைக்கு உணவு வழங்கப்பட்டது. போதிய பாதுகாப்பும் அளிக்கப் பட்டது. அவர் இதைச் செய்தது அமெரிக்காவின் அடிவயிற்றிலிருந்து கிளம்பும் அலறலைக் கேட்கத்தான்.

அமெரிக்கா அலறியது. செய்தித் தாள்கள் கொட்டை எழுத்தில் தலைப்புச்செய்திகள் தீட்டின. பதறியடித்து ஒரு தூதுவரை அனுப்பி வைத்தது அமெரிக்கா. அமெரிக்கா மட்டுமல்ல பாடிஸ்டாவும் பதறிப்போனார். க்யூபாவில் இருக்கும் அமெரிக்கர்களைப் பாதுகாக்க வேண்டிய கடமை பாடிஸ்டா அரசுடையது அல்லவா?

எதற்காக இந்தக் கடத்தல் என்று எவருக்கும் புரியவில்லை. அமெரிக்கத் தூதுவரிடம் பேசிய ரால், தனது கடத்தலுக்கான காரணத்தை வெளியிட்டார். அந்தக் காரணம் - குவாண்டனாமோ. க்யூபாவுக்குச் சொந்தமான சிறு தீவுதான் இந்த குவாண்டனாமோ. ஆனால் இது இப்போது க்யூபாவின் வசத்தில் இல்லை. ஸ்பெயினிடமிருந்து க்யூபாவைச் சுருட்டிக்கொண்ட மறுகணமே, குவாண்டனாமோவை அமெரிக்கா துண்டு போட்டு எடுத்துக்கொண்டது. இங்கு ஒரு சிறைச் சாலையையும் அமைத்தது. பாடிஸ்டாவுக்கு இதுபற்றி அக்கறை கிடையாது. காரணம் குவாண்டனாமோ அமெரிக்காவிடம் இருந்தால் தான் அவருக்கு நல்லது. இங்குதான் அமெரிக்கா பாடிஸ்டாவுக்குத் தேவையான தளவாடங்களை இறக்கிவைக்கும்.

இந்த அக்கிரமத்தை அமெரிக்கர்கள் உணரவேண்டும் என்பதற் காகத்தான் இந்தக் கடத்தல். ரால் எதிர்பார்த்தபடியே நடந்து கொண்டது அமெரிக்கா. பாடிஸ்டாவுக்கு ஆயுதங்கள் அளிப்பதை நிறுத்திக்கொள்வதாக உடனடியாக அறிவித்தது. காஸ்ட்ரோவுக்கும், சே குவேராவுக்கும் இந்தக் கடத்தல் நாடகம் தெரியாது. பின்னர் தெரியவந்தபோது, மகிழ்ந்தனர்.

இதற்கிடையே கம்யூனிஸ்ட் கட்சிக்கும் காஸ்ட்ரோ இயக்கத்துக்கும் இடையே உறவு வளர்ந்துவந்தது. இருவரும் ஒன்றிணைந்து செயல் படுவது அவசியம் என்ற புரிதலுக்கு வந்துசேர்ந்தனர். பாடிஸ்டாவின் ராணுத்தையும் தம்முடன் இணைந்துவிடுமாறு அழைப்பு விடுத்தார் காஸ்ட்ரோ.

சியர்ரா மேஸ்த்ராவிலிருந்து வெளியேறியது புரட்சிப்படை. இது வரையில், தன்னைத் தேடிவந்த ராணுவத்தினரிடம்தான் போராடிக் கொண்டிருந்தார்கள். இப்போது முதல் முறையாக ராணுவத்தினரைத் தேடி இவர்கள் புறப்படுகிறார்கள். சே குவேராவின் குழுவில் இப்போது 148 பேர் இருந்தனர். காமிலோ என்பவரின் தலைமையில் 82 பேர். இரண்டு குழுவினரும் தனித்தனியாக நகருக்குள் நுழைய வேண்டும். எதிர்க்கும் ராணுவத்தினரோடு போரிடவேண்டும். போராட முன்வரும் மக்களை இணைத்துக்கொள்ள வேண்டும்.

மிகக்கடுமையான போராட்டமாக இது அமைந்தது. லா பாஸ் எனும் பகுதிக்கு வந்து சேர காமிலோவுக்கு ஆறு வாரம் பிடித்தது. சே குவேராவுக்கு நிறைய சோதனைகள். சாப்பிட உணவு கிடைக்கவில்லை. காட்டுப்பகுதி. தண்ணீர்கூட கிடையாது. இருந்தாலும் தொடர்ந்து முன்னேறிக்கொண்டிருந்தனர். இரண்டு குழுக்களும் சந்தித்துக்கொண்டபோது படைவீரர்களின் எண்ணிக்கை ஆயிரத்தைத் தாண்டியிருந்தது. போகும் வழியெல்லாம் விவசாயிகள் விருப்பத்துடன் அவர்களுடன் இணைந்துகொண்டனர். ரால் காஸ்ட்ரோவும் மற்றொரு முனையிலிருந்து ராணுவ வீரர்களை எதிர்த்துக்கொண்டிருந்தார். காஸ்ட்ரோவின் படைகள் சாண்டியா கோவை நோக்கி விரைந்து கொண்டிருந்தது. துல்லியமாகத் திட்டமிடப்பட்டிருந்த மும்முனைத் தாக்குதல். வழியெங்கும் புரட்சி வீரர்களுக்கு படுஅமர்க்களமான வரவேற்பு.

மற்றொரு புதிய நபரும் காஸ்ட்ரோவின் குழுவில் இணைந்திருந்தார். அவர் பெயர் உர்ருசியா. முன்னாள் நீதிபதி. மெக்ஸிகோவில் கிடைத்த தொடர்பு. பாடிஸ்டா அரசுக்கு ஆயுதங்கள் அளிக்க வேண்டாம் என்று அமெரிக்காவிடம் விண்ணப்பித்துக் கொண்டவர். காஸ்ட்ரோவின் நம்பிக்கையை பெற்றெடுத்திருந்த உர்ருசியா அவருடன் இணைந்து போராட தாமாகவே முன்வந்தார். இவர் ஒரு ஜனநாயகவாதி என்றபோதும் கம்யூனிஸ்ட் எதிர்ப்பாளர் என்பதும் குறிப்பிடத்தக்கது. புரட்சிகரப் படைகள் நகருக்குள் நுழையத் தொடங்கியவுடன், உர்ருசியா ஒரு கப்பல் முழுக்க ஆயுதங்களை நிரப்பி எடுத்துவந்தார்.

பாடிஸ்டாவின் படைகள் சிதறி ஓடிக்கொண்டிருந்தன. பாடிஸ்டா உருக்குலைந்துபோனார். திரண்டுவரும் புரட்சிப் படைகளை அவர்களால் எதிர்கொள்ள இயலவில்லை. ஒவ்வொரு கட்டத்திலும் தோல்விதான். ஒவ்வொரு நகரமாக அவரை விட்டுப் பிரிந்து கொண்டிருந்தது. முதலில் சியார்ரா மேஸ்த்ரா மலைத்தொடர். பிறகு தரைப்பகுதிகள். கிராமப்புறங்கள், பிறகு சாண்டியாகோ உள்ளிட்ட நகரங்கள். பாடிஸ்டாவின் அரசு சீட்டுக்கட்டைப் போல் சரிந்து விழத்தொடங்கியது.

ஃபிடல் காஸ்ட்ரோ • 139

அமெரிக்கா திடுக்கிட்டது. சாதாரண கலகக் கும்பல் என்று அலட்சியம் செய்தது எத்தனை தவறு என்பதைப் புரிந்து கொண்டது. பாடிஸ்டா அரசு எந்நேரமும் தூக்கி எறியப்படலாம் என்கிற நிலை. என்ன செய்தது அமெரிக்கா? தனது துருப்புகளை அனுப்பி பாடிஸ்டாவுக்கு உதவியதா? விமானங்களை அனுப்பியதா? கிடையாது. எப்படியும் காஸ்ட்ரோதான் அடுத்து ஆட்சியில் அமரப்போகிறார் என்று கணித்து அவருடன் சமரசம் செய்துகொள்ள விரும்பியது. இதுதான் அமெரிக்கா.

காஸ்ட்ரோ உற்சாகமாக முன்னேறிக்கொண்டிருந்தார். 'நாளை க்யூபா விடுவிக்கப்படும். புரட்சி வெல்லப்போகிறது' என்று காஸ்ட்ரோ அறிவித்தார். கிட்டத்தட்ட அதே சமயம், பாடிஸ்டா க்யூபாவை விட்டு வெளியேறிவிட முடிவு செய்தார். அவருடைய பெட்டி, படுக்கைகள் தயாராகிக்கொண்டிருந்தன. தப்பி ஓடுவதற்கு முன்பு காண்டில்லோ என்பரை தலைவராக நியமித்தார். இந்தக் காண்டில்லோ தன் பங்குக்குத் தன்னுடைய பதவியை வேறொரு நபருக்குக் கொடுத்துவிட்டுப் பறந்தார்.

ஃபிடல் காஸ்ட்ரோ புன்னகை செய்துகொண்டிருந்தார்!

8. க்யூபா : புரட்சிக்குப் பின்

சாண்டியாகோ.

மக்கள் லட்சக்கணக்கில் திரண்டிருந்தனர். 'புரட்சி வெற்றிபெற்றுவிட்டது! க்யூபாவுக்கு விடுதலை!! ஃபிடல் காஸ்ட்ரோ வாழ்க!! சே குவேரா வாழ்க!!' போன்ற கோஷங்கள் வானைப் பிளந்தன. எங்கு பார்த்தாலும் வரவேற்பு. புதையல் கிடைத்து விட்டதைப் போல அனைவரும் துள்ளிக் கொண்டிருந்தனர். எந்த மூலையில் பார்த்தாலும் மக்கள் திரள்திரளாகக் கூடி பேசிக்கொண்டிருந்தனர். ராணுவ வீரர்கள் சிறிது சிறிதாகப் புரட்சிக்குழுவில் இணைந்து கொண்டிருந்தனர்.

புரட்சி தொடங்கிவிட்டது!

சே குவேரா வழியெங்கும் விசாரணைக் கூட்டங்களை நடத்திக்கொண்டிருந்தார். பாடிஸ்டா அரசில் விவசாயிகளைக் கொடுமைப்படுத்திய அரசாங்க அதிகாரிகள், விவசாயப் பெண்களை பாலியல் பலாத்காரம் செய்தவர்கள் என்று தேடிப்பிடித்து தண்டித்தார். விவசாயிகளின் இழந்த நிலம் மீட்கப் பட்டது.

காஸ்ட்ரோ கையசைத்துக்கொண்டே பயணித்துக் கொண்டிருந்தார். அவருக்கு எந்தவிதப் பாதுகாப்பும் அளிக்கப்படவில்லை. தன்னை நோக்கிக் கையசைக்கும் மக்களுக்கு பதில் வணக்கம்

செய்தபடி காரில் சென்றுகொண்டிருந்தார். காஸ்ட்ரோவின் ஒவ்வொரு செயலும் மக்களுக்குப் புதிதாக இருந்தது. பாடிஸ்டா ஒருபோதும் இப்படி திறந்த காரில் பயணம் செய்ததில்லை. யாரையும் பார்த்து சிரித்ததில்லை. கையசைத்ததில்லை. மக்களின் பிரச்னை களை நேரில் சென்று அறிந்துகொண்டதில்லை. அவருக்கு மக்கள் மீது நம்பிக்கை இருந்ததில்லை. மக்களும் அவர் மீது நம்பிக்கை வைத்ததில்லை.

சாண்டியாகோவிலிருந்து கிளம்பிய ஐந்தாவது நாள், அதாவது ஜனவரி 6, 1959 அன்று காஸ்ட்ரோ ஹவானா வந்தடைந்தார். மக்கள் கடல்போல் திரண்டு அவருக்காகக் காத்துக்கிடந்தனர். காஸ்ட்ரோவைப் பார்த்து வேகவேகமாகக் கையசைத்த ஒவ்வொருவரும் புன்னகைத்துக் கொண்டிருந்தனர். அவரது கையைப் பிடித்து குலுக்கத் துடித்தனர். (ஓர் இளம்பெண் காஸ்ட்ரோவின் கழுத்தில் ஒரு சங்கிலியை மாட்டி விட்டார். அதை இன்னமும் கழட்டவில்லை காஸ்ட்ரோ. இத்தனைக்கும் அது ஒரு கிறித்துவப் புனிதரின் உருவம் பொறிக்கப் பட்ட சங்கிலி. பின்னாளில் ஓர் அமெரிக்க நிருபர் இதுகுறித்து கேட்ட போது காஸ்ட்ரோ புன்னகைத்தபடி பதிலளித்தார். 'நான் அடிக்கடி தொலைக்காட்சியில் தோன்றிக்கொண்டிருக்கிறேன். ஒருவேளை நான் இந்தச் சங்கிலியை கழட்டி வைத்துவிட்டால் அந்தப் பெண் வருத்தடைவார்!') கூடியிருந்த மக்களிடம் பேசினார் காஸ்ட்ரோ. அவரது பேச்சின் சாராம்சம் இதுதான். 'இந்த வெற்றி ஒரு தொடக்கம் தான். சாதிப்பதற்கு இன்னமும் எவ்வளவோ இருக்கிறது. நாம் அனைவரும் ஒன்றாக உழைக்கத் தயாராக இருந்தால் போதும், வெற்றி சாத்தியமாகும்!'

பத்திரிகையாளர்கள் அவரைச் சூழ்ந்துகொண்டனர்.

'இத்தனைச் சிறிய வயதில் இத்தனைப் பெரிய வெற்றி சாத்திய மாகியிருக்கிறது. ஒரு நாட்டின் தலைவராக நீங்கள் மாறியிருக்கி றீர்கள். உங்களுக்குப் பயமாக இல்லையா?'

'கிடையாது. எனக்கு எந்தவிதப் பயமும் கிடையாது. என்னிடம் போதுமான அளவுக்கு சுயநம்பிக்கை இருக்கிறது. ஆனால் ஒன்று மட்டும் சொல்லவேண்டும். முதல் முறையாக எனக்கு சிறிது கவலை ஏற்பட்டிருக்கிறது என்பது உண்மைதான்.'

அந்த நிருபர் தொடர்ந்தார். 'பயம் கிடையாது. ஆனால் கவலை மட்டும் இருக்கிறது. சரிதானே?'

'ம்... சரிதான்!' என்கிறார் காஸ்ட்ரோ.

முதல் நிருபர் நகர்ந்ததும் மற்றொருவர் முண்டியடித்துக்கொண்டு முன்னேறுகிறார். பின்னணியில் ஒரே மகிழ்ச்சி ஆரவாரம். உரக்கக் கத்தினால்தான் கேட்கும் என்ற நிலை. எல்லோரும் ஏதேதோ கேட்கிறார்கள். வெவ்வேறு விதமாகக் கேட்டாலும், அனைவரும் கேட்க விரும்பிய கேள்வி இதுதான்.

'ஃபிடல் காஸ்ட்ரோ நீங்கள் இப்போது எப்படி உணர்கிறீர்கள்?'

காஸ்ட்ரோ அனைவரையும் பார்த்து கைகளை உயர்த்தி அசைத்துக் கொண்டு சத்தமாகப் பேசுகிறார்.

'மீண்டும் ஹவானா வந்ததில் எனக்கு அளவற்ற மகிழ்ச்சி. நான் மக்களுக்குப் கொடுத்த வாக்குறுதியைக் காப்பாற்றிவிட்டேன். ஒரு மகத்தான புரட்சி மலர்ந்திருக்கிறது.'

நியூ யார்க் டைம்ஸ் காஸ்ட்ரோவைப் பிரமாதமாகப் புகழ்ந்து கட்டுரைகள் எழுதியது. அமெரிக்கப் பத்திரிகைகள் காஸ்ட்ரோவை 'க்யூபாவின் ஜார்ஜ் வாஷிங்டன்' என்று புகழ்ந்தன. முன்னாள் அதிபர் ஹாரி ட்ரூமென், 'க்யூபாவுக்கு இப்போதைக்கு எது தேவையோ அதைத்தான் காஸ்ட்ரோ செய்திருக்கிறார். நாம் அனைவரும் கட்டாயம் காஸ்ட்ரோவுக்கு உதவவேண்டும்!' என்று கேட்டுக் கொண்டார்.

உர்ருசியா குடியரசுத்தலைவரானார். காஸ்ட்ரோ ராணுவத் தளபதியாக நியமிக்கப்பட்டார். அப்போது அவருடைய வயது 32. இத்தனைப் பெரிய பதவியை இத்தனைச் சிறிய வயதில் வகித்தது உலகிலேயே காஸ்ட்ரோ ஒருவர்தான். க்யூபாவில் புரட்சி வெற்றி பெற்ற செய்தி உலகெங்கும் பரவியது. உலக நாடுகள் க்யூபாவை நிமிர்ந்து பார்த்தன. க்யூபாவின் புதிய அரசை முதல் முறையாக அங்கீகரித்தது அமெரிக்கா. தொடர்ந்து பிற லத்தீன் அமெரிக்க நாடுகளும், சோவியத் யூனியனும் புதிய அரசை வரவேற்றன.

ஆனால் யாரும் எதிர்பாராத ஒரு சிக்கல் ஹவானாவில் முளைத்தது.

பாடிஸ்டா ஆட்சியை எதிர்த்துப் போராடிக்கொண்டிருந்த மாணவர் படை, குடியரசுத் தலைவர் மாளிகையை கைப்பற்றிக்கொண்டது. பாடிஸ்டாவின் ஆட்சியை காஸ்ட்ரோவின் புரட்சிக் குழு அகற்றி விட்டதில் அவர்களுக்குத் திருப்தி. என்றாலும், பாடிஸ்டாவுக்குப் பிறகு தாமே ஆட்சியை நடத்தலாம் என்று அவர்கள் விரும்பினர். தன்னை எதிர்ப்பவர்கள் யாராக இருந்தாலும், அது காஸ்ட்ரோவாக இருந்தாலும் சரி, அவர்களை முறியடிப்போம் என்று துப்பாக்கியைச் சுமந்து கொண்டு நின்றனர். 'இதென்ன புதுக் குழப்பம்!' என்று மக்கள் குழம்பினர்.

காஸ்ட்ரோ உடனடியாக ஹவானா விரைந்தார். தொலைக்காட்சி கேமிராக்கள் அவரைச் சூழ்ந்துகொண்டன. காஸ்ட்ரோ நிச்சயம் மாணவர் படையோடு மோதப்போகிறார் எனும் முடிவுக்கு அனைவரும் வந்துசேர்ந்தனர். நடப்பதை அப்படியே பதிவு செய்ய பத்திரிகையாளர்கள் தயாராக வந்திருந்தனர். காஸ்ட்ரோ இந்தப் பிரச்னையை எப்படிச் சமாளிக்கப்போகிறார் என்று தெரிந்து கொள்ளும் ஆவலில் ஆயிரக்கணக்கான மக்கள் குழுமியிருந்தனர்.

காஸ்ட்ரோ பேசத்தொடங்கினார். 'புரட்சி வெற்றிபெற்றுவிட்டது என்று நினைக்கும் தருவாயில் இந்தப் பிரச்னை முளைத்திருக்கிறது. யார் இவர்கள்? பாடிஸ்டாவின் ஆட்களா? ராணுவத்தினரா? கிடையாது. அவர்கள் மாணவர்கள், நம்முடைய தோழர்கள். அவர்கள் ஆயுதம் வைத்திருக்கிறார்கள் என்கிற காரணத்துக்காக நாமும் துப்பாக்கியைத் தூக்கக்கூடாது. அதற்கான அவசியமும் கிடையாது. ஆயுதம் கொண்டுதான் இவர்களை முறியடிக்கவேண்டும் என்றால் அதற்குச் சில விநாடிகள் போதும். ஆனால், நம்முடைய குறிக்கோள் அதுவல்ல. இனி க்யூபாவில் யாரும் ரத்தம் சிந்தத் தேவையில்லை. அதற்கான அவசியமும் இல்லை. இது மக்களுடைய புரட்சி. வெற்றி பெற்றிருப்பது மக்கள். அவர்களுக்கு எதிராக மற்றொரு போர் தேவைதானா? மாணவர்கள் சிந்தித்து நாளை ஒரு நல்ல முடிவாக எடுக்கவேண்டுகிறேன்!'

மறுநாளே குடியரசுத் தலைவர் மாளிகை காலி செய்யப்பட்டிருந்தது. உலகமே ஆச்சரியப்பட்டது. ஒரு துப்பாக்கியையும் வெடிக்க விடாமல் மாணவர் படையை பின்வாங்க வைத்ததற்காக காஸ்ட்ரோ பாராட்டப்பட்டார். இவர் பிரச்னைகளைக் கையாளும் விதம் நம்பிக்கையளிக்கக்கூடியதாக இருக்கிறது என்று மக்கள் பேசிக் கொண்டனர்.

அடுத்து என்ன? காஸ்ட்ரோவின் முன்பிருந்த கேள்வி இதுதான்.

கம்யூனிஸ்டு கட்சியில் சேர்ந்துவிடலாமா என்று யோசித்தார். ஜூலை 26 குழுவில் கணிசமான கம்யூனிஸ்டுகள் இருந்தனர். சே குவேரா முன்னரே ஒரு தீவிர கம்யூனிஸ்ட். அதே போல், கம்யூனிஸ்ட் கட்சியும் பல புரட்சிக்காரர்களைக் கொண்டிருந்தது. இந்த இரண்டு குழுக்களும் ஒன்றாக இணைவதுதான் சரியானதாக இருக்கும் என்று அவர் கருதினார். ஆனால் உடனடியாக அவரால் இதைச் செயல் படுத்தமுடியவில்லை.

காஸ்ட்ரோ தயங்கியதற்குக் காரணம் கம்யூனிஸ்ட் கட்சி காஸ்ட்ரோவின் புரட்சி அரசை இன்னமும் அங்கீகரிக்கவில்லை. சே குவேரா, ரால், மெல்பா, சீலியா உள்ளிட்ட பலருக்கு

புரட்சிக்குழுவும் கம்யூனிஸ்ட் கட்சியும் ஒன்றுசேரவேண்டும் எனும் ஆசை இருந்தது. இது காஸ்ட்ரோவுக்கும் தெரியும். கம்யூனிஸ்ட் கட்சி உறுப்பினர்கள் பலர் தங்களது உயிரைப் பணயம் வைத்து பலமுறை போராட்டத்தில் ஈடுபட்டதையும் காஸ்ட்ரோ அறிவார். கட்சித் தலைமை சரியில்லை என்பதற்காக ஒட்டுமொத்த கம்யூனிஸ்ட் கட்சியையே ஒதுக்கிவிடுவதை காஸ்ட்ரோ விரும்பவில்லை. ஆனால் எப்படி இணைவது?

காஸ்ட்ரோவே முதல் அடியை எடுத்துவைத்தார். கம்யூனிஸ்ட் கட்சித் தலைவர்களை பேச்சுவார்த்தைக்கு அழைத்தார். கட்சியின் முக்கியத் தலைவர்களான பிளாஸ் ரோகா, ரோட்ரிகஸ், அனிபல் எஸ்கலண்டே மூவரையும் தனியிடத்தில் சந்தித்தார். தன்னுடைய திட்டங்களை மிகத் தெளிவாக எடுத்துரைத்தார். புரட்சிக் குழுவும் கம்யூனிஸ்ட் கட்சியும் ஒன்றிணைந்தால் அதனால் ஏற்படக்கூடிய நன்மை மக்களையே சென்றடையும் என்றார்.

கட்சித் தலைவர்கள் தங்களது சந்தேகத்தை எழுப்பினர்.

'உங்களது புரட்சிக்குழு வெற்றிபெற்றதில் மகிழ்ச்சி. ஆனால் உங்களிடம் ஒரு குறை உள்ளது. அதனால்தான் உங்களோடு இணைவது குறித்து எங்கள் தலைமை இதுவரை முடிவுசெய்யவில்லை'

'எதுவாக இருந்தாலும் தயங்காமல் சொல்லுங்கள்' என்றார் காஸ்ட்ரோ.

'இந்த நிமிஷம் வரை நீங்கள் உங்களை ஒரு கம்யூனிஸ்டாக அடையாளப்படுத்திக்கொள்ளவில்லை. உங்களது போராட்டம் மார்க்சிய-லெனினியப் பாதையிலான போராட்டம் என்று அறிவிக்கவுமில்லை.'

இந்தக் குற்றச்சாட்டை முன்வைத்துவிட்டு மூவரும் காஸ்ட்ரோவை உற்றுப்பார்த்தனர்.

காஸ்ட்ரோ பொறுமையுடன் பதிலளித்தார்.

'உங்களது கேள்வி மிக நியாயமானதே. இது ஒரு கம்யூனிஸ்ட் போராட்டம் என்று நான் முன்னரே அறிவித்திருப்பேன். சியர்ரா மேஸ்த்ராவிலேயே அறிவித்திருப்பேன். அல்லது நகருக்குள் நுழைந்த மறுகணமே அறிவித்திருப்பேன் ஆனால் அவ்வாறு நான் பிரகடனப்படுத்தியிருந்தால், எந்த அளவுக்கு மக்கள் நம் பக்கம் சாய்ந்திருப்பார்கள்? புரட்சிப்படைக்கு இப்படி ஒரு வரவேற்பை அளித்திருப்பார்களா? இணைந்து போராடியிருப்பார்களா? உண்மையில், கம்யூனிசம் என்ற சொல்லைக் கேட்டு

ஃபிடல் காஸ்ட்ரோ • 145

பயப்படுபவர்கள்தான் இங்கு அதிகம். அது மட்டுமல்ல. ஒருவேளை நாம் கம்யூனிஸ்ட் என்று தெரிந்திருந்தால் அமெரிக்கா நம்மை முழுவீச்சோடு எதிர்க்க முன்வராதா? ஏகாதிபத்திய சக்திகள் ஒன்றிணைந்துவிட்டால் அவர்களை எதிர்ப்பதற்கான பலம் நம்மிடம் இருக்கவேண்டும் அல்லவா?'

காஸ்ட்ரோவின் வாதத்தில் இருந்த உண்மையை ஒப்புக்கொள்வதைத் தவிர அவர்களுக்கு வேறு வழியில்லை. இந்தப் பிரச்னைக்கு காஸ்ட்ரோ அளித்த தீர்வு அவர்களைத் திகைக்க வைத்தது.

'நாம் முதலில் மக்களுக்கு கம்யூனிஸம் என்றால் என்ன, மார்க்சியம் என்றால் என்ன, லெனினிசம் என்றால் என்ன என்று கற்றுத்தர வேண்டும். ஆனால், நாம் கற்றுக்கொடுப்பது கம்யூனிசம், மார்க்சியம், லெனினிசம் என்று அவர்களுக்குத் தெரியக்கூடாது'

உடனடியாக பயிற்சிப் பள்ளி தொடங்கப்பட்டது. வரலாற்றுப் பொருள்முதல்வாதம், வர்க்கப் போராட்டம், ஏகாதிபத்திய எதிர்ப்பு, காலனியாதிக்கம் போன்ற சித்தாந்தப் பதங்களைப் பயன்படுத்தாமல் அவர்களுக்குப் புரியும்படியாகப் பாடங்கள் கற்பிக்கப்பட்டன. விவாதங்கள், கருத்தரங்குகள் நடத்தப்பட்டன. சந்தேகங்கள் தீர்த்து வைக்கப்பட்டன. காஸ்ட்ரோ, சே குவேரா போன்றவர்கள் ஆசிரியர் களாக மாறினர். க்யூபாவை வளர்க்கவேண்டிய உந்துசக்தி மார்க்சியம் தான் என்பதில் காஸ்ட்ரோ தெளிவுடன் இருந்தார். அதே சமயம் இன்னபிற துறைகளைப் பற்றிய அறிவும் தெளிவும் தேவை என்பதில் அவர் குறியாக இருந்தார்.

ஆசிரியர்கள் குழுவை கூட்டி விவாதித்தார். 'நாம் பொருளாதாரம் கற்றுக்கொள்ளவேண்டும். வங்கிகள் எப்படி இயங்குகின்றன என்று தெரிந்துகொள்ள வேண்டும். நிதி நிர்வாகம் என்றால் என்ன, ஏற்றுமதி என்றால் என்ன, இறக்குமதி என்றால் என்ன என்று புரிந்துகொள்ள வேண்டும். இவை தவிர இன்னும் எத்தனையோ துறைகள் உள்ளன. கல்வி, போக்குவரத்து, நீதித்துறை என்று நாம் கற்கவேண்டியது இன்னமும் எவ்வளவோ! இவற்றையெல்லாம் நாம் எப்போது கற்றுக் கொள்ளப் போகிறோம்? எப்போது கற்றுக்கொடுக்கப் போகிறோம்?'

க்யூபா மாறிக்கொண்டிருப்பதை மக்கள் உணர்ந்தனர். முதல் முறையாக அரசாங்கமும், பொதுமக்களும் ஒன்றிணைந்த ஒரு கூட்டணி உருவானது.

●

அமெரிக்கா காஸ்ட்ரோவை வைத்தகண் வாங்காமல் பார்த்துவந்தது. உளவுத்துறையினர் அவ்வப்போது காஸ்ட்ரோவைப் பற்றிய

செய்திகளை அனுப்பிக்கொண்டிருந்தனர் 'காஸ்ட்ரோ ஆபத்தானவரா? அவரால் நமக்கு ஏதாவது பிரச்னைகள் தோன்ற வாய்ப்புகள் உண்டா?' என்று ஐசனோவர் அறிய விரும்பினார். உளவு நிறுவனத்தின் தலைமை அதிகாரியான டல்லாப், 'ஆம்' அவர் ஆபத்தானவர்தான்' என்றார். என்ன செய்யலாம் என்று அமெரிக்கா கேட்டதற்கு, 'பேசாமல் தீர்த்துக்கட்டி விடலாம்' என்றார். மற்றொரு சாரார் காஸ்ட்ரோவோடு சமரசம் செய்து கொள்ளலாம் என்று கருதினர். 'அவர் ஒரு கம்யூனிஸ்ட் அல்ல. அவரால் எந்த பாதிப்பும் ஏற்படாது' என்றனர்.

பாதிப்பு ஏற்பட்டது.

காஸ்ட்ரோ, அமெரிக்காவை துல்லியமாகக் குறிவைத்துத் தாக்கினார். மே 1959-ம் ஆண்டு, அமெரிக்க சர்க்கரை ஆலைகளுக்குச் சொந்தமான லட்சக்கணக்கான ஏக்கர் நிலத்தைப் பறிமுதல் செய்தார். மிக முக்கியமாக யுனைடெட் ஃப்ரூட் நிறுவனத்துக்குச் சொந்தமான நிலங்கள் பிடுங்கப்பட்டன. 'நீங்கள் என்ன விலைகொடுத்து வாங்கினீர்களோ, அதன் அடிப்படையில் உங்களுக்கு நஷ்ட ஈடு அளிக்க ஏற்பாடு செய்கிறேன்' என்றார். எந்தவொரு அமெரிக்க நிறுவனமும் நிலத்துக்கான அசல் தொகையைச் செலுத்தி முறைப்படி வாங்கிக்கொண்டதில்லை. எல்லாமே அடிமாட்டு விலையில் ஏமாற்றி வாங்கப்பட்டவை. இந்தத் தொகைக்கு நஷ்டஈடு என்றால் எப்படியிருக்கும்?

நிலம் மட்டுமல்ல. அமெரிக்க எண்ணெய் நிலையங்கள், தொலைபேசி நிறுவனம், வங்கிகள் அனைத்தும் அரசுடைமை யாக்கப்பட்டன. அமெரிக்கா அலறியது. இதுவரை ஏகபோகமாக அவர்கள் அனுபவித்துவந்த நிலத்தை காஸ்ட்ரோ திடீரென்று பறித்துக் கொண்டதை அவர்களால் ஜீரணித்துக்கொள்ள முடிய வில்லை. இதுவரை தன் விருப்பத்துக்கு க்யூபர்களை ஆட்டிப் படைத்துக்கொண்டிருந்த அமெரிக்க நிறுவனங்கள் பெட்டியைத் தூக்கிக்கொண்டு வெளியேறின. கிட்டத்தட்ட 850 மில்லியன் டாலர் மதிப்புள்ள சொத்துகள் அரசுடைமையாக்கப்பட்டன.

'நிலச்சீர்திருத்தத்தைத் தொடரவேண்டாம்' என்று க்யூபாவை எச்சரித்தது அமெரிக்கா. எச்சரிக்கை புறக்கணிக்கப்பட்டது. தொடர்ந்து முன்னேறிய காஸ்ட்ரோ, ஓரியண்ட் மாகாணத்திலுள்ள 80 ஆயிரம் ஏக்கர் நிலத்தை நாட்டுடைமையாக்கினார்.

அமெரிக்கர்கள் நடத்தி வந்த உல்லாச விடுதிகளிலிருந்து பாதி வருமானம் அரசாங்கத்துக்கு வந்துசேரவேண்டும் என்று உத்தர விட்டார். ஹவானா பல்கலைக்கழகத்தில் நிரம்பியிருந்த

பாடிஸ்டாவின் ஆட்கள் விரட்டப்பட்டனர். தன் விருப்பத்துக்கு ஏற்றவாறு பணம் வசூலித்து வந்த மின்சாரத்துறை சீர்செய்யப்பட்டது. அரசுடைமையாக்கப்பட்ட நிலங்கள் விவசாயிகளுக்குப் பகிர்ந்தளிக்கப்பட்டன. இரண்டு லட்சம் மக்களுக்கு நிலமும் வீடுகளும் கிடைத்தன. நில வாடகை பாதியாகக் குறைக்கப்பட்டது. ஏழை விவசாயிகள் வீடுகள் கட்டிக்கொள்ள ஊக்கப்படுத்தப்பட்டனர்.

அமெரிக்காவால் சற்றும் சகித்துக்கொள்ள முடியவில்லை. க்யூபா சிறிது சிறிதாக ஒரு கம்யூனிஸ்ட் நாடாக மாறிவருவதைக் கண்டு திடுக்கிட்டது. க்யூபாவிலிருந்த அமெரிக்கத் தூதரகம் இழுத்து மூடப்பட்டது. அமெரிக்கத் தூதர் திரும்பப் பெற்றுக்கொள்ளப்பட்டார்.

முதல் முறையாக அமெரிக்கா ஃபிடல் காஸ்ட்ரோவை முழுமையாகப் புரிந்துகொண்டது.

•

1959-ம் வருஷம் காஸ்ட்ரோவுக்கு அமெரிக்கப் பத்திரிகையாளர்களிடமிருந்து அழைப்பு வந்தது. அழைப்பை ஏற்றுக்கொண்டு அமெரிக்கா சென்றார் காஸ்ட்ரோ. அப்போது அமெரிக்காவில் காஸ்ட்ரோவுக்கு எதிரான தீவிரப் பிரசாரத்தைத் தொடங்கியிருந்தார்கள். புரட்சி வெற்றிபெற்ற பிறகு காஸ்ட்ரோ அரசு ஆயிரக் கணக்கான கைதிகளை சுட்டுக்கொன்றதாக குற்றச்சாட்டுகள் எழுந்தன. விசாரணைக்குப் பிறகு, குற்றவாளிகள் என்பதை உறுதி செய்துகொண்ட பிறகே அவர்கள் தண்டிக்கப்பட்டனர். இவர்களது எண்ணிக்கை 550. அமெரிக்கா இந்த எண்ணிக்கையை பூதாகரமாக மாற்றி சில ஆயிரத்துக்குக் கொண்டு சென்றது.

அமெரிக்காவில் அனைத்துப் பத்திரிகையாளர்களுக்கும் உண்மை நிலவரத்தைப் புரியவைத்தார் காஸ்ட்ரோ. அமெரிக்கர்களுக்கு ஒரு கோரிக்கையையும் விடுத்தார்.

'...நான் என்னை இயேசுநாதருடன் ஒப்பிட மாட்டேன். நான் சாதாரணமானவன்தான். இயேசுநாதரை ஏன் சிறையில் அடைத்தார்கள்? அவர் அன்றைக்கு இருந்த அநியாயங்களைக் கண்டித்தார். கடையனுக்கும் கருணை காட்டச் சொன்னார். அவரைப் பின்பற்றுபவர்களை அனைத்தையும் துறந்துவிட்டு வரச்சொன்னார். இதில் அவர்களுக்கு ஏன் கோபம் வரவேண்டும்? உண்மை அன்றைக்கு சிறையில் அறையப்பட்டது. அதைத்தான் அமெரிக்க அரசு இன்றைக்கும் செய்துகொண்டிருக்கிறது. இயேசுநாதர் கொல்லப்பட்ட

பிறகும் அவரது உபதேசங்கள், கருத்துகள் இன்றைக்கும் வாழ்கின்றன. அதே போல, எங்களைக் கொன்றபிறகும் எங்களது லட்சியம் வாழக்கூடியது. இந்தச் சாதாரண உண்மையை ஏன் அமெரிக்கா உணர மறுக்கிறது என்று எனக்குத் தெரியவில்லை. நாங்கள் அமெரிக்க மக்களுடன் நட்புறவாகவே இருக்க விரும்புகிறோம். நாங்கள் அமெரிக்காவின் உள்நாட்டு விவகாரத்தில் என்றாவது தலையிட்டது உண்டா? பிறகு அமெரிக்க அரசு எங்கள் விவகாரங்களில் இப்படிச் செய் - அப்படிச் செய்யாதே என ஏன் உத்தரவு போடுகிறது எனப் புரியவில்லை....அமெரிக்க மக்களே நாங்கள் நட்புக்கரம் நீட்டுகிறோம். நீங்களும் எங்களுக்கு ஒத்துழைப்பு தாருங்கள்...'

அமெரிக்கர்கள் ஒத்துழைக்க முன்வந்தனர். அமெரிக்கா ஒத்துழைக்க மறுத்தது.

க்யூபாவுக்கு அமெரிக்கா கொடுத்த முதல் பதிலடி சர்க்கரை இறக்குமதியை நிறுத்திக்கொண்டதுதான். க்யூபாவிலிருந்து யாரும் சர்க்கரை வாங்கக்கூடாது என்ற கண்டிப்பான கட்டுப்பாட்டை அமெரிக்கா விதித்தது. அமெரிக்கா மட்டுமல்ல, பிற நாடுகளும் க்யூபாவிடமிருந்து சர்க்கரை கொள்முதல் செய்யக்கூடாது என்று கேட்டுக்கொண்டது. முதலில் சர்க்கரையில் தொடங்கிய கட்டுப்பாடு பொருளாதாரத் தடையாக விரிவடைந்தது. க்யூபாவிலோ சர்க்கரை பொங்கி வழிந்து கொண்டிருந்தது. அமோக விளைச்சல். நிலம் கிடைத்த மகிழ்ச்சியில் விவசாயிகள் அனைவரும் கரும்பு விளைச்சலில் தீவிரமாக ஈடுபட்டுக்கொண்டிருந்தனர். அமெரிக்காவின் இந்தத் திடீர் சர்க்கரைக் கட்டுப்பாடு அவர்களை அப்படியே புரட்டிப்போட்டது. கிட்டத்தட்ட 7 லட்சம் டன் சர்க்கரை கொள்முதல் செய்யப்படாமல் சியர்ரா மேஸ்த்ரா மலைக்குப் போட்டியாகக் குவிந்துகிடந்தது.

க்யூபாவின் பொருளாதாரம் பூதாகரமான கேள்விக்குறியாக மாறியது. அப்போது க்யூபாவின் வங்கித் தலைவர் சே குவேரா. பணத்தாளில் சே என்று கையெழுத்திடும் அதிகாரம் இவருக்கு வழங்கப் பட்டிருந்தது. இவருக்கு முன்னரே க்யூபக் குடியுரிமை வழங்கப் பட்டிருந்தது. தொழில் அமைச்சராகவும் இவர் பொறுப்பேற்றுக் கொண்டிருந்தார். பொருளாதாரத்தை மேம்படுத்தவேண்டும் என்று இவருக்கு வண்டி வண்டியாகக் கனவு இருந்தது. முதல் மனைவி ஹில்டாவின் அனுமதியுடன் சகபோராளியானான அலெய்டா மார்ச்சை இவர் மணந்திருந்தார். நான்கு குழந்தைகளுக்கு அப்பாவாகவும் மாறியிருந்தார். ஓர் அமைச்சராக மாறியபிறகு அவரிடம் எந்தவித மாற்றங்களும் காணப்படவில்லை. நியாய விலைக்கடையில் வரிசையில் நின்று பொருள்கள் வாங்கினார்.

அலுவலகக் காரை அலுவலகப் பணிகளுக்கு மட்டுமே பயன் படுத்துவார். எங்காவது செல்லவேண்டுமானால் நடந்தேபோவார். அவசரம் என்றால் பேருந்து.

1959 ஜூன் மாதம் சே பல நாடுகளுக்குச் சென்று வந்தார். கெய்ரோ, ஜப்பான், யுகோஸ்லோவியா, இலங்கை, இந்தோனேசியா, பாகிஸ்தான், சூடான், மொராக்கோ என்று அவரது பயணம் நீண்டது. இந்தியாவுக்கும் வருகை தந்தார். தாஜ்மகால் சென்றார். கல்கத்தா பயணித்தார். சில தொழிற்சாலைகளையும் அணைக்கட்டுகளையும் சுற்றிப்பார்த்தார். நேரு அளித்த விருந்தில் பங்குகொண்டார். எத்தனையோ நாடுகளை சுற்றிவந்திருந்தாலும், சே வை மிகவும் கவர்ந்த ஒரு நாடு சோவியத் யூனியன். 'சோவியத் யூனியன் இல்லாத ஒரு உலகம் எப்படியிருக்கும் என்று நினைத்துப்பார்க்கவே முடியவில்லை' என்று சொல்லியிருக்கிறார்.

இந்நிலையில், வெனிசுலாவில் சோவியத் யூனியன் அறிவியல் கண்காட்சி ஒன்றை நடத்திக்கொண்டிருந்தது. கண்காட்சியைத் தொடங்கி வைத்தவர் சோவியத் துணைப் பிரதமர் அனஸ்டாஸ் மிக்கோயன். க்யூபாவின் சார்பாக சே குவேரா இந்நிகழ்ச்சியில் வரவேற்கப்பட்டிருந்தார். சே குவேராவுக்கு ஆச்சரியம்! கண்காட்சி குறித்து அனைத்து விவரங்களையும் மறக்காமல் குறித்து வைத்துக் கொண்டார். க்யூபாவிலும் இப்படி ஒரு ஏற்பாடு செய்யப்பட வேண்டும் என்று அவர் விரும்பினார். உடனே அனஸ்டாஸ் மிக்கோயனிடம் தனது விருப்பத்தை வெளியிட்டார். க்யூபாவில் நடக்கப்போகும் கண்காட்சியையும் அவர்தான் தலைமை தாங்கி திறந்துவைக்கவேண்டும் என்று கேட்டுக்கொண்டார். அவரும் மகிழ்ச்சியுடன் ஒப்புக்கொண்டார்.

1960-ம் ஆண்டு அனஸ்டாஸ் மிக்கோயன் க்யூபா சென்றார். காஸ்ட்ரோ விமான நிலையம் சென்று அவரை வரவேற்றார். கண்காட்சி சிறப்பாக நடந்துமுடிந்தது. சே மிக்கோயனை தனது வீட்டுக்கு அழைத்துச் சென்றார். இருவருக்குமிடையே வெகு இயல்பாக நட்பு மலர்ந்தது. சே-மிக்கோயன் நட்பு, க்யூபா-சோவியத் நட்பாக விரிவடைந்தது.

சே குவேராவை சோவியத்துக்கு வருமாறு மிக்கோயன் அழைப்பு விடுத்தார். அவரது அழைப்பை ஏற்று சோவியத் சென்றார் சே. அவரால் நம்பமுடியவில்லை. சோவியத் மக்கள் லட்சக்கணக்கில் திரண்டு அவரை வரவேற்றனர். அவர் செல்லும் இடமெல்லாம் அவரைச் சூழ்ந்துகொண்டனர். தொழிற்சாலைகளுக்குச் சென்ற போது தொழிலாளர்கள் அவரை கட்டித் தழுவிக்கொண்டனர். புரட்சிப்படை வெற்றிபெற்று ஹவானாவில் நுழைந்தபோது

அவருக்கு எத்தகைய வரவேற்பு அளிக்கப்பட்டதோ அதே போன்ற வரவேற்பு சோவியத் மண்ணிலும் கிடைத்தது. இது சே எனும் தனிப்பட்ட தலைவருக்குக் கிடைத்த வரவேற்பு என்று சொல்வதை விட, ஏகாதிபத்திய, முதலாளித்துவ எதிர்ப்புக்குக் கிடைத்த வரவேற்பாக ஏற்றுக்கொள்வது பொருத்தமாக இருக்கும்.

மிக்கோயன் மிகச் சரியான நேரத்தில் க்யூபாவுக்கு உதவ முன்வந்தார். க்யூபாவிடமிருந்து சர்க்கரையை வாங்கிக்கொள்ள சோவியத் சம்மதிக்கும் என்ற உறுதிமொழியை வழங்கினார். அதே கால கட்டத்தில், சோவியத்தில் சர்க்கரை வறட்சி ஏற்பட்டிருந்தது. க்யூபாவிடமிருந்து சர்க்கரையைக் கொள்முதல் செய்தால் இருநாடுகளுக்கும் அது பயனளிக்கும். எனவே சோவியத் அரசு இதற்குக் கட்டாயம் சம்மதிக்கும் என்றார் மிக்கோயன். சோவியத் அரசு சம்மதித்தது. க்யூபாவிடம் தேங்கிக்கிடக்கும் சர்க்கரையை கொள்முதல் செய்து அதற்கு விலையாக 80 சதவிகிதம் பொருளும் 20 சதவிகிதம் டாலரும் அளிக்க சோவியத் முன்வந்தது. க்யூப அரசு கேட்டுக்கொண்டதற்கு இணங்க 100 மில்லியன் டாலரை நீண்டகாலக் கடனாக அளிக்கவும் சோவியத் முன்வந்தது.

●

அமெரிக்காவுக்கும் சோவியத்துக்கும் பூனை-எலி உறவு. க்யூபா எப்படி விரோதி நாடோ அதே போல்தான் சோவியத்தும். இந்த இரண்டு விரோத நாடுகளும் கைகுலுக்கிக்கொண்டதை கவனித்துக் கொண்டிருந்தது அமெரிக்கா. இருநாடுகளும் ஒன்றிணைந்தால் என்னென்ன நடக்கும் என்று அமெரிக்காவுக்குத் தெரியும். கம்யூனிசப் பிரசாரம் தீவிரமடையும். கொந்தளித்துக்கொண்டிருக்கும் லத்தீன் அமெரிக்க நாடுகளில் கவுரவம் வெடிக்கும். முதலாளித்துவத்துக்கும் கம்யுனிசத்துக்கும் எதிரான போராட்டமாக இது மாற்றமடையும். லத்தீன் அமெரிக்க நாடுகளை உள்ளடக்கிய அகண்ட அமெரிக்காவை உருவாக்கி அதற்குத் தலைமை தாங்க விரும்பும் வாஷிங்டனின் கனவு இதனால் கலைந்துபோகும்.

இவற்றை அனுமதிக்கலாமா? கூடாது. இத்தனைக்கும் பாடிஸ்டா ஆட்சியில் இருந்தபோது சோவியத்துடன் அவர் வர்த்தக உறவு கொண்டிருந்தார். அப்போது அமெரிக்கா அதைப் பெரிதாக எடுத்துக் கொள்ளவில்லை. ஆனால் காஸ்ட்ரோ சோவியத்துடன் கைகுலுக்கிக் கொண்டபோதுதான் நிலைமையின் விபரீதம் அவர்களுக்குப் புரிந்தது.

சி.ஐ.ஏ.வின் உதவியுடன் காஸ்ட்ரோவை மிரட்டிப் பணியவைக்க முயன்றது அமெரிக்கா. ஆனால் காஸ்ட்ரோ மிரளவில்லை. மாறாக, சோவியத்துடன் மேலும் நெருக்கமானார். எந்நேரமும் அமெரிக்கா

தாக்கலாம் என்பதால் சோவியத்தின் நட்புறவை வளர்த்துக்கொள்வது அவசியமாகிப்போனது. அடுத்தகட்டமாக அமெரிக்கா பிரசார ஆயுதத்தை கையில் எடுத்துக்கொண்டது. சோவியத்தை நம்ப வேண்டாம் என்று க்யூபர்களிடம் கூச்சலிட்டது. அதே போல் க்யூபாவை நம்பவேண்டாம் என்று சோவியத் மக்களிடம் முறையிட்டது. இருநாடுகளும் எப்படியாவது பிரிந்துவிடாதா என்று ஏங்கியது. ஆனால் அப்படி எதுவும் நடைபெறவில்லை.

அமெரிக்கா தன்னால் முடிந்ததைச் செய்தது. க்யூபாவின் இறக்குமதி முற்றிலுமாகக் கட்டுப்படுத்தப்பட்டது. அமெரிக்காவிலிருந்து ஒரு குண்டூசியைக் கூட க்யூபாவுக்குக் கொண்டுபோகமுடியாது. க்யூபாவிலிருந்து ஒரு குண்டூசியைக்கூட அமெரிக்காவுக்கு ஏற்றுமதி செய்ய முடியாது. இதனால் க்யூபா சந்தித்த இன்னல்கள் என்னென்ன? அன்றாட தேவைக்கான எண்ணெய் கிடைக்கவில்லை. உதிரிபாகங்கள் கிடைக்கவில்லை. ஓடிக்கொண்டிருந்த பஸ்கள் நின்றுவிட்டன. வயலில் டிராக்டர்கள் ஓடவில்லை. பச்சைக் குழந்தைக்கு பால் கூட கிடைக்கவில்லை. சோவியத் உறவை துண்டித்துக்கொண்டால் பொருளாதாரத் தடைகளை திரும்பப் பெற்றுக்கொள்வோம் என்றது அமெரிக்கா. காஸ்ட்ரோ முடியாது என்றார். தடை தொடர்ந்தது. அது மிகக்கடுமையான காலகட்டம். ஒரே ஆறுதல் சோவியத்தின் நட்புக்கரம்.

●

ஐ.நா. சபையின் இருபத்தைந்தாவது ஆண்டுவிழா நியூ யார்க்கில் நடைபெற்றது. உலகெங்கிலுமிருந்து முக்கியத் தலைவர்கள் பங்குகொண்டனர். அமெரிக்காவின் சார்பில் ஐசனோவர். இந்தியாவின் சார்பில் நேரு. க்யூபாவின் சார்பில் காஸ்ட்ரோ.

முப்பத்து நான்கே வயதான காஸ்ட்ரோ அத்தனை மூத்த தலைவர்களையும் தாண்டி ஜொலித்தார்.

காஸ்ட்ரோவை ஒரு நட்சத்திர விடுதியில் தங்கவைத்தனர். கட்டணம் வானளவுக்கு இருந்தது. அதைச் செய்யாதே, இதைச் செய்யாதே என்று ஏகப்பட்ட நிபந்தனைகள் வேறு. காஸ்ட்ரோவுக்குக் கோபம். அதிகாரிகளைச் சந்தித்து கத்தினார். 'நாங்கள் மலையில், காடுகளில் உறங்கியவர்கள். வராண்டாவில் கூட படுத்துக்கொள்வோம். இப்படிப்பட்ட வரவேற்பு எனக்கு வேண்டாம்!' உடனே அதிகாரிகள், அவசர அவசரமாக அவரை கறுப்பர்கள் வசிக்கும் மன்காட்டனில் ஒரு விடுதியில் தங்க வைத்தனர். இந்தத் தெருவில் ஒரு விபசார விடுதியும் இருந்தது. காஸ்ட்ரோ நொந்துகொண்டார். 'விபசார விடுதி வைத்துக்கொள்ளலாம். அதனால் தலைக்குனிவு ஏற்படாது. ஆனால், கறுப்பர்கள் பகுதி இருப்பதுதான் தலைக்குனிவை ஏற்படுத்துகிறது

என்கிறார்கள். இயேசுநாதரே வந்தாலும் அமெரிக்காவை மன்னிக்க மாட்டார்.'

இந்த விடுதிக்கு காஸ்ட்ரோவைத் தேடி நிகிதா குருஷேவ் வந்தார். இருவரும் கட்டித் தழுவிக்கொண்டதை பத்திரிகைகள் மாய்ந்து மாய்ந்து படம் பிடித்து கட்டுரைகள் எழுதின. ஐ.நா. சபையில் குருஷேவ் ஏகாதிபத்திய நாடுகளை சாடிப் பேசினார். உலக அமைதியைக் கெடுப்பவர்கள் அவர்கள்தான் என்று குற்றஞ் சாட்டினார். அவர் பேசுவதை ரசித்து கைதட்டி வரவேற்றார் காஸ்ட்ரோ. அடுத்து உரையாற்றிய காஸ்ட்ரோ நான்கரை மணிநேரம் எடுத்துக்கொண்டார். பத்திரிகைகள் அவரது திறமையை வியந்து பாராட்டின. நேருவும் காஸ்ட்ரோவும் சந்தித்துப்பேசினர். இருநாடுகளும் தோழமை கொண்டன. க்யூபாவின் கல்வி வளர்ச்சிக்கு இந்தியா நன்கொடை வழங்கியது.

●

பொருளாதாரத் தடைகள் க்யூபாவின் வளர்ச்சியை கட்டுப் படுத்தவில்லை.

'தெரியாதவர்கள் கற்றுக்கொள்ளுங்கள். தெரிந்தவர்கள் கற்றுக் கொடுங்கள்' - இதுதான் க்யூபா எழுத்தறிவு இயக்கத்தின் தாரக மந்திரம். பிள்ளைகள் தங்களுடைய பெற்றோர்களுக்கு சொல்லித்தரவேண்டும். நண்பர்களுக்கு கற்றுத்தரவேண்டும். மலைகளுக்கும், பள்ளத்தாக்கு களுக்கும் சென்று எழுத்தறிவிக்கவேண்டும். நெருப்பைப் போல் பற்றிக் கொண்டது இந்த இயக்கம். சுரங்கத் தொழிலாளர்கள் பணி முடிந்ததும் நேராக வகுப்பறைக்குப் படையெடுத்தனர். கடப்பாறையை வாசலுக்கு வெளியே படுக்க வைத்துவிட்டு ஒரு விவசாயி வகுப்பறைக்குள் நுழைவார். பைனாப்பிள் மரம் அறுப்பவர் கத்தியை மூடி வைத்துவிட்டு புத்தகத்தை திறந்து வைத்துக்கொள்வார். பற்களைத் தொலைத்த மூதாட்டிகளும் அமர்ந்திருப்பார்கள். இந்த வயதில் இதெல்லாம் எதற்கு என்று தயங்கியதில்லை. கற்பிப்பதற்கு நூற்றுக்கணக்கான இளைஞர்கள் முன் வந்தனர். ஒரு காடா விளக்கை கையில் ஏந்திக் கொண்டு மக்களை நோக்கிப் பயணிக்க அவர்கள் தயாராக இருந்தனர்.

பாடிஸ்டா அரசாங்கத்துக் கல்வியையும் புரட்சிக்குப் பிறகு ஏற்பட்ட மாற்றங்களையும் ஒப்பிட்டு நோக்கினால்தான் சாதனையின் வீரியம் தெரியவரும். பாடிஸ்டா அரசில் க்யூபாவின் எழுத்தறிவு 23.6 சதவிகிதம். பள்ளிகள் கவனிப்பாரற்றுக் கிடந்தன. மாணவர்கள் ஒழுங்காகப் படிக்கிறார்களா என்ற அக்கறை ஆசிரியர்களுக்குக் கிடையாது. ஆசிரியர்கள் ஒழுங்காகப் பாடம் நடத்துகிறார்களா என்று தெரிந்துகொள்ளும் விருப்பம் அரசாங்கத்திடம் இல்லை.

புரட்சிக்குப் பிறகு நிலைமை தலைகீழாக மாறியது. ஒரே ஆண்டு. எழுதப்படிக்கத் தெரியாதவர்களை தேடிக் கண்டுபிடிக்க வேண்டிய நிலை ஏற்பட்டது. 9-ம் வகுப்பு படித்த மாணவர்களின் விழுக்காடு 98.2 சதவிகிதத்தை எட்டிப்பிடித்தது. 37 மாணவர்களுக்கு ஓர் ஆசிரியர். உலகிலேயே வேறெந்த நாட்டிலும் இத்தகைய விகிதாச்சாரத்தைக் காணமுடியாது. அனைத்து மட்டங்களிலும் கல்வி இலவசம். யுனெஸ்கோ, யுனிசெஃப் போன்ற அமைப்புகள் கல்வியில் க்யூபாவை முன்னுதாரணமாக நிறுத்தி உலகுக்குப் பாடம் எடுத்தன. பொருளாதாரத் தடைகள் விதிக்கப்பட்டபோதுகூட மாணவர்களிடமிருந்து ஒரு பிசோவைக் கூட காஸ்ட்ரோ அரசு கட்டணமாக வசூலிக்கவில்லை.

இந்த வியத்தகு சாதனை எப்படிச் சாத்தியமானது? கல்வி என்பது ஒரு தேசத்தின் முக்கியச் சொத்து என்று காஸ்ட்ரோ அரசாங்கத்துக்கு தெரிந்திருந்தது. ஒவ்வொரு க்யூபனும் எழுத்தறிவு கொண்டவனாக இருக்கவேண்டும் என்று அரசாங்கம் விரும்பியது. இது சாத்தியமா என்று யாரும் கேள்வி எழுப்பவில்லை. கல்வி கற்பிப்பதற்கான ஆதார வசதிகள் இருக்கின்றனவா என்று யாரும் ஆராய்ந்து கொண்டிருக்க வில்லை. பொருளாதாரத் தடைகள் இருக்கும் சூழலில் இத்தகைய முயற்சிகள் தேவைதானா என்று யாரும் விவாதிக்கவில்லை. நடத்திக் காட்டினார்கள்.

குழந்தைகள் பள்ளிக்குச் செல்லவேண்டும். அவர்களுக்கு பேருந்துகள் தேவைப்படும் என்பதற்காகப் பொதுமக்கள் எரிபொருளை மிச்சம் பிடிக்கவேண்டி தங்களது வாகனங்களை அப்படி அப்படியே போட்டுவிட்டு நடந்துசென்றனர். ஒரு முறை அலெய்டா அவசரமாகச் சில மருந்துகளை வாங்கவேண்டி யிருந்ததால் சே குவேராவின் அலுவலகக் காரை உபயோகப்படுத்திக் கொண்டார். விபரம் அறிந்ததும் சேவுக்கு பயங்கரக் கோபம். ‘இது யாருடைய கார் தெரியுமா? மக்கள் வரிப்பணத்தில் வாங்கியது. இதில் இருக்கும் எரிபொருள் மக்களுடைய பணத்தில் வாங்கப்பட்டது. அதை எப்படி நீ உன் சொந்தக் காரியத்துக்குப் பயன்படுத்தலாம்’ என்று கத்தித் தீர்த்துவிட்டார்.

கல்விப் புரட்சி நடந்துகொண்டிருந்த அதே சமயம் மருத்துவப் புரட்சியும் தொடங்கிவிட்டது. காளான்கள் போல மருத்துவமனைகள் முளைத்தன. குழந்தை ஒரு தாயின் வயிற்றில் உருவாகும்போதே அதன் உடல்நலனைக் காக்கும் முயற்சிகள் தொடங்கப்பட்டன. அடிப்படை மருந்துகள்கூட மறுக்கப்பட்ட நிலையில் மருத்துவத்துறை நான்குகால் பாய்ச்சலில் முன்னேறியது. ‘கட்டுப்பாடென்பது என்னவென்றால் தலைவலிக்குத் தேவையான ஆஸ்பரின்கூட கிடைக்காமல் செய்வது’ என்றார் காஸ்ட்ரோ. இருந்தும் சாதனை சாத்தியமானது. புரட்சிக்கு

முன்னர் க்யூபர்களின் சராசரி ஆயுட்காலம் 55 ஆண்டுகள். இது பின்னர் 75 ஆண்டுகளாக உயர்ந்தது.

மருந்துகளைத் தடை செய்தும் க்யூபாவில் எதிர்பார்த்த மாற்றங்கள் ஏற்படாததால் அமெரிக்கா மற்றொரு உபாயத்தைக் கண்டுபிடித்தது. போர் விமானங்கள் தயார் செய்யப்பட்டன. இந்த முறை விமானங்கள் ஏற்றிச்சென்றது குண்டுகளை அல்ல, ரசாயனப் பொடிகளை. நோய் பரப்பும் கிருமிகளை. மழை போல இவை வந்து விழுந்தன. மக்கள் துடிதுடித்துப்போனார்கள்.

மருந்துகள் கிடையாது என்பதால் துவண்டுபோகவில்லை. 'நமக்குத் தேவையான மருந்துகளை நாமே உருவாக்குவோம்!' என்றார் காஸ்ட்ரோ.

புதிய நோய்களைத் தடுக்க புதிய மருந்துகள் கண்டுபிடிக்கப்பட்டன.

அமெரிக்கா வாயடைத்து நின்றது!

9. அமெரிக்காவின் முகத்தில் கரி!

அமெரிக்காவைப் பொறுத்தவரை, காஸ்ட்ரோ கண்களில் விழுந்த தூசி. தூசியை அகற்றினால்தான் நிம்மதியாக இருக்கமுடியும். அதற்காக எதை வேண்டுமானாலும் செய்யத் தயாராகவே இருந்தது அமெரிக்கா.

சி.ஐ.ஏ அதிகாரிகளுடன் ரகசியக் கூட்டங்கள் நடத்தினார் ஐசனோவர். விளக்கங்கள், விவாதங்கள், திட்டங்கள். ஒவ்வொருவரும் ஒவ்வொரு விதமான அச்சத்தை வெளிப்படுத்தினார்கள். மொத்தத்தில் காஸ்ட்ரோவை ஏதாவது செய்ய வேண்டும் என்றே அனைவரும் விரும்பினார்கள்.

இந்த 'ஏதாவது' என்பது எதுவேண்டுமானாலும் இருக்கும். சி.ஐ.ஏ உதவியுடன் எதிரி நாட்டு மக்கள் மத்தியில் அதன் தலைவரைப் பற்றிய வதந்திகளை சுடச்சுட பரப்பிவிடுவது, ஆள்வைத்து மிரட்டுவது, அடிப்பது, உதைப்பது, கொல்வது, உள்நாட்டுக் கலவரங்களைத் தூண்டிவிடுவது, எதிரிநாட்டைக் குட்டிச் சுவராக்குவது, இன்னபிற. க்யூபாவைப் பொறுத்த வரையில் மேலே குறிப்பிட்ட அத்தனைப் பணிகளையும் செவ்வனே செய்து முடிக்க அமெரிக்கா விரும்பியது.

ஆனால் எப்படி? வெளிப்படையாக க்யூபா மீது தாக்குதல் நடத்தமுடியாது. 'ஃபிடல் காஸ்ட்ரோ

எங்களுக்கு தலைக்குனிவை ஏற்படுத்துகிறார், அதனால் அவரை அகற்றப்போகிறோம்' என்று சொல்லமுடியாது. அப்படி அவர் என்னதான் செய்கிறார்? என்று கேட்டால் பதிலளிக்க திணறவேண்டி யிருக்கும். ஏற்கெனவே உலக அரங்கில் வேண்டிய அளவுக்குக் கெட்ட பெயர் வாங்கியாகிவிட்டது. இது போதாதென்று ரஷ்யா வேறு க்யூபா பக்கம் சாய்ந்துவிட்டது. காஸ்ட்ரோவைச் சீண்டினால் ரஷ்யா சண்டைக்கு வந்துவிடும். சங்கடமான நிலைமைதான்.

இப்படியே பேசிப்பேசி நேரத்தை வீணாக்கினார்களே தவிர உருப்படி யாக ஒன்றும் செய்யமுடியவில்லை. பொதுத்தேர்தலும் வந்துவிட்டது. ஐசனோவரை வெளியேற்றிவிட்டு ஜான் கென்னடி ஆட்சியில் அமர்ந்தார். ஐசனோவருக்கு சற்றும் சளைத்தவரல்ல கென்னடி. அமெரிக்க உள்நாட்டு பிரச்னைகளுக்குக் கொடுக்கும் முக்கியத் துவத்தைவிட அதிகபட்ச முக்கியத்துவத்தை காஸ்ட்ரோவுக்கும் க்யூபாவுக்கும் கொடுத்தார் அவர்.

பதவிக்கு வந்ததும் கென்னடி தெரிந்துகொள்ள விரும்பியது இதைத்தான்: 'க்யூபாவின் ஆயுத பலம் என்ன?' மளமளவென்று புள்ளிவிவரங்கள் அடுக்கப்பட்டன.

இதோ அவர்கள் அளித்த பட்டியல். சோவியத் டாங்கிகள், கனரக ஆயுதங்கள், பீரங்கிகள், ஆ-26 வகை வெடிகுண்டுகள், இதுவரை வடிவமைக்கப்பட்டதிலேயே மிகவும் சாதுரியமாகச் செயல் படக்கூடிய ஹாக்கர் சீ ஃப்யூரி (Hawker Sea Fury) எனும் குண்டு பொழியும் விமானம். T-33 ஜெட் விமானங்கள்... இப்படியாக நீண்டது அந்தப் பட்டியல். சந்தேகமேயில்லை. சோவியத்தின் உதவியால்தான் க்யூபா தனது படைபலத்தைப் பெருக்கிக்கொண்டுள்ளது.

கென்னடி யோசித்தார். பேசாமல் க்யூபா மீது ஆயுதத்தாக்குதல் நடத்தினால் என்ன?

நடத்தலாம். ஆனால் பட்டவர்த்தனமாக தாக்குதலை நடத்த முடியாது. அதனால் காஸ்ட்ரோவின் சர்வாதிகார ஆட்சியை அகற்ற விரும்பும் க்யூபர்களை நம் பக்கம் இழுக்கவேண்டும். எல்லோரும் காஸ்ட்ரோவின் ஆட்சியை ஏற்றுக்கொண்டிருப்பார்கள் என்று சொல்லமுடியாது. காஸ்ட்ரோவின் செயல்களை எதிர்க்க, கட்டாயம் க்யூபர்கள் முன்வருவார்கள். இப்படி முன்வருபவர்களை முதலில் ஒன்றிணைக்கவேண்டும்.

அடுத்த கட்டமாக, ஒருங்கிணைக்கப்பட்ட க்யூபர்களை க்யூபாவுக்கு அனுப்பி அங்கு கலகத்தைத் தூண்டிவிடவேண்டும். கலவரம் உள்நாட்டுப் போராக வெடிக்கவேண்டும். மக்கள் வீதிக்கு வந்து

காஸ்ட்ரோவுக்கு எதிராகக் கோஷம் போடவேண்டும். ஒன்றுதிரண்டு போராடவேண்டும். காஸ்ட்ரோவை எதிர்க்க முன்வரும் ஒவ்வொரு கலகக்காரனுக்கும் ஆயுதம் வழங்கவேண்டும். அத்தனை மக்களும் ஒன்றுசேர்ந்து ராணுவத்தை வீழ்த்தவேண்டும். ஃபிடல் காஸ்ட்ரோ க்யூபாவை விட்டு வெளியேறி ஓடவேண்டும்.

ஹவானாவிலிருந்து 400 கி.மீ.க்கு அப்பால் அமைந்துள்ள ட்ரினிடாட் எனும் மலைப்பிரதேசத்தில் கலகக்காரர்களைக் களமிறக்கலாம் என்று அமெரிக்கா திட்டமிட்டது. ட்ரினாடாட் தேர்ந்தெடுக்கப் பட்டதற்குக் காரணம் அப்பகுதி மக்கள் காஸ்ட்ரோவுக்கு எதிரானவர்கள் என்று அவர்களது உளவுத்துறை அறிக்கை கோடிட்டுக்காட்டியிருந்தது. பின்னர் ட்ரினிடாடுக்குப் பதிலாக பிக் வளைகுடா (Bay of Pigs) தேர்ந்தெடுக்கப்பட்டது.

•

ஏப்ரல் 14, 1961. அமெரிக்காவால் தயார்செய்யப்பட்ட கலகக்காரர்கள் ஆறு கப்பல்களில் நிகரகுவா துறைமுகத்திலிருந்து க்யூபாவை நோக்கி முன்னேறினர். ஏப்ரல் 15, 1961. மூன்று டௌக்ளஸ் B-26 வகை விமானங்கள் சீறிப்பாய்ந்து சான் அன்டோனியோ லாஸ் பானோஸ் எனும் பகுதியில் சரமாரியாகக் குண்டுகளைப் பொழியத் தொடங்கியது (க்யூபர்கள் சந்தேகிக்கக்கூடாது என்பதால் இந்த விமானங்கள் FAR எனும் க்யூப அமைப்பின் பெயரை தாங்கிக் கொண்டிருந்தது). அடுத்தடுத்து அன்டோனியோ மாகோ சர்வதேச விமானநிலையம், சியூதாத் லிபர்தாட் போன்ற பகுதிகளிலும் வான் வழித்தாக்குதல் நடத்தியது. இந்த தாக்குதல்களுக்கு ஆபரேஷன் ப்யூமா (Operation Puma) என்று பெயரிடப்பட்டது.

அமெரிக்காவின் இலக்கு பிக் வளைகுடா. இந்த இலக்கை அடை வதற்கு முன்னால் க்யூப விமானப் படைகளை முற்றிலுமாக ஒழித்துக் கட்டவேண்டும். இதுதான் திட்டம். இவ்வாறு செய்துவிட்டால் அமெரிக்க பிரிகேட் 2506 குழு வெகு சுலபமாக பிக் வளைகுடாவைக் கைப்பற்றிவிடும். அடுத்த 48 மணிநேரங்களுக்கு தொடர் தாக்குதல் தான் என்று கருவிக்கொண்டு பறந்துபறந்து தாக்கின அமெரிக்க விமானங்கள். ஆனால் எதிர்பார்த்ததைப் போல் நடக்கவில்லை. க்யூப விமானங்களை பார்க்கவே முடியவில்லை. சுத்தமாக துடைத்து வைத்ததைப் போல் காட்சியளித்தது விமான நிலையம். பிரிகேட் 2506க்கு என்ன செய்வதென்றே தெரியவில்லை.

ஏப்ரல் 17. பிக் வளைகுடா. சுமார் 1500 கிளர்ச்சிக்காரர்கள் அமெரி க்காவின் நன்கொடை ஆயுதங்களைச் சுமந்தபடி வந்து குவிந்தனர். அவர்களுக்குக் கொடுக்கப்பட்டுள்ள இலக்கு ஹவானா.

ஆனால் ஹவானாவை அடைவதற்கு முன்னால் அவர்கள் வேறொரு முக்கிய பணியையும் செய்தாகவேண்டும். எப்பாடுபட்டாவது காஸ்ட்ரோ எதிர்ப்பாளர்களை தேடிக் கண்டுபிடித்து அவர்களது உதவியைப் பெறவேண்டும். உள்ளூர் க்யூபர்களின் ஆதரவு இல்லா விட்டால் ஹவானாவை நெருங்கமுடியாது. 'ஒரு சிறு பொறியைக் கிளப்பிவிட்டால் போதும். க்யூபர்கள் அனைவரும் நமக்குப் பின்னால் திரள்வார்கள். கவலை வேண்டாம், வெற்றி நமதே' என்று சி.ஐ.ஏ வெற்றித் திலகம் இடாத குறையாக கிளர்ச்சிக்காரர்களை வாழ்த்தி அனுப்பியிருந்தது. அவர்களும் துணிச்சலாக மக்களைச் சந்தித்து 'காஸ்ட்ரோவுக்கு எதிராக திரண்டுகொண்டிருக்கிறோம். நமது தோழர்கள் ஏற்கெனவே தாக்குதலைத் தொடங்கிவிட்டார்கள். நீங்களும் கலந்து கொள்கிறீர்களா?' என்று குழைந்தபடியே அழைப்பிதழ் விநியோகிக்கத் தொடங்கினர். 'அப்படியா?' என்று கேட்ட மக்கள், அவர்களைக் கையோடு பிடித்துக்கொண்டுபோய் காவல்படையினரிடம் சேர்ப்பித்தனர்.

காஸ்ட்ரோ சுறுசுறுப்பாக இயங்கினார். கிளர்ச்சியை ஒடுக்குவதன் முழுப் பொறுப்பையும் அவரே ஏற்றுக்கொண்டார். உடனடியாக ராணுவம் திரட்டப்பட்டது. அமெரிக்க விமானிகள் நால்வரும் நடுவானில் வைத்து சுட்டுக்கொல்லப்பட்டனர்.

ஏப்ரல் 19. கலகக்காரர்களில் 114 பேர் கொல்லப்பட்டனர். எஞ்சியிருந்த அத்தனை பேரும் சிறைபிடிக்கப்பட்டனர். உடனடியாக அவர்கள் நீதிமன்றத்தில் நிறுத்தப்பட்டனர். சிலருக்கு மரண தண்டனை. மற்றவர்களுக்கு 30 வருஷச் சிறை. மொத்தத்தில் ஒட்டுமொத்த திட்டமும் மாபெரும் தோல்வி.* ஏராளமான க்யூப வீரர்களும் கொல்லப்பட்டனர். இறந்தவர்களின் எண்ணிக்கை தோராயமாக இரண்டாயிரத்தைத் தொடும்.

அமெரிக்காவால் நம்பமுடியவில்லை!

க்யூபாவில் மிகப்பெரிய உள்நாட்டுப் போர் வெடிக்கும் என்று ஆசை ஆசையாக எதிர்பார்த்திருந்தனர். 'காஸ்ட்ரோ அரசு கவிழ்ந்து விட்டது!' எனும் செய்திக்காகக் காத்துக்கொண்டிருந்தனர். ஆனால், சின்னஞ்சிறிய நாடு அமெரிக்காவுக்கு தலைக்குனிவை ஏற்படுத்தி விட்டது. படுபயங்கர தோல்வி! அமெரிக்காவின் தன்மானத்துக்கு

---

* இந்தத் தாக்குதல் நடந்து 20 மாதங்களுக்குப் பிறகு உணவுக்காகவும் மருத்துவச் செலவுகளுக்காகவும் 53 மில்லியன் டாலர்களை அமெரிக்காவிடமிருந்து பெற்றுக்கொண்டு கைதிகளை விடுவித்தது க்யூபா.

ஏற்பட்ட ஆறாத காயம். கென்னடியால் இந்தத் தோல்வியை ஒப்புக் கொள்ளவே முடியவில்லை.

உலகத்தின் காவல்காரன் என்று தன்னை அறிவித்துக்கொள்ளும் அமெரிக்கா, இத்தனைச் சிறிய நாடான க்யூபாவிடம் தோற்றுப் போனது எப்படி?

1) க்யூபாவின் பலத்தை அமெரிக்கா குறைத்து மதிப்பிட்டிருந்தது. க்யூப ராணுவத்தை சுலபமாக எதிர்கொண்டுவிடலாம் என்றும் அவர்கள் சுதாரிப்பதற்குள் தாக்குதலை முடித்துவிடலாம் என்றும் தப்புக்கணக்குப் போட்டிருந்தது. ஒரு வேளை வான் வழித்தாக்குதல் முறியடிக்கப்பட்டால் மலைப்பிரதேசத்தி லிருந்து கெரில்லாத் தாக்குதலை நடத்தலாம் என்று திட்டம் போட்டிருந்தனர். ஆனால் அவர்கள் எதிர்பார்த்ததைப் போல் அல்லாமல் மலைப்பிரதேசங்கள் நகரத்திலிருந்து வெகு தொலைவில் அமைந்திருந்தன. காடுகளில் ஊடுருவ முயன்ற பலர் கைதுசெய்யப்பட்டனர்.

2) 'பாடிஸ்டா அரசாங்கத்தை அடாவடித்தனமாகக் கவிழ்த்ததால் க்யூபர்கள் காஸ்ட்ரோ மீது அதிருப்திகொண்டுள்ளனர். காஸ்ட்ரோவை கீழிறக்கவேண்டும் என்பதுதான் பெரும்பாலான க்யூபர்களின் விருப்பம். ஆனால் அவர்களிடம் தகுந்த தலைமையோ ஆயுதங்களோ இல்லை. இந்த நிலைமையை சாதகமாக்கிக்கொண்டு அவர்களுக்கு உதவ முன்வருவோ மானால், க்யூபர்களும் அமெரிக்காவுக்கு கைகொடுக்க முன்வரு வார்கள்.' க்யூபர்கள் பற்றிய அமெரிக்காவின் இந்த அடிப்படைப் புரிதலே பிழையாகிப்போனது.

3) பிக் வளைகுடா தாக்குதல் என்பது அமெரிக்கா க்யூபா மீது நடத்தும் முழுநீளப் போர் அல்ல. மாறாக, இது ஒரு ரகசிய சதித் தாக்குதல். எனவே பட்டவர்த்தனமாக தனது துருப்புகளை அமெரிக்காவால் அனுப்பிவைக்க முடியவில்லை. தாக்குதல் முயற்சி தோல்வி எனும் நிலையில் அமெரிக்காவால் வேறெதுவும் செய்ய இயலவில்லை. திருடனுக்குத் தேள் கொட்டியதைப் போல் தவித்துக்கொண்டிருந்தது.

கென்னடிக்கு மேலும் ஒரு மரண அடி விழுந்தது!

பிக் வளைகுடா தாக்குதலில் மண்ணைக் கவ்விக்கொண்ட சங்கதி வெளியே யாருக்கும் தெரியாது என்றுதான் அவர் நினைத்திருந்தார். ஆனால் நடந்ததோ வேறு. க்யூபாவில் என்னதான் நடந்து கொண்டிருக்கிறது என்பதைக் கண்டறிய அமெரிக்கப் பத்திரிகைகள்

ஆர்வம் கொண்டன. விளைவு? நிருபர்கள் க்யூபா மீது படையெடுக்கத் தொடங்கினர். க்யூபர்களிடம் பேசினர். உண்மை வெளியானது. இந்த அராஜகத் தாக்குதலை தொடக்கிவைத்தது கென்னடிதான் என்பது பட்டவர்த்தனமாக தெரிந்துபோனது. க்யூபா அமெரிக்காவை விரட்டி யடித்ததை அனைத்து பத்திரிகைகளும் விலாவரியாக எழுதின. அமெரிக்காவின் சாகசம் உலகெங்கும் பரவியது.

யாரும் மோப்பம்பிடித்துவிடக்கூடாது என்பதற்காகத்தான் தனது அதிகாரபூர்வமான படைவீரர்களை அமெரிக்கா அனுப்பவில்லை. ஆனால், நான்கு அமெரிக்க விமானிகள் க்யூபாவில் வைத்துக் கொல்லப்பட்ட செய்தியை வெளியிடமுடியாமல் தவித்தனர். இவர்கள் ஏன் க்யூபாவின் தலைக்கு மேல் பறந்துபோனார்கள் என்று யாராவது கேட்டால் என்ன பதில் சொல்வது? விழி பிதுங்காத குறைதான். என்னென்னவோ தகிடுதத்தங்கள் செய்து பார்த்தது. எத்தனையோ சமாளிப்புகள். எதுவும் பலிக்கவில்லை. அமெரிக்கர்களே அமெரிக்காவுக்கு எதிராகக் குரல் உயர்த்தினர்.

கென்னடி தவித்தார். அமெரிக்காவை அம்பலப்படுத்தும் செய்திகள் எதையும் வெளியிடவேண்டாம் என்று அனைத்து பத்திரிகைகளுக்கும் வேண்டுகோள் விடுத்தார். 'அந்தச் செய்தியை வெளியிடாதிருப்பது ஒருவித தேசச் சேவையே ஆகும். தேசத்தைக் காப்பாற்ற மீடியா உதவ வேண்டும்' என்றது வெள்ளை மாளிகை வெளியிட்ட ஓர் அறிக்கை. நியூ யார்க் டைம்ஸ் அனைத்துத் தகவல்களையும் சேகரித்தபின் அவற்றை வெளியிடாமல் மவுனம் காத்தது.

மொத்தத்தில் அமெரிக்கா முகத்தில் அட்டைக் கரி!

●

பிக் வளைகுடா தோல்விக்கு முதன்மையான காரணம் உளவு மையத்தின் தவறான வழிகாட்டுதல்தான் என்பதை அமெரிக்கா புரிந்து கொண்டது. க்யூபா மீதான கண்காணிப்பு தீவிரப்படுத்தப்பட்டது. அமெரிக்க உளவாளிகள் சுறுசுறுப்பாக இயங்கிக்கொண்டிருந்தனர். 'காஸ்ட்ரோ இன்று அதிகாலை பலமாக தும்மினார்', 'இன்று முழுக்க முழுக்க காஸ்ட்ரோ தும்மவேயில்லை' என்கிற ரீதியில் தொடர்ந்து புலனாய்வு செய்திகளை அனுப்பிக்கொண்டிருந்தனர்.*

---

* தனது தொலைபேசி இணைப்புகள் அமெரிக்காவால் ஒட்டுக்கேட்கப்படுகின்றன என்ற சந்தேகம் காஸ்ட்ரோவுக்கு எப்போதும் உண்டு. முடிந்தவரையில் தொலைபேசி வழியாக அதிகம் உரையாடுவதை அவர் இன்றளவும் தவிர்த்து வருகிறார்.

செப்டம்பர் 1962. உளவாளிகள் ஓர் உறுத்தலான விஷயத்தைக் கண்டுபிடித்தனர். க்யூபாவில் ஏன் அடிக்கடி சோவியத் கப்பல்கள் நுழைகின்றன? இது ஆபத்தான விஷயமாயிற்றே! இரண்டு எதிரிகள் ஒன்றிணைந்து செயல்படுவது அமெரிக்காவைப் பலவீனப்படுத்தி விடுமே! கண்காணிப்பு தீவிரமடைந்தது. அவர்கள் சந்தேகித்தது சரிதான். சோவியத் கப்பல்களின் எண்ணிக்கை அதிகரித்துக்கொண்டே போனது. அமெரிக்காவுக்கு செய்தி பறந்தது. இது விவகாரமான விஷயம்தான் என்று முடிவு செய்த அமெரிக்கா அலறியடித்துக் கொண்டு U-2 உளவு விமானங்களை க்யூபாவுக்கு ஏவியது.

க்யூபாவை சல்லடையாகச் சலித்த இந்த விமானங்கள் சந்தேகத் திற்கிடமான சில பகுதிகளை புகைப்படமெடுத்து அனுப்பியது. அந்தப் புகைப்படங்களைப் பார்த்த அமெரிக்காவால் வாய்விட்டு அலறாமல் இருக்கமுடியவில்லை. காரணம், க்யூபாவில் புத்தம் புதிதாக சில ஏவுகணைத் தளங்கள் உருவாகிக்கொண்டிருந்தன. அதுவும் எப்படிப்பட்ட ஏவுகணைகள்? SAM (Surface to Air Missile) எனும் தரையிலிருந்து தாக்கும் ஏவுகணைகளை பரிசோதித்துப் பார்க்கும் தளங்கள். அசுரவேகத்தில் தகவல்கள் திரட்டப்பட்டு சந்தேகங்கள் ஊர்ஜிதப்படுத்தப்பட்டன. இதன் பின்னணியில் செயல படுவது ரஷ்யா. அணுஆயுதங்கள் அவர்களுடையதுதான். பரிசோதிக்கும் இடம்தான் க்யூபா.

காஸ்ட்ரோ எதற்காக ரஷ்யாவுக்கு தனது நாட்டில் இத்தகைய வசதிகளை செய்துகொடுக்க வேண்டும்? ஒருவேளை சோவியத் ஆயுதங்களைக் கொண்டு, ரஷ்யர்களோடு இணைந்து அமெரிக்கா மீது போர் தொடுப்பதற்காகத்தான் இத்தனை ஏற்பாடுகளா? அமெரிக்கா யோசித்தது. சோவியத் மீதும் அவர்களுக்குச் சந்தேகம். நீண்ட காலமாகவே சோவியத் அமெரிக்காவோடு ஆயுதப்போட்டி நடத்திக் கொண்டிருக்கிறது. இப்போது தனது ஆயுதபலத்தைப் பெருக்கிக் கொள்ளத்தான் க்யூபாவின் உதவியோடு அணு ஆயுதப்பரி சோதனையை நடத்திவருகிறது எனும் முடிவுக்கு அமெரிக்கா வந்துசேர்ந்தது. க்யூபாவும் ரஷ்யாவும் இந்த அளவுக்கு அந்நியோன்னியமாகச் செயல்படுவதைக் கண்ட அமெரிக்கா திணறிப்போனது. காஸ்ட்ரோவும் குருஷேவும் ஒன்றிணைந்தால் பிறகு அமெரிக்கா பலமிழந்துவிடும் என்று அஞ்சியது.

கென்னடியின் நேரடிப் பார்வைக்கு இந்த விஷயம் சென்றது. உடனடியாக ஒரு குழுவை உருவாக்கினார் கென்னடி. அதன் பெயர் எக்ஸ்காம் (EX-COMM). நம்பகமான பன்னிரண்டு ஆலோசகர்களைக் கொண்டது இக்குழு. இவர்கள் ஒரு வாரம் தொடர்ந்து விவாதித்தனர். ஏவுகணைகளை வைத்துக்கொண்டு க்யூபா கண்ணாமூச்சி காட்டுவது

அமெரிக்காவுக்கு ஆபத்தானது என்று எச்சரித்தனர். கென்னடி தனது முடிவை அறிவித்தார். 'க்யூபா தீவிரமாகக் கண்காணிக்கப்பட வேண்டும். க்யூபாவுக்குள் இனி சோவியத் கப்பல்கள் நுழையக் கூடாது.'

அக்டோபர் 22. க்யூபாவில் ரகசியமாக ஒளித்துவைக்கப்பட்டுள்ள ஏவுகணைகளைக் கண்டுபிடித்துவிட்டோம் என்று அறிவித்தது அமெரிக்கா. க்யூபாவிலிருந்து ஏவுகணை செலுத்தப்பட்டால் அது அமெரிக்காவுக்கு எதிரான போராக எடுத்துக்கொள்ளப்படும் என்று அமெரிக்கா எச்சரித்தது. சோவியத் உடனடியாக அனைத்து ராக்கெட்டுகளையும் க்யூபாவிலிருந்து அகற்றவேண்டும் என்று உத்தர விட்டது. அதே நாள், கென்னடி ஓர் உருக்கமான அறிக்கையை அமெரிக்காவுக்கு வாசித்துக் காட்டினார். அமெரிக்கா என்றுமே சரியான பாதையில்தான் செல்லும் என்றும் க்யூபா என்றுமே தவறான பாதையைத்தான் தேர்ந்தெடுக்கும் என்றும் சொன்னார்.

'...க்யூபாவில் ரஷ்யா தனது ராணுவ பலத்தைக் குவித்து வைத்திருப்பதை கண்டுபிடித்துள்ளோம். ஒரு புதிய பிரச்னை கிளம்பியிருக்கிறது. கடந்த ஒரு வாரத்தில் மட்டும் க்யூபாவில் பல ஆபத்தான ஏவுகணைத் தளவாடங்கள் உருவாக்கப்பட்டுள்ளன. நமது கண்டத்தைக் குறிவைத்துத் தான் இந்த ஏற்பாடுகள் முடுக்கிவிடப்பட்டிருக்கின்றன என்பதில் எந்தவிதச் சந்தேகமும் கிடையாது.

இந்த ஏவுகணைகள் (Medium Range Balastic Missiles) மிகவும் ஆபத்தான விளைவுகளை ஏற்படுத்தக்கூடியவை. சுமார் 1000 நாட்டிகல் மைல் வரை பறந்துசென்று தாக்கும் வல்லமை பொருந்தியவை. ஒரே ஒரு ஏவுகணையை வைத்து வாஷிங்டன், பனாமா கால்வாய், மெக்ஸிகோ நகரம் அல்லது அமெரிக்காவில் உள்ள எந்தவொரு மாநிலத்தையும் முற்றிலுமாக அழித்தொழிக்க முடியும். க்யூபா, அமெரிக்காவையும் அமெரிக்கர்களையும் அச்சுறுத்த முயல்கிறது.

க்யூபாவில் சிறைபட்டிருக்கும் க்யூப மக்களுக்கு சில வார்த்தைகளைச் சொல்லவிரும்புகிறேன். நான் உங்களுடைய நண்பன். உங்களுடைய தந்தைநாடான க்யூபாவோடு நீங்கள் கொண்டுள்ள பாசப்பிணைப்பை நான் நன்கு அறிவேன். ஆனால் சமீபத்தில் நடத்தப்பட்ட புரட்சி உங்கள் அனைவரையும் ஏமாற்றிவிட்டதை நான் கவனித்தேன்.

உங்களுடைய தலைவர்கள் க்யூபாவின் மெய்யான தலைவர்களாக நடந்துகொள்ளவில்லை. அவர்கள் வெளிநாடுகளின் கைப் பாவைகளாக மாறிவருகிறார்கள். அமெரிக்காவையும் அமெரிக்க நண்பர்களையும் க்யூபா பகைத்துக்கொள்ளும் சூழலுக்குத் தள்ளப்

பட்டிருக்கிறது. லத்தீன் அமெரிக்க நாடுகளிலேயே அணு ஆயுதங்களை தனது மண்ணில் தயாரிக்கும் ஒரே மற்றும் முதல் நாடு க்யூபாதான். அணு ஆயுதப்போரை சந்திக்கும் நிலையில் உள்ள ஒரே நாடும் க்யூபாதான்.

இந்த ஆயுதங்கள் உங்களது நலனுக்கு எதிரானவை. உங்களுடைய ஆரோக்கியத்துக்கும், அமைதிக்கும் எதிரானவை. உங்களது வாழ்வை நாசமாக்கவே இந்த ஆயுதங்கள் பயன்படும். உங்களது நிலம் பகடைக்காயாக உபயோகப்படுத்தப்படுகிறது. எச்சரிக்கை!

தங்களது நலனுக்கு எதிராக நடந்துகொள்ளும் சர்வாதிகாரிகளை க்யூபர்கள் தூக்கி எறிந்திருக்கிறார்கள். ஒரு முறையல்ல. இரு முறையல்ல. காலம் காலமாக இப்படித்தான் நடந்துவருகிறது. இப்போதும் க்யூபர்கள் அத்தகைய ஒரு நிகழ்வை எதிர்பார்த்துக் கொண்டிருக்கிறார்கள் இதுதான் உண்மை. தங்களது நலனின் மேல் மெய்யான அக்கறை கொண்டுள்ள ஓர் அரசாங்கத்தை அமைக்கவே அவர்கள் விரும்புகிறார்கள். ஓர் உண்மையான தலைவனை தேர்ந்தெடுத்துக்கொள்ள அவர்கள் விரும்புகிறார்கள். சுதந்தரமாக வாழ்வதே அவர்களது லட்சியம்...!'

கென்னடியின் இந்த மிட்டாய் முலாம் பூசப்பட்ட வார்த்தைகளை க்யூபர்கள் நிராகரித்தனர். காஸ்ட்ரோவுக்கு எதிராகக் கென்னடி போட்ட தூபம் எடுபடவில்லை. அதேபோல் 'க்யூபா நம்மை குறிவைத்திருக்கிறது. உங்களை அழிக்கப் போகிறது' எனும் ரீதியில் சொல்லப்பட்ட பஞ்சதந்திரக் கதையை அமெரிக்கர்கள் அசட்டை செய்தனர். சோவியத் மவுனம் காத்தது.

•

அக்டோபர் 27, 1962. க்யூபா மீது பகிரங்கத் தாக்குதலை தொடுக்கப் போவதாக அறிவித்தார் கென்னடி. 180,000 படைவீரர்கள் தயார் நிலையில் நிறுத்தப்பட்டனர். மறுநாள், அதாவது அக்டோபர் 28 அன்று குருஷேவ் ரேடியோ மாஸ்கோவில் ஒரு அறிவிப்பை வெளியிட்டார். க்யூபாவிலிருந்து ஏவுகணைகளை விலக்கிக்கொள்ள தான் தயாராக இருப்பதாகவும், கென்னடி தனது போர் உத்தரவை ரத்து செய்யவேண்டும் என்றும் கேட்டுக்கொண்டார். சோவியத், அமெரிக்கா இரு நாடுகளும் சில தீர்மானங்களுக்கு வந்து சேர்ந்தன. க்யூபாவிலிருந்து ஏவுகணைகளைத் திரும்பப் பெற்றுக்கொண்டபின் அவற்றை ஐ.நா.வின் பார்வைக்குக் கொண்டுபோக சோவியத் ஒப்புக் கொண்டது. பதிலுக்கு, அமெரிக்கா துருக்கியில் நிறுத்திவைக்கப் பட்டிருந்த தனது ஏவுகணைகளை விலக்கிக்கொள்வதாக வாக்களித்தது. கூடுதலாக, க்யூபா மீது தாக்குதல் தொடுக்கமாட்டோம்

என்றும் உறுதியளித்தது.

இந்த ஏவுகணை விவகாரத்தில் ஏகப்பட்டக் குளறுபடிகள் நடந்துள்ளன. முதலில் சோவியத்தை எடுத்துக்கொள்வோம். பிக் வளைகுடாத் தாக்குதல் தோல்விக்குப் பிறகு அமெரிக்கா நிச்சயம் க்யூபா மீது மற்றொரு போர் தொடுக்கும் என்பது சோவியத்தின் நம்பிக்கை. க்யூபாவுடன் சோவியத் இணக்கமாக இருந்ததால், க்யூபாவுக்கு ஆதரவாக ஏவுகணைகளை நிறுத்தி வைக்க சோவியத் விரும்பியது. ஏவுகணைகள் இருந்தால் அமெரிக்கா சுலபத்தில் போர் தொடுக்காது என்று க்யூபா நம்பியது. சரி, ஏவுகணைகளைத் தயார் செய்வதற்கான அவசியம் சோவியத்துக்கு ஏற்பட என்ன காரணம்?

ஒரே வார்த்தையில் சொல்லவேண்டுமானால் - அமெரிக்கா! அமெரிக்கா மட்டும் ஆயுதங்களைப் பெருக்கிக்கொண்டே போகும் போது தானும் அவ்வாறு செய்தால் என்ன என்று சோவியத் நினைத்தது. அமெரிக்காவிடம் அணு ஆயுதங்கள் குவிந்துகிடக்கின்றன. தனக்கு வேண்டியவற்றைச் சேகரித்து வைத்துக்கொண்டு மற்றவர்களை 'சேகரிக்காதே!' என்று அறிவுறுத்தும் அருகதை அமெரிக்காவுக்கு இல்லை என்பது சோவியத்தின் கருத்து. அமெரிக்காவின் கொட்டத்தை அடக்கவேண்டும், அவர்களோடு போட்டி போடவேண்டும் என்பதற்காகவே ரஷ்யா அணு ஆயுதப் பரிசோதனைகளில் இறங்கியது.

அது மட்டுமின்றி, ரஷ்யாவின் எல்லையிலிருந்து 150 மைல் தொலைவில், அதாவது துருக்கியில் அமெரிக்கா தனது ஏவுகணைகளை நிறுத்திவைத்திருந்தது. இது ஒரு அத்துமீறிய செயல் என்பதால் அமெரிக்காவின் வழியிலேயே சென்று அமெரிக்காவை எதிர்கொள்ள முடிவுசெய்தது சோவியத்.

அமெரிக்கா சோவியத்தின் நடவடிக்கையை ஒரு சவாலாக எடுத்துக் கொண்டது. சோவியத்துக்கு பகிரங்க எச்சரிக்கையும் விடுத்தது. ஒரு வேளை குருஷேவ் அமெரிக்காவின் எச்சரிக்கையை மீறி க்யூபாவிலிருந்து ஏவுகணைகளை திரும்பப்பெறாத பட்சத்தில் அமெரிக்கா சர்வநிச்சயமாக க்யூபா மீது போர் தொடுத்திருக்கும். சோவியத் துருப்புகள் மற்றும் க்யூபத் துருப்புகளை அழித்தொழிக்க முயன்றிருக்கும்.

ரஷ்ய அணு ஆயுதங்களை க்யூபாவில் அனுமதித்ததற்கான காரணங்களை காஸ்ட்ரோ மிகத்தெளிவாகப் பட்டியலிடுகிறார்.

'க்யூபா மீது தாக்குதல் நடத்த அமெரிக்கா திட்டமிட்டுள்ளது என்று ரஷ்யர்கள் என்னிடம் கூறினார்கள். அமெரிக்கா க்யூபாவைத் தாக்க திட்டமிடுவது ஒன்றும் புதிது கிடையாது. எங்களைப் பொறுத்த

வரையில் இது கிட்டத்தட்ட அன்றாட நிகழ்வுதான். பாராசூட்டில் பறந்தபடி வெடிகுண்டு வீசுவது, அசுரத்தனமாக விமானத் தாக்குதல் தொடுப்பது போன்றவற்றை அமெரிக்கா தொடர்ந்து செய்து வருகின்றது. அவர்களது ஆட்கள் அனைத்து பகுதிகளிலும் பரவியிருக் கிறார்கள், ஹவானா உள்பட. ஆனால் இதுவரை அவர்களைத் தொடர்ந்து முறியடித்து வந்திருக்கிறோம். அவர்களை நன்றாகவே அறிந்துவைத்திருக்கிறோம். அமெரிக்காவின் மனிதாபிமானமற்ற இச்செயல்கள் எங்களை எரிச்சல்படுத்துகிறது. அமெரிக்கா என்றாலே சந்தேகிக்கும்படி ஆகிவிட்டது. இவர்களைச் சரியாக சமாளித்திரா விட்டால் நாங்கள் மற்றொரு வியட்நாமாக எப்போதோ மாறி விட்டிருப்போம். எங்களுக்கு எப்போதும் மக்கள் துணை உண்டு. மக்கள் ஒன்றிணைந்துவிட்டால் அவர்களை யாராலும் எதுவும் செய்து விடமுடியாது.'

ரஷ்ய ஏவுகணைகளை க்யூபாவில் வைத்திருக்கவேண்டுமா வேண்டாமா என்பது குறித்து சே குவேராவுக்கும் காஸ்ட்ரோவுக்கும் இடையே விவாதங்கள் எழுந்தன. சே குவேரா, சோவியத் யூனியனின் ஆயுத பலத்தை பிரதானமாகக் கருதிய அளவுக்கு காஸ்ட்ரோ கருதினாரா என்று சந்தேகிக்க இடமுண்டு. அமெரிக்கா எந்நேரமும் எதைவேண்டுமானாலும் செய்யலாம் எனும் நிலையில், சோவியத்தின் உதவி எப்போது வேண்டுமானாலும் தேவைப்படும் என்பது சே குவேராவின் கருத்து. 'எப்படியும் சோவியத் நமக்கு அந்த ஏவுகணைகளைத் தரப்போவதில்லை. வெறுமனே அவற்றை வைத்துக்கொள்வதற்கு மட்டுமே க்யூபாவை பயன்படுத்திக் கொள்கிறது. இதனால் நமக்கு என்ன லாபம்?' என்று வாதாடினார் காஸ்ட்ரோ.

காஸ்ட்ரோ கணித்ததைப் போலவே இந்த விவகாரம் பூதாகரமாக மாறியது. சோவியத்தும் கடைசி நேரத்தில் அமெரிக்காவுக்குப் பணிந்துபோனது. சோவியத்தின் இந்தப் பதுங்கல் நடவடிக்கை காஸ்ட்ரோவைக் கவரவில்லை. சோவியத் அமெரிக்காவுடன் செய்துகொண்ட ஒப்பந்தம் பற்றி காஸ்ட்ரோவும் சே குவேராவும் வானொலியில் கேட்டுத்தான் தெரிந்துகொண்டனர். இதனால் காஸ்ட்ரோ, சே இருவரும் ஆத்திரமடைந்தனர். இருவரில் அதிகம் ஏமாற்றத்துக்குள்ளானது சே குவேராதான்.

குருஷேவ், பின்னர், மிக்கோயனை க்யூபாவுக்கு அனுப்பி வைத்தார். சே குவேரா அவரைப் பிடித்து உலுக்கி எடுத்துவிட்டார். 'நீங்களாகவே நினைத்தால் ஏவுகணைகளைக் கொண்டுவந்து வைப்பீர்கள். பிறகு நீங்களாகவே அவற்றைக் கொண்டு போய் விடுவீர்கள். க்யூபாவை நீங்கள் என்னவென்று நினைத்தீர்கள்?' என்று

கத்தினார். மிக்கோயன் ஒரு வார்த்தையும் பேசாமல் அனைத்தையும் கேட்டுக்கொண்டு, அவரை சமாதானப்படுத்தினார். சோவியத்தின் உதவி க்யூபாவுக்கு என்றுமே உண்டு என்று வலியுறுத்தினார். சோவியத்திடம் என்னென்ன ஒப்பந்தங்களை ஏற்படுத்திக் கொள்ளலாம் என்று காஸ்ட்ரோ யோசிக்கத்தொடங்கிவிட்டார்.

சே குவேரா, காஸ்ட்ரோ இருவரையும் இந்த சோவியத் ஏவுகணைப் பிரச்னையை பின்புலத்தில் வைத்து ஆராயும்போது இருவருக்கு மிடையிலான சில முக்கிய வேறுபாடுகளை கண்டுகொள்ளலாம். சே எளிதில் உணர்ச்சிவசப்படக்கூடியவராக இருந்திருக்கிறார். 'சோவியத்தின் உதவியைப் பெறவேண்டியது அவசியம். சோவியத் இல்லாமல் உலகம் இயங்காது' என்று சோவியத்தை உணர்ச்சிப் பெருக்கால் முதலில் கொண்டாடினார். பிறகு, யாருக்கும் தெரியாமல் அமெரிக்காவோடு சோவியத் ஒப்பந்தம் செய்துகொண்டதை அறிந்தபின் மிக்கோயனை ஏசத்தொடங்கிவிட்டார். இது சே சோவியத் மீது வைத்திருந்த தூய்மையான நம்பிக்கையையும், அந்த நம்பிக்கை பொய்த்துப்போனதால் ஏற்பட்ட கோபத்தையும் சுட்டிக்காட்டுகிறது.

காஸ்ட்ரோ நிதானமாக யோசித்துச் செயல்படுபவராக காட்சி யளிக்கிறார். சோவியத் மீது அவருக்கு நம்பிக்கை இருந்தது. ஆனால் அபரிதமாக அல்ல. பின்னர், மிக்கோயன் நேரடியாக வந்து மன்னிப்பு கேட்டதும் சோவியத்துடனான அடுத்தகட்ட உறவைப் பற்றி அவர் சிந்திக்கத் தொடங்கிவிட்டார். ஏவுகணைகளை கொண்டுவந்து வைக்கட்டுமா என்று சோவியத் கேட்டபோது அவர் சேவிடம் கேட்ட முதல் கேள்வி, 'இதனால் க்யூபாவுக்கு என்ன பயன்?' 'என்னை மன்னித்துக்கொள்ளுங்கள். க்யூபாவுக்கு உதவ நாங்கள் தயாராக இருக்கிறோம்!' என்று மிக்கோயன் கூறியதும் காஸ்ட்ரோ தன்னைத் தானே கேட்டுக்கொண்ட கேள்வி. 'க்யூபாவுக்காக என்னென்ன ஒப்பந்தங்களை புதிதாக ஏற்படுத்திக்கொள்ளலாம்?'

க்யூபாவுக்கு ஃபிடல் காஸ்ட்ரோவை விட சிறந்த தலைவர் கிடைத்திருக்க வாய்ப்பில்லை.

10. நீ வாழ்ந்து கொண்டிருக்கிறாய் சே!

தேசிய வங்கியின் இயக்குநர் எனும் முறையில் இறக்குமதி உரிமம் வழங்கும் பொறுப்பு சேயிடம் தான் இருந்தது. க்யூபாவின் சேமிப்பை அதிகரிக்க வேண்டும், க்யூபா தன்னிறைவு அடையவேண்டும் எனும் நோக்கமும் அவரிடம் இருந்தது. அதனால் க்யூபாவின் இறக்குமதியை இயன்றவரையில் குறைக்கவேண்டும் என்று அவர் விரும்பினார்.

ஒருநாள் க்யூபாவின் பிரபல பல்பொருள் அங்காடியான எல் என்கன்டாவில் பணிபுரியும் பெண்கள் சே-யைச் சந்தித்து, 'இறக்குமதியைக் கூட்டுங்கள், இல்லையெனில் நாங்கள் எங்கள் வேலையை இழக்க நேரிடும்' என்று முறையிட்டனர். அவர்களில் பலருக்குத் திருமணம் ஆகி, குழந்தைகளும் இருந்தனர். இறக்குமதி குறைந்துவிட்டால் இவர்களது அங்காடியில் வேலை குறைந்துவிடும், இவர்களது சம்பாத்தியமும் நின்றுவிடும். 'நாளை வாருங்கள், உங்கள் பிரச்னையை தீர்த்து வைக்கிறேன்' என்று சொல்லி அவர்களை அனுப்பி வைத்தார் சே. மறுநாள் அப்பெண்களை தன் அலுவலகத்துக்கு வரவழைத்தார். 'இந்தப் பருவத்தில் ஏராளமான தக்காளிகள் விளைந்துள்ளன. நீங்கள் அனைவரும் வயல்களுக்குச் சென்று தக்காளியைப் பறியுங்கள். இந்தக் கடையில் வேலை பார்ப்பதைவிட உயர்ந்த தரத்துடன்

வாழ்க்கை நடத்தலாம்' என்று சொல்லி அனுப்பிவைத்தார். அந்த அங்காடிக்கு இறக்குமதி உரிமம் வழங்கப்படவில்லை.

க்யூபாவில் இன்றளவும் இந்த ஆச்சரியம் தொடர்கிறது. ஆசிரியராக இருக்கும் ஒருவர் பகுதி நேரத்தில் விவசாயியாக பணியாற்றுவார். இதற்கான அவசியம் என்ன? இதோ சே குவேராவின் பதில்.

'...ஒரு மருத்துவர் ஒரு விவசாயியாகவும் இருக்கவேண்டும் என்பதைப் புரிந்துகொள்வோம். வேளாண்மையைப் பொறுத்தவரை, வளத்தைப் பொறுத்தவரை உலகிலேயே செழிப்பான நாடுகளில் ஒன்றான க்யூபாவில், சத்துணவு மிகவும் குறைவாக இருப்பதால், அதை விரிவுபடுத்த புதிய உணவு வகைகளை மருத்துவரே விதைக்கவேண்டும் என்பதைப் புரிந்துகொள்வோம். இத்தகைய சூழ்நிலைகளில் நாம் எப்படி ஒரு ஆசிரியராக, சமயங்களில் ஒரு கண்டிப்பான ஆசிரியராக விளங்கவேண்டும் என்பதை உணரவேண்டும். சமயங்களில் நாம் ஒரு அரசியல்வாதியாகவும் இருக்கவேண்டும். நாம் செய்ய வேண்டிய முதல் வேலை மக்களிடம் நமது விவேகத்தை எடுத்துச்செல்லாமல் இருப்பது. மாறாக, மக்களிடம் சேர்ந்து நாமும் கற்றுக்கொள்ளத் தயாராக இருப்பதை, அவர்களுடன் இணைந்து நாமும் ஒரு மாபெரும் அழகிய பரிசோதனையில், புதிய க்யூபாவை நிர்மாணிக்கும் பணியில் ஈடுபடப்போகிறோம் என்பதை வெளிப்படுத்த வேண்டும். சிறிது காலத்துக்கு முன்பு இங்கு ஒரு சர்வாதிகாரி மட்டும் வீழ்த்தப்பட வில்லை; ஒரு அமைப்பே வேரோடு பிடுங்கி எறியப்பட்டுவிட்டது என்பதை பெருவாரியான மக்கள் புரிந்து வைத்துள்ளனர். சிதைந்து போன அந்தப் பழைய அமைப்பின் இடிபாடுகளின் மீது, நம் மக்களுக்கு முழுமையான மகிழ்ச்சியைக் கொண்டுவரக்கூடிய புதிய அமைப்பு ஒன்றை நாம் கட்டி எழுப்பவேண்டும் என்பதை அவர்களுக்குப் புரிய வைக்கவேண்டும்...'

க்யூபர்கள் புரியவைத்தனர். க்யூபா ஒவ்வொரு அடியாக எடுத்து வைத்து முன்னேறியது.

1964, டிசம்பர் 9-ம் தேதி நியூ யார்க் சென்றார் சே. அமெரிக்க மண்ணில் நின்றுகொண்டு அமெரிக்காவை, ஏகாதிபத்தியத்தை எதிர்த்து சத்தமாகக் குரல் கொடுத்தார். 'நான் ஒரு க்யூபன். நான் ஒரு அர்ஜெண்டைன். நான் ஒரு லத்தீன் அமெரிக்க தேசபக்தன். லத்தீன் அமெரிக்க நாடுகளில் ஏதாவது ஒன்றின் விடுதலைக்கு எந்தப் பலனும் கேட்காமல், யாரையும் பலி கேட்காமல் நான் என்னையே தருவதற்கு தயாராக இருக்கிறேன்' என்று பிரகடனம் செய்தார்.

அமெரிக்காவின் தண்டுவடம் ஜில்லிட்டுப்போனது. காஸ்ட்ரோ வைவிட சே குவேரா ஆபத்தானவர் என்று அவர் பெயரை சிவப்பு

மையால் சுழித்து வைத்தது. சே குவேராவை விட்டு வைத்தால் லத்தீன் அமெரிக்கா எஞ்சியிருக்காது என்று அமெரிக்கா அஞ்சியது. க்யூபப் புரட்சி வெற்றிபெற்றதற்கு சே ஒரு முக்கிய உந்துசக்தியாக இருந்தார் என்று அவர்களுக்குத் தெரியும். க்யூப வெற்றியை ருசித்த சே, பிற லத்தீன் அமெரிக்க நாடுகளிலும் கலகத்தைத் தூண்டிவிடுவார் என்று பயந்தது. சே குவேராவின் ஒவ்வொரு அசைவையும் சி.ஐ.ஏ. மிக மிக எச்சரிக்கையாக கண்காணித்துக்கொண்டிருந்தது.

எது நடக்கக்கூடாது என்று அமெரிக்கா நினைத்ததோ அதுவேதான் நடந்தது. மூன்று மாதங்கள். அல்ஜீரியா, காங்கோ, கினியா, கானா, தான்சானியா என்று சுற்றிக்கொண்டேயிருந்தார் சே குவேரா. அவரைப் பொறுத்தவரையில் க்யூபாவில் அவரது பணி நிறைவடைந்துவிட்டது. க்யூபாவைப் பற்றி இனி கவலைப்படத் தேவையில்லை. க்யூபா உயிர்ப்புடன் இருக்கிறது. க்யூபாவை வழிநடத்த ஃபிடல் காஸ்ட்ரோ ஒருவர் போதும். ஆனால் பிற நாடுகள்? அங்குள்ள மக்கள்? அவர்களை விடுவிக்கப் போவது யார்? க்யூபாவுக்கு அடுத்து வேறெந்த நாடு சிலிர்த்துக்கொள்ளப்போகிறது? தெரியவில்லை. அதைக் கண்டுபிடிக்கத்தான் சே முயன்று கொண்டிருந்தார்.

ஏப்ரல் 1965. சே குவேரா க்யூபாவிலிருந்து சிறிது சிறிதாக விலகிக் கொண்டிருந்தார்.

காங்கோவுக்காக ஒரு விடுதலைப்படையை அமைத்து பயிற்சி அளிக்கும் பொறுப்பை ஏற்றுக்கொண்டார் சே. ஆப்பிரிக்காவின் சமூகப் பின்னடைவைப் பற்றிய ஆழ்ந்த புரிதல் கொண்டவராக அவர் இருந்தார். காங்கோவில் சரியான தலைமை இல்லை. கட்சிகள் கிடையாது. சிறு சிறு இனக்குழுக்கள் தமக்குள்ளாக ஒரு தலைவரை ஏற்படுத்திக்கொண்டு மிகக்குறுகிய நோக்கில் போராடிவந்தன. அமெரிக்காவின் ஏகாதிபத்தியம் பற்றி அவர்கள் அறிந்திருக்கவில்லை. சே இவர்களை ஒன்றிணைக்க முயன்றார்.

காஸ்ட்ரோவுக்கு ஒரு கடிதம் எழுதினார். 'நான் க்யூபாவை விட்டு வெளியேறுவது என்று முடிவுசெய்துவிட்டேன். அந்த முடிவை மாற்றமுடியாது. நான் ஆப்பிரிக்காவுக்குச் சென்று அந்த மக்களின் விடுதலைக்காகப் போராட விரும்புகிறேன். நீங்கள் உதவ முடியுமா, முடியாதா என்பதை நேரடியாகச் சொல்லி விடுங்கள். உங்களால் இயலாது என்றால், உதவி கிடைக்கக்கூடிய வேறு இடத்தை தேடவேண்டியிருக்கும்.'

சே குவேராவுக்கு உதவ தயாராக இருந்தார் காஸ்ட்ரோ. காங்கோவில் ஏகாதிபத்திய எதிர்ப்பு உணர்வு உருவாகவேண்டும் என்பது

காஸ்ட்ரோவின் விருப்பமாகவும் அமைந்தது. சே வுக்கு அவர் எழுதிய பதில் கடிதத்தில் 'உங்களுக்குத் தேவையான உதவிகள் கிடைக்கும். ஆனால் நீங்கள் அவசரப்படக்கூடாது. தக்க தயாரிப்புடன் செயல்படவேண்டும். உங்களை நான் என்றும் கைவிடமாட்டேன் என்பதை நம்புங்கள்' என்றார்.

சே குவேரா க்யூபாவிலிருந்து வெளியேறினார். காஸ்ட்ரோ நினைத்திருந்தால் சேயைத் தடுத்திருக்கலாம் என்று சொல்லப் படுகிறது. ஆனால் உண்மையில் சே, கிரான்மா படகில் இருந்த போதே காஸ்ட்ரோவிடம் ஒரு வாக்குறுதியைப் பெற்றிருந்தார். அதாவது க்யூபப் புரட்சி வெற்றி பெற்ற பிறகு, சேயின் விருப்பப்படி செல்ல காஸ்ட்ரோ அவரை அனுமதிக்கவேண்டும். க்யூபாவில் தங்கியிருக்கவேண்டும் என்று அவரை நிர்ப்பந்திக்கக்கூடாது. சே-வைப் பிரிவது காஸ்ட்ரோவுக்கு நிச்சயம் கடினமாகத்தான் இருந்தது. ஆனால் சே போன்ற ஒரு தீவிரப் போராளியை ஒரு பிரதேசத்தில் அடக்கிவைக்கமுடியாது என்று அவருக்குத் தெரியும். அப்படி அடக்கி வைப்பது சரியல்ல என்பதும் அவருக்குத் தெரியும்.

சே, காங்கோ சென்றடைந்தார். அவர் நினைத்தது நடைபெற வில்லை. சே யிடம் இருந்த உறுதியும், உற்சாகமும் காங்கோ மக்களிடம் இல்லை. காங்கோவிலிருந்து காஸ்ட்ரோவுக்கு எழுதிய கடிதத்தில் சே இதைப்பற்றிக் குறைப்பட்டுக்கொண்டார்.

'...காங்கோலியர்கள் துப்பாக்கி வேட்டுச் சத்தம் கேட்டவுடன், திசை தெரியாது ஓடி விடுகிறார்கள். ஓடும்போது ஆயுதங்களைப் போட்டுவிட்டு ஓடுகிறார்கள். எப்பொழுதும், மக்களிடமிருந்து பொருள்களைக் கொள்ளையிடுவதில் கவனமாக இருக்கிறார்கள். இது அதிகமாகிக்கொண்டே வருகிறது. எமது போர்வீரர்கள் மத்தியிலும் சோர்வு அதிகரித்து வருகிறது. அவர்கள் போர் புரியாமல் பொழுதைக் கழிக்க விரும்பவில்லை. நிலைமை மோசமாக இருக்கிறது. முடிவு எடுக்க முடியாத இக்கட்டான நிலையில் நான் இருக்கிறேன்.'

சே குவேராவின் நிலைமை மோசமாக இருப்பதை காஸ்ட்ரோ உணர்ந்துக் கொண்டார். அவரை எப்படியாவது சமாதானப்படுத்தி மீண்டும் க்யூபாவுக்கு அழைத்துவர அவர் விரும்பினார். சில நண்பர்களை காங்கோவுக்கு அனுப்பிவைத்தார். ஆனால் அவர்களால் சே-யை சமாதானப்படுத்த முடியவில்லை. காங்கோவில் புரட்சி வெடிக்கும் என்று சே பிடிவாதமாக இருந்தார். தொடர்ந்து விவசாயிகளை சந்தித்துப் பேசிக்கொண்டிருந்தார். ஆனால்

அவருடைய முயற்சி தோல்வியடைந்தது. அவரது உடல்நலம் மோசமடைந்தது.

பதறிப்போன காஸ்ட்ரோ உடனடியாக தனது சுகாதார அமைச்சரையும் ஒரு மருத்துவரையும் படகில் ஏற்றி அனுப்பினார். கூடவே சேவுக்கு ஒரு விண்ணப்பமும். 'நீங்கள் க்யூபாவுக்கு எப்போதும் வரலாம், நீங்கள் வரவேற்கப்படுவீர்கள். க்யூபா இல்லாவிட்டால் தாங்கள் விருப்பப்பட்ட எந்த இடத்துக்கும் போகலாம். நீங்கள் கொல்லப்படுவதை மட்டும் நான் விரும்பமாட்டேன். எனவே, உங்களுக்கு எப்போதும் உதவ தயாராக இருக்கிறேன். எதையும் செய்ய காத்திருக்கிறேன். தயவு செய்து ஒத்துழையுங்கள்!'

சே ஒத்துழைக்கவில்லை. காங்கோவிலிருந்து கிளம்பி பொலிவியாவை நோக்கி முன்னேறினார். சி.ஐ.ஏ. பலவிதமான கதைகளைப் பரப்பிவிட்டது. உதாரணத்துக்கு சில. 'காஸ்ட்ரோ, சே குவேராவைக் கொன்றுவிட்டார்', 'சே தற்கொலை செய்து கொண்டார்', 'சேவுக்குக் கடுமையான தொற்றுநோய்', நியூஸ் வீக் 1965 ஜூலை 9-ம் தேதி வெளியிட்ட பிரமாதமான புலனாய்வு அறிக்கையில் 'சே, க்யூபாவின் ரகசியங்களை பத்து மில்லியன் டாலருக்கு விற்றுவிட்டார். விவரம் தெரியவந்ததும் தலைமறைவாகிவிட்டார்' என்று எழுதியது.

பல்வேறு வதந்திகளைக் கேட்டு துடிதுடித்துப்போன க்யூபர்கள் காஸ்ட்ரோவை மொய்த்துக்கொண்டனர்.

'சே எங்கே, சே எங்கே?'

'சே எங்கே இருக்கிறார் என்று கூறமுடியாது. ஆனால் ஆரோக்கியமாக இருக்கிறார்' என்றார் காஸ்ட்ரோ.

'அவரைப் பற்றி எப்போது தெரிந்து கொள்ளலாம்?'

'சே எப்போது விரும்புகிறாரோ அப்போது! இதில் நாங்கள் என்ன சொல்ல முடியும்? சே புரட்சிகர வழியில் வந்தவர். அதே வழியில் பணியாற்றுவார் என நம்புகிறோம்!'

'ஓஹோ! இதுதானா சங்கதி! என்று தனது புலனாய்வை வேறு பக்கம் திருப்பின அமெரிக்கப் பத்திரிகைகள். 'காஸ்ட்ரோவுக்கும் சே குவேராவுக்கும் கடுமையான மோதல். காஸ்ட்ரோ சேயை வெளியேற்றி விட்டார்!' என்று தலைப்புச் செய்திகளை உருவாக்கின.

காஸ்ட்ரோவுக்கும் சே குவேராவுக்கும் இடைவெளி தோன்ற வேண்டும் என்பது சி.ஐ.ஏ.வின் ஆசை. ஆனால் எத்தனையோ பிரயத்தனங்களை மேற்கொண்டும் அது இயலவில்லை. 1964 டிசம்பர்

11-ல் ஐ.நா. சபையில் சே முன்வைத்த முழக்கத்தை அவர்கள் அடிக்கடி திகிலுடன் நினைவுபடுத்திக்கொண்டனர். 'நாங்கள் மார்க்சிய லெனினியவாதிகளாக இருந்தாலும் எங்களது நாடும் நடுநிலை நாடு என்று பிரகடனம் செய்கிறோம். ஏனெனில் நடுநிலை நாடுகளும் ஏகாதிபத்தியத்தை எதிர்த்துப் போராடுகின்றன. எங்களது மக்களுக்கு உன்னதமான வாழ்க்கையை அமைத்துத்தர விரும்புகிறோம். ஏகாதிபத்தியமோ ஆத்திரமூட்டிக்கொண்டிருக்கிறது. அமெரிக்கா விதித்த தடைகளை மீறுவோம். க்யூபாவுக்கு எதிரான அமெரிக்க பொருளாதாரத் தடையின் உண்மை வரலாற்றை நான் மீண்டும் கூறப்போவதில்லை. சோஷலிச நாடுகளின் சகோதர உதவியால், குறிப்பாக சோவியத் யூனியன் உதவியால் நாங்கள் அமெரிக்கப் பொருளாதாரத் தடைகளை வென்று வருகிறோம். எதிர்காலத்திலும் வெல்லுவோம் என்று கூறிக்கொள்கிறேன்.'

சி.ஐ.ஏ., சே குவேராவைத் தேடிக்கொண்டிருந்தது.

க்யூபா, சே குவேராவைத் தேடிக்கொண்டிருந்தது.

இனியும் இவர்களிடம் உண்மையை மறைப்பது சரியல்ல என்று முடிவுசெய்த காஸ்ட்ரோ, க்யூபாவிலிருந்து வெளியேறும் முன் சே அவருக்கு எழுதிய கடிதத்தை மக்களுக்கு வாசித்துக் காட்டினார். சி.ஐ.ஏ.வும் அமெரிக்கப் பத்திரிகைகளும் கிளப்பிய அனைத்து சந்தேகங்களுக்கும் 'புலனாய்வுகளுக்கும்' முற்றுப்புள்ளி வைத்தார்.

அக்டோபர் 10, 1967.

க்யூபாவின் உளவுத்துறை அதிகாரி மானுவே பினைரோவுக்கு ஒரு புகைப்படம் கிடைக்கிறது. அதைப் பார்த்து அதிர்ந்த பினைரோ உடனடியாக காஸ்ட்ரோவை வரவழைக்கிறார். விபரம் அறிந்து விரைந்து வந்த காஸ்ட்ரோ அந்தப் புகைப்படத்தை மவுனமாக உற்றுப் பார்த்தார். பிறகு தன்னுடைய முகத்தை திருப்பிக்கொள்கிறார். ஒரு வார்த்தைகூட பேசவில்லை. அவரால் பேசமுடியவில்லை. மீண்டும் அந்தப் புகைப்படத்தைப் பார்த்தார். ஏதோ ஒரு கிராமம். சலவை அறை. ஒரு மேஜை. அதன் மீது ஓர் உடல் கிடத்தப் பட்டிருந்தது. மெலிந்து போய்... தாடியுடன்... குண்டடிபட்டு... அது சே குவேராதான் என்று தெரிந்தது. ஆனால், அது சே குவேராவாக இருக்கக்கூடாது என்று எண்ணித் துடித்தார். சிறிது நேரத்திற் கெல்லாம் மற்றொரு புகைப்படம் வந்து சேர்கிறது. சந்தேகமேயில்லை... அது சேதான்!

மக்களிடம் எப்படிச் சொல்வது? தனக்கு ஏற்பட்ட துக்கத்தையும் மீறி இந்தக் கேள்வி காஸ்ட்ரோவை சங்கடப்படுத்தியது.

அக்டோபர் 18. க்யூபா ஒன்றுகூடியிருந்தது. மார்த்தியின் நினைவுச் சின்னத்துக்குக் கீழே அமைக்கப்பட்டுள்ள மேடையில் நின்று கொண்டிருக்கிறார் காஸ்ட்ரோ. க்யூபாவின் கொடிகள் அரைக்கம்பத்தில் தொங்கிக்கொண்டிருக்கின்றன. பெரிய திரை. சே குவேராவின் அசையும் படம் காண்பிக்கப்படுகிறது. சே பேசுகிறார். சிறிது நேரத்துக்கெல்லாம் சே குவேராவின் முகம் நெருக்கமாகக் காண்பிக்கப்படுகிறது. 21 குண்டுகள் முழங்குகிறது. நீண்ட நிசப்தம்.

காஸ்ட்ரோ உரையாடத் தொடங்குகிறார். மக்களை அமைதிப்படுத்த முயல்கிறார். 'நீ வாழ்ந்து கொண்டிருக்கிறாய் சே, என்கிறார்.

முப்பது வருஷங்களுக்குப் பிறகு...

அக்டோபர் 18, 1997.

சே குவேராவின் உடல் க்யூபாவுக்குக் கொண்டுவரப்படுகிறது. உடல் அல்ல, எலும்புகள். ஒரு பெட்டியினுள்ளே அடுக்கிவைக்கப் பட்டுள்ள எலும்புகள். அந்தப் பெட்டிக்கு வெளியே க்யூப நாட்டுக் கொடி பறந்து கொண்டிருக்கிறது. லட்சக்கணக்கில் திரண்டிருக்கும் மக்களைப் பார்த்து காஸ்ட்ரோ கூறுகிறார். 'நன்றி சே, உனது வரலாற்றுக்கும், வாழ்க்கைக்கும், உதாரணத்துக்கும் நன்றி. கடுமை யாகப் போராடிய உனது சிந்தனைகளைப் பாதுகாப்பதற்கு நாங்கள் நடத்தும் போராட்டத்தில் எங்களுக்கு உத்வேகமளிக்க மீண்டும் நீ வந்ததற்கு நன்றி! '

சே குவேராவின் மகள் அலெய்டிடாவிடம் ஒரு நிருபர் கேட்கிறார்.

'நீங்கள் உங்கள் தந்தையைப் போல இருக்க விரும்புகிறீர்களா?'

'நான் மட்டுமல்ல. க்யூபாவில் உள்ள ஒவ்வொருவரும்!'

11. சோதனைக்குப் பின் சாதனை

*க்*யூபாவைப் போலவே பிற லத்தீன் அமெரிக்க நாடுகளும் ஏகாதிபத்தியத்துக்கு எதிராக போர்க் கொடி உயர்த்தவேண்டும் என்று காஸ்ட்ரோ விரும்பினார். 'விடுதலை வேட்கை கொண்ட எந்தவொரு நாட்டுக்கும் உதவ க்யூபா தயார்!' என்று காஸ்ட்ரோ பகிரங்கமாக அறிவித்தார். அறி வித்ததோடு நின்றுவிடவில்லை அவர். தென் ஆப்பிரிக்காவின் ஒடுக்குமுறைக்கு எதிராகப் போராடி வரும் அங்கோலாவுக்கு சோவியத் உதவியுடன் துணிந்து நட்புக்கரம் நீட்டினார். ஜனவரி மாதம் 1976-ம் ஆண்டு சுமார் 15,000 க்யூப வீரர்கள் அங்கோலாவுக்கு அனுப்பிவைக்கப் பட்டனர். அமெரிக்காவின் கண்களுக்கு முன்பாகவே அங்கோலா விடுவிக்கப்பட்டது.

அதேபோல் நிகாரகுவாவை ஆட்டிப்படைத்துக் கொண்டிருந்த சோமோஸாவின் சர்வாதிகார ஆட்சியை 1979-ல் க்யூபா முறியடித்தது. செப்டம்பர் 1979-ல் அணிசேரா நாடுகளின் தலைவராக காஸ்ட்ரோ தேர்ந்தெடுக்கப்பட்டார். மொத்தத்தில், மூன்றாம் உலக நாடுகளின் கதாநாயகனாக காஸ்ட்ரோ ஏகமனத்துடன் கொண்டாடப்பட்டார்.

1993-க்குப் பிறகு க்யூபாவுக்கு சோவியத் அளித்து வந்த உதவியும் நின்றுபோனது. சோவியத்தே இல்லாமல் போய்விட்டதல்லவா?

மெய்யாகவே மிக மிகக் கடினமான காலகட்டம். சோவியத்தின் வீழ்ச்சி க்யூபாவை மட்டுமல்ல, ஒட்டுமொத்த மூன்றாம் உலக நாடுகளையும் பாதித்தது என்பது உண்மை. இருந்தாலும் பிற நாடுகளைவிட அதிக பாதிப்புக்குள்ளானது க்யூபாதான். காரணம் அமெரிக்கா க்யூபாவைத் தொடர்ந்து குறிவைத்துத் தாக்கிக் கொண்டிருந்தது. சோவியத்தின் சரிவை வெடிவைத்துக் கொண் டாடியது அமெரிக்கா. 'க்யூபா இனி அவ்வளவுதான்!' என்று கூத்தாடியது. க்யூபாவின் பலம் நிச்சயம் வீழ்ச்சியடையும் என்று ஆவலுடன் எதிர்பார்த்தது. ஃபிடல் காஸ்ட்ரோ இனி என்ன செய்யப்போகிறார் என்று வேடிக்கைப் பார்த்தது.

சோவியத் வீழ்ச்சிக்குக் காரணமாக காஸ்ட்ரோ என்ன சொல்கிறார்?

'...சோவியத் நாட்டின் வீழ்ச்சிக்கு கார்பச்சேவ் மட்டுமே பொறுப்பானவர் அல்ல. அனைத்து சோவியத் தலைவர்கள், கட்சித் தலைவர்கள், அரசு நிர்வாகப் பொறுப்பு வகித்தவர்கள் ஆகிய எல்லோருமே பொறுப்பானவர்களே. இங்கே நான் எந்தத் தனிப்பட்ட வரையும் பொறுப்பாக்க விரும்பவில்லை. மொத்தத்தில் சோவியத்தின் வீழ்ச்சி அனைவரது பொறுப்பின்மையாலும் நடந்து விட்டதொரு வருத்தத்துக்குரிய நிகழ்ச்சியாகும். ஏகாதிபத்திய நாடுகளால் அதனை எளிதில் வீழ்த்த முடிந்தது.'

க்யூபா துவண்டு போனது. காஸ்ட்ரோ துவளவில்லை. கிரான்மா கப்பலில் வந்து இறங்கிய நாள் முதலாக காஸ்ட்ரோ ஓயாமல் போரிட்டுக்கொண்டிருக்கிறார்.

அமெரிக்க பொருளாதாரக் கட்டுப்பாடுகள், க்யூபாவில் ஏற்படுத்திய விளைவுகள் மிகக் கொடூரமானவை. வார்த்தைகளால் விவரிக்க இயலாதவை. 1998-ல் நடைபெற்ற அகில உலக நாடுகள் மாநாட்டில் தனது பச்சைநிற யூனிஃபாரத்தைக் காட்டி கூடியிருந்த மக்களிடம் கேட்கிறார் காஸ்ட்ரோ. 'இந்தத் துணி நான்கு ஆண்டுகள் தாக்குப் பிடிக்குமா? நான்கு வருஷம் என்ன, ஐந்து வருஷம்கூட வரும்' என்று மக்கள் குரல் கொடுக்கிறார்கள்.

க்யூபர்களின் சட்டையில் ஆங்காங்கே தையல் போடப்பட்டிருக்கும். இது சர்வசாதாரணம். கிழிந்து போன துணிகளை ஒட்டுபோட்டு போட்டுக்கொள்வதை யாரும் அவமானமாக கருதுவதில்லை. ஒரே ஸ்கர்ட்டை மூன்று நாள்களுக்கு அணிந்து செல்லும் பெண்களை அங்கு காணலாம். அவர்கள் தொழிலாளர்களோ என்று நினைக்க வேண்டாம். அவர்கள் மருத்துவர்களாக இருப்பார்கள், வக்கீல்களாக இருப்பார்கள்.

சில சமயம் சாப்பிடும் பன் கூட ரேஷன் செய்து தரப்படும். ஒரு குடும்பத்துக்கு இவ்வளவு என்று காபி கிடைக்கும். ஆனால் பால் கிடைக்காது. கருப்புக் காபிதான். குழந்தைகள் இருக்கும் வீடுகளுக்கு மட்டும் பால். அதுவும் அந்தக் குழந்தையின் தேவைக்கு மட்டுமே.

'இது பொருளாதாரத் தடையல்ல. யுத்தம். உலகில் இது எங்களுடன் மாத்திரம் நடத்தப்படும் யுத்தம். ஒவ்வொருவரும் இந்த யுத்தத்தில் போராடிக்கொண்டிருக்கிறார்கள். குழந்தைகளைப் பார்க்கும்போ தெல்லாம் அவர்கள் மாபெரும் போரின் நடுவே நிற்பதாகத்தான் தெரிகிறது. பால்மணம் மாறா பச்சிளங் குழந்தைகள் போர்க்களத்தில் நிற்கும் சிப்பாய்களைப் போல் தோன்றுகிறார்கள்' என்றார் காஸ்ட்ரோ.

க்யூபர்களுக்கான 55 லட்சம் லிட்டர் பாலை அமெரிக்கா விழுங்கி விட்டது என்பது நிஜம். 'ஒவ்வொரு கிராம் பாலுக்காகவும் பாட்டிலுக்காகவும் பள்ளிக் குழந்தைகளின் கைக்கு எட்டாதுபோன நோட்டுப் புத்தகங்களுக்காகவும் கட்டுப்பாட்டை எதிர்த்து குரல் கொடுப்பதற்காகவும் நாட்டுக்கு விரோதமாக நடக்கும் ஒவ்வொரு பொய்ப் பிரசாரத்துக்கும் நடுவில் நீங்கள் தாங்கிப் பிடித்திருக்கும் இந்த க்யூபாவின் கொடிக்காகவும் நாம் ஏகாதிபத்தியத்துக்கு எதிராகப் போராடுகிறோம்' என்று அத்தனை பிரச்னைகளுக்கு இடையே அறைகூவல் விடுத்தார் காஸ்ட்ரோ.

எரிபொருள் கிடையாது. வண்டிகள் நின்றுவிட்டன. மக்கள் கால்நடையாகவே நடந்து சென்றனர். ஒரு ஜோடி செருப்பை வைத்து ஆண்டுகளைக் கழித்தனர். சில சமயம் பத்து ஆண்டுகள் கூட. இடையே பிய்ந்துபோகும்போதெல்லாம் தைத்துக்கொள்வார்கள். ஒவ்வொரு பொருளையும் - செருப்பு முதற்கொண்டு சிலிக்கான் சிப் வரை - எப்படி அழகுபடுத்தலாம் என்று அமெரிக்கா ஆய்வுகள் செய்து கொண்டிருந்த அதே சமயம், 'இந்தச் செருப்பு குறைந்தது பத்து ஆண்டு களுக்காவது உழைப்பதைப் போல் உருவாக்கவேண்டும், அப்போது தான் நமக்குக் கட்டுப்படியாகும்' என்று நினைத்து உழைத்துக் கொண்டிருந்தனர் க்யூபர்கள்.

காஸ்ட்ரோ, மக்களை தொடர்ந்து தாங்கிப் பிடித்துக்கொண்டிருந்தார். தொடர்ந்து நம்பிக்கை அளித்துக் கொண்டிருந்தார். தொடர்ந்து உற்சாகப்படுத்திக்கொண்டிருந்தார். 'எதிர்காலத்தின் நிலை என்னவாகுமோ தெரியாது. ஆனால் ஒன்று மாத்திரம் உண்மை. அது பழைய நாள்களை விட எளிதாக இருக்கும். முதலாளித்துவத்தில் போய்ச் சேர்வதை விட சிரமப்பட்டாவது இப்படிப்பட்ட தியாகங் களைச் செய்வது ஆயிரம் மடங்கு மேலானது.'

ஆனால், காஸ்ட்ரோ பஞ்சப் பாட்டு பாடிக்கொண்டு சும்மா இருந்து விடவில்லை. வேறு திசைகளில் பார்வையைச் சுழலவிட்டார். சுற்றுலாத் துறையை மேம்படுத்தினார். இது நல்ல பயன் அளித்தது. உலகெங்குமிருந்து மக்கள் க்யூபாவை மொய்க்கத் தொடங்கினர். டாலர் புழக்கம் அதிகரித்தது. அமெரிக்கா குத்துச்சண்டைக்குத் தயாரானது. பயணிகளைச் சுமந்து சென்ற விமானத்தைச் சுட்டு வீழ்த்தியது. க்யூபாவிலுள்ள தங்கும் விடுதிகள் மீது வெடிகுண்டு வீசியது.

அமெரிக்காவின் கொடூர முகத்தை க்யூபர்கள் புரிந்துகொண்டது பெரிய விஷயமல்ல. அமெரிக்கர்களே புரிந்துகொண்டனர். நியூ ஜெர்சியிலுள்ள அந்த வீட்டுக்கு முன்னால் அமெரிக்கர்கள் திரண்டிருந்தார்கள். 'டோரி செல்லி ஒழிக! க்யூபாவைச் சிறிது சிறிதாக நசுக்கும் நச்சுக்கார டோரி செல்லியே வெளியே வா!' போன்ற கோஷங்கள் எழுந்தன. டோரி செல்லி கதவைத் திறக்கவில்லை. க்யூபாவுக்கு எதிராக பொருளாதாரத் தடையை விதித்தவர் இவர்தான். குழந்தைகள் பால் இல்லாமல் அலைந்ததற்குக் காரணமானவர், அமெரிக்க செனட்டர். 'க்யூபாவில் புல், பூண்டு கூட முளைக்காமல் செய்துவிடுகிறேன்!' என்று சபதம் எடுத்துக்கொண்டவர்.

இந்தியா தன் பங்குக்கு கோதுமை அனுப்பிவைத்தது. பஞ்சாபின் சிறந்த கோதுமையை ஏற்றிக்கொண்டு கரிபீயன் ராஜகுமாரி என்ற கப்பல் ஹவானா வந்து சேர்ந்தது. மொத்தம் 10,105 டன் கோதுமை. 1998-ல் நடைபெற்ற உலக இளைஞர் அமைப்பின் பொன்விழாவில் காஸ்ட்ரோ இந்தியாவை உச்சி முகர்ந்து பாராட்டினார்.

'நீங்கள் அனுப்பிய கோதுமை எங்களின் போராட்ட உணர்வுகளை அதிகப்படுத்தி இருக்கிறது. நீங்கள் அனுப்பிய கோதுமை எங்களை அமெரிக்காவை எதிர்த்து இன்னும் உறுதியாக நிற்கச் செய்திருக்கிறது. நீங்கள் அனுப்பிய கோதுமை போராட்டத்தில் நாங்கள் தனியல்ல என்று சொன்னது. இந்தச் கோதுமையிலிருந்து க்யூப மக்கள் அனைவருக்கும் ஒரு வாரத்துக்குத் தேவையான நல்ல ரொட்டியை வழங்குவேன்' என்று பெருமிதத்துடன் சொன்னார் காஸ்ட்ரோ.

இந்தியா மட்டுமல்ல. எத்தனையோ உலக நாடுகளின் உதவி யுடன்தான் க்யூபா வளரத் தொடங்கியது.

அன்று தொடங்கியதுதான். க்யூபாவின் அசுர வளர்ச்சியை இது நாள் வரையில் யாராலும் கட்டுப்படுத்த முடியவில்லை. எல்லாவற்றையும் ஆரம்பத்திலிருந்து தொடங்கியாகவேண்டும் எனும் நிலையில் தொடங்கினார்கள். சாதித்தார்கள்.

க்யூபா இன்று எப்படியிருக்கிறது?

'க்யூபாவின் மருத்துவச் சேவையைக் கோரும் வெளிநாட்டவர் மிகவும் அதிகம். எங்களால் ஒப்புக்கொள்ள இயலாத அளவுக்கு அதிகம். எங்கெங்கு புதியதொரு மருத்துவ அமைப்பை உருவாக்கு கிறோமோ, அங்கெல்லாம் ஒருசில மாதங்களுக்குள் ஏகப்பட்ட கோரிக்கைகள் வந்துவிடுகின்றன!' காஸ்ட்ரோவின் இந்த அங்கலாய்ப்பு நிஜம். க்யூப மருத்துவர்களின் உதவியை ஒவ்வொரு நாடும் கோருகிறது. மரபணு தொழில்நுட்பம், உயிரியல் தொழில் நுட்பம் என்று வளர்ந்த நாடுகளே யோசிக்கும் ஆராய்ச்சிகளை வெற்றிகரமாக நடத்தியிருக்கிறது, தொடர்ந்து நடத்திவருகிறது. ஒரு விமானத்தின் இருக்கைகளை நீக்கிவிட்டு டெங்கு காய்ச்சல் மருந்தை நிரப்பி உருகுவேவுக்கு அனுப்பி வைத்தார் காஸ்ட்ரோ.

பிள்ளைப்பேறில் இறக்கும் தாய்மார்களின் எண்ணிக்கை பத்தாயிரத்துக்கு 2.2 பேர். பத்தாயிரத்தில் 7.2 குழந்தைகள் பிறக்கும் போது இறக்கின்றன. உலகிலேயே குறைந்த அளவு இதுதான். உலகில் எங்கெல்லாம் இயற்கைச் சீற்றங்களும், போர்களும் பேரழிவுகளும் நேர்கின்றனவோ, அங்கெல்லாம் க்யூப மருத்துவர்களும், ஆசிரியர்களும் பணி செய்கிறார்கள். க்யூப அரசு தொழில் நுட்ப ஆதரவும் அளிக்கிறது.

புதுவகைப் பயிர்களை உருவாக்கும் தொழில்நுட்பத்தில் அபாரமான தேர்ச்சியை சந்தித்திருக்கிறார்கள். திசு வளர்ப்பு மூலம் புதிய விதைகள் உருவாக்கப்பட்டுள்ளன. ஒரு வாழை மரம் சாதாரணமாக நான்கு கன்று விடும் என்று வைத்துக்கொண்டால் திசு வளர்ப்பு முறையைப் பயன்படுத்தும்போது அதே வாழை மரம் 40,000 அல்லது 50,000 கன்று வரை விடும். கரும்புகளின் உற்பத்தியும் இதே முறையில் பெருக்கப்பட்டது. ரசாயனப் பூச்சிக்கொல்லிகளை ஒதுக்கிவைத்து விட்டு இயற்கைப் பூச்சிக்கொல்லிகளை பயன்படுத்தத் தொடங்கினர்.

காஸ்ட்ரோவிடம் மிகத் தெளிவாக வரையறுக்கப்பட்டிருந்த செயல் திட்டம் இருந்தது. க்யூபாவுக்கு எது தேவையோ அதை மட்டும் கையில் எடுத்துக்கொண்டார்கள், வெற்றிபெற்றார்கள். எது அத்தியாவசியமோ அது குறித்து மட்டுமே ஆராய்ச்சிகள் நடத்தப்பட்டன, நடத்தப்படுகின்றன. அமெரிக்காவையும் ரஷ் யாவையும் பார்த்து விண்வெளிப் பயணங்கள் மேற்கொள்வதில்லை. விமானங்களையோ, கணிப்பொறிகளையோ உருவாக்க அமெரிக்கா வோடு போட்டி போடுவதில்லை. ஜப்பானோடு போட்டி போட்டுக் கொண்டு தொலைக்காட்சிப் பெட்டிகளையும் கார்களையும் உருவாக்க முயன்றதில்லை. பெட்ரோகெமிக்கல் துறையில்

ஆராய்ச்சி நடத்துவது அத்தனை அவசியமில்லை என்று தெரிந்து கொண்டு விலகிவிட்டார்கள். மின் அணுவில், உதிரிப்பாகங்கள் தயாரிப்பதில் கவனம் செலுத்துவதில்லை. ஆனால் அதே சமயம் இயற்பியல், வேதியியல் கண்டுபிடிப்புகளுக்குத் தேவையான கணிப்பொறி அறிவை அவர்கள் பெற்றிருந்தார்கள்.

பொருளாதாரத்துக்கும், சமூகத்துக்கும் பயன்படும் கண்டுபிடிப்பு களுக்கே முன்னுரிமை. மருந்துகள், பெருகி வரும் உணவுத் தேவையை தீர்க்கும் விதைகள் போன்றவற்றுக்கான முதலீடுகள் அதிகம். 'முதலில் எங்கள் பயன்பாட்டுக்கு, பின்பு மற்ற நாடுகளுக்கும் மக்களுக்கும்' என்பதுதான் க்யூபாவின் நிலைப்பாடு.

கல்வித்துறையில் க்யூபா நிகழ்த்திக்காட்டிய சாதனை மகத்தானது.

குழந்தைகள் எங்கெல்லாம் இருக்கிறார்களோ அங்கெல்லாம் பள்ளிக் கூடங்கள் திறக்கப்பட்டன. மனவளர்ச்சி குன்றிய மாணவர்களுக்கு சிறப்புப்பள்ளிகள். பெண்கள் கட்டாயம் கல்வி கற்கவேண்டும். பொருளாதாரத் தடை காரணமாக மின்சாரமும், எரிபொருளும் கிடைப்பதில்லை. ஆனால் பள்ளிகளுக்கு முன்னுரிமை அளிக்கப் பட்டு மின்சாரம் ஒதுக்கித்தரப்படுகிறது. வீடுகளில் மாற்று சக்தியைப் பயன்படுத்துகிறார்கள்.

●

சந்தேகமில்லாமல் க்யூபா ஓர் உதாரண நாடு.

இங்கு தனிநபர் வழிபாடு கிடையாது. க்யூபா போன்ற ஒரு நாட்டில் முழுமுற்றான அதிகாரம் என்பது சாத்தியமற்றது. காஸ்ட்ரோ சட்டங்களை இயற்றுபவர் அல்ல. அளவற்ற அதிகாரம் கொண்டவர் அல்ல. காஸ்ட்ரோவின் படங்கள் தெருக்களை அலங்கரிப்பதில்லை. சிலர் காஸ்ட்ரோவின் புகைப்படங்களை வீடுகளில் வைத்திருப்ப துண்டு. ஆனால் அது அவர்களாகவே விரும்பி வைத்துக்கொள்வது. யாருடைய கட்டாயத்தின் பெயரிலும் அல்ல. அதே போல் வெளிநாட்டுப் பயணிகளும் க்யூபா வரும்போதெல்லாம் காஸ்ட்ரோவின் புகைப்படங்களை தேடிப்பிடித்து வாங்கிப்போவது வழக்கம். அரசாங்கத் தரப்பில் எடுக்கப்பட்ட எந்தப் படத்தையும் க்யூபாவில் பார்க்க முடியாது. சில சமயம் காஸ்ட்ரோவிடம் அவரது புகைப்படத்தைக் கேட்டு கடிதம் அனுப்புவார்கள்.

காஸ்ட்ரோ சொல்வதைப் போல் 'புரட்சியின் வெற்றியைத் தொடர்ந்து முதல் சில மாதங்களிலேயே என்னுடைய படம் தடைசெய்யப்பட்டுவிட்டது. அதிகாரபூர்வமான எந்த படத்தையும் நீங்கள் க்யூபாவில் பார்க்க இயலாது.' அதே போல், காஸ்ட்ரோவின்

பெயரையோ அல்லது உயிருடன் இருக்கும் எந்தத் தலைவரின் பெயரையோ பள்ளிகளுக்கும், நிறுவனங்களுக்கும் சூட்ட முடியாது. இதற்கும் தடை. உருவச் சிலைகள், மார்பளவுச் சிலைகள் எதையும் பார்க்க முடியாது.

காஸ்ட்ரோவின் மனைவி, பிள்ளைகளைப் பற்றி பெரும்பாலான க்யூபர்களுக்கு ஒன்றுமே தெரியாது என்பதுதான் நிஜம். (எழுத்தறிவு இயக்கத்தில் தன்னுடன் இணைந்து பணியாற்றிய டாலியோ சொடோ (Dalia Soto) என்பவரை 1980-ல் திருமணம் செய்துகொண்டார் காஸ்ட்ரோ. மொத்தம் ஐந்து மகன்கள். ஏஞ்சல், அண்டானியோ, அலெஜாண்ட்ரோ, அலெக்ஸிஸ் மற்றும் அலெக்ஸ்.)

அமெரிக்கா க்யூபாவை சலிப்புடன் கவனித்துக் கொண்டிருக்கிறது. க்யூபாவில் மனித உரிமைகள் மீறப்படுவதாக முதலைக் கண்ணீர் வடிக்கிறது. பொருளாதாரத் தடைகளையும் விதித்துவிட்டு, க்யூபாவில் பன் கிடைக்கவில்லை, பட்டர் கிடைக்கவில்லை, டொயோட்டோ கார் ஓடவில்லை என்று அங்கலாய்க்கிறது. பெப்ஸியும், கோலாவும், ஃபோர்டும் இல்லாமல் ஒரு நாடு எப்படி உயிர்த்திருக்க முடியும் என்று கேள்வி எழுப்புகிறது. லத்தீன் அமெரிக்காவில் காஸ்ட்ரோ வன்முறையைத் தூண்டிவிடுவதாக அலறுகிறது.

காஸ்ட்ரோ ஒரு சர்வாதிகாரி என்று நிரூபிக்க முயன்றுவருகிறது. உண்மையில் க்யூபாவில் காஸ்ட்ரோ செலுத்தி வரும் அதிகாரம் எப்படிப்பட்டது? 1992-ல் தொமாஸ் போர்ஹேவுக்கு அளித்த பேட்டியில் காஸ்ட்ரோ இதற்கு விடையளித்திருக்கிறார்.

'...என்னைப் பொறுத்தவரையில் அதிகாரம் என்னுடையது என்றோ, அது அனுபவிக்கக்கூடியது என்றோ நான் எண்ணியது கிடையாது. மாறாக, அதிகாரத்தை அல்லது பலத்தை நியாயமான காரணத்துக்காக, புரட்சிக்கான ஓர் ஆயுதம் என நான் கருதியிருக்கிறேன். என் காலம் முழுவதும், ஆரம்பத்திலிருந்தே, ஒருபோதும் தனிநபர் முடிவுகளை அல்ல, குழு முடிவுகளைத்தான் நான் ஆதரித்திருக்கிறேன். இது பற்றிய மிகத் தெளிவான, மிகச் சரியான புரிதல் எனக்கிருந்ததால், முழுமுற்றான அதிகாரத்தை நாடாதபடிக்கு என்னைக் காப்பாற்றி விட்டது... அமைப்புகள் அனைத்திலும் எனக்கு வரம்பற்ற அதிகாரம் இருந்தது உண்மை. ஆனால் அடிப்படை முடிவுகள் குழுவினரால் ஆழமாக ஆராயப்பட்டு, விவாதிக்கப்பட்ட பின்பே எடுக்கப் படுகின்றன. நான் தனியாளாக அவற்றில் முடிவெடுப்பதில்லை. அடுத்தவர்கள் கருத்துகள் மீது நான் அதிகக் கவனம் செலுத்துகிறேன். பல சமயங்களில் நான் ஒப்புக்கொள்ளாதவற்றைக்கூட அவர்கள் செய்திருக்கிறார்கள்.

நேர்மையாக, உண்மையிலேயே நேர்மையாக இருந்தால், நீங்கள் ஊழல் செய்யமுடியாது. நீங்கள் தலைக்கனம் இல்லாதவராக, உங்களின், மக்களின் மதிப்பு பற்றிய தெளிவான புரிதல் கொண்டவராக இருந்தால் நீங்கள் ஊழல் செய்ய மாட்டீர்கள். வாழ்க்கை முழுவதும் அசராமல் என்னைக் கண்காணித்து வந்ததோடு, சுய விமர்சனமும் செய்து வந்துள்ளேன். செய்த ஒவ்வொரு பணியிலும், நான் செய்தது சரியா தவறா, நான் எப்போதாவது தலைக்கனம் பிடித்தது போல் நடந்து கொண்டேனா, பெருமிதத்துக்கும் அதற்கும் தொடர்பு உண்டா என்றெல்லாம் சிந்திப்பேன். என்னை நானே கட்டுப்படுத்தக் கற்றுக் கொண்டுவிட்டேன்...'

காஸ்ட்ரோவின் அந்தரங்க வாழ்க்கையைக்கூட அமெரிக்கா விட்டு வைக்கவில்லை. காஸ்ட்ரோவுக்குப் பல திருமணங்களை முன்நின்று நடத்திவைத்தது. அவருக்கு பல காதலிகளை உருவாக்கியது. அவரை பெண் பித்தனாக மாற்றி 'ஆதாரபூர்வமான' புத்தகங்களை எழுதித்தள்ளியது. இறுதியில், 'காஸ்ட்ரோவுக்கு நினைவு தப்பிவிட்டது, அவர் கோமாவில் இருக்கிறார்', 'காஸ்ட்ரோ இறந்து கொண்டிருக்கிறார்', 'காஸ்ட்ரோ இறந்துவிட்டார்' என்று விதவித மான செய்திகளை தயாரித்து வெளியிட்டது. 'உண்மையிலேயே நான் ஒரு நாள் இறந்துபோனால்கூட யாரும் நம்பமாட்டார்கள்' என்று சொல்லிச் சிரிக்கிறார் காஸ்ட்ரோ.

●

காஸ்ட்ரோ இன்றுவரை ஓயவில்லை. அயராமல் உழைத்துக் கொண்டேதான் இருக்கிறார். வயதென்ன கொஞ்சநஞ்சமா ஆகிறது? சந்தேகமில்லாமல் தாத்தாதான்! ஆனாலும், எந்த ஓர் இளைஞனைக் காட்டிலும் அவரது சிந்தனைக்கும் செயலுக்கும் வேகமும் விவேகமும் அதிகமே.

இத்தனை பலம் உங்களுக்கு எங்கிருந்து கிடைக்கிறது என்று கேட்டால் அவர் சுட்டிக்காட்டுவது புத்தகங்களை. 'வாழ்நாள் முழுவதும் எத்தனை முடியுமோ அத்தனைப் புத்தகங்களைப் படித்து வந்திருந்தபோதும், படிப்பதற்கு நேரம் போதவில்லை என்ற குறை எனக்கு எப்போதும் உண்டு. நூலகங்களையும், புத்தகங்களின் பட்டியலையும் பார்க்கும்போதெல்லாம் என் வாழ்நாள் முழுவதையும் படிப்பதிலும் கற்பதிலும் செலவிட முடியவில்லையே என்று வருந்துகிறேன்' என்றார் காஸ்ட்ரோ.

காஸ்ட்ரோ படிக்காத புத்தக வகைகளை விரல் விட்டு எண்ணி விடலாம். படித்தவற்றில் அதிகம் பிடித்தது வரலாறு. க்யூப வரலாறு, உலக வரலாறு தொடர்பாக எழுதப்பட்டுள்ள அனைத்து

புத்தகங்களையும் அவர் வாசித்திருக்கிறார். 'தீராத விருப்பத்துடன் நான் படித்த முதல் எழுத்தாளர் மார்த்தி' என்கிறார். உயர்நிலை, பல்கலைக்கழக காலத்திலேயே மார்த்தியின் முழுமையான எழுத்துகளை அவர் படித்து முடித்திருந்தார், உரைகள், அரசியல் கட்டுரைகள், கவிதைகள் என்று சுமார் 2000 பக்கங்களில் விரியும் அவரது படைப்புகளை பாதி உறக்கத்தில்கூட நினைவுபடுத்திச் சொல்வார் காஸ்ட்ரோ. இன்னமும், பைபிள், ஸ்பானிய இலக்கியம், கரும்பு வளர்ப்பு, கணிதம், மார்க்சியம், லெனினிசம், சட்டப் புத்தகங்கள், புவியியல், கொள்கை அறிக்கைகள், செய்தி அறிக்கைகள் என்று அவரது வாசிப்புத் தளம் பரந்துபட்டது.

சில சமயம் குவியல் குவியலாக விவசாயம் குறித்த புத்தகங்களை வாங்கி வந்து படிப்பார். பிறகு, கால்நடை வளர்ப்பு. வெப்பமண்டல விவசாயம் பற்றி சுமார் 100 புத்தகங்களை வாசித்திருக்கிறார்.

ஏன்? ஒரு செய்தித்தாளில் வெப்பமண்டல விவசாயம் எனும் பதத்தைப் பார்த்திருக்கிறார். இதென்ன புதிதாக இருக்கிறதே என்று இந்தத் துறை சார்ந்த செய்திக் கட்டுரை ஒன்றைப் படித்திருக்கிறார். அதில் கொடுக்கப் பட்ட விவரங்கள் போதாமல் போகவே ஒரு சிறிய புத்தகம். பிறகு மற்றொரு புத்தகம். இப்படி சிறிது சிறிதாக முன்னேறி 100 புத்தகங்களை வாசித்துவிட்டு 'ஓ இதுதானா வெப்பமண்டல விவசாயம்!' என்று ஆச்சரியப்பட்டுவிட்டு அந்தத் துறையைவிட்டு வெளியே வந்திருக்கிறார். மார்க்சியம்-லெனினிசம் பற்றிக் கூறும்போது, 'அந்த திறந்த கதவின் வழியாகத்தான், அந்தப் பாதையில்தான், நான் வந்தேன். இப்போது வெறியனாகிவிட்டேன். மார்க்ஸ், எங்கெல்ஸ், லெனின் ஆகியோரை உணர்ச்சிவயப்பட்டு பின்பற்றுபவனை அப்படி அழைக்கலாமென்றால் என்னை அப்படிச் சொல்வது சரிதான்.'

ஒரு சமயத்தில் ஒரு புத்தகத்தை மட்டும் படிப்பதில்லை அவர். சேர்ந்தாற்போல் 5 அல்லது 6 புத்தகங்களை மாறி மாறி வாசிப்பார். திடீரென்று இந்த 6 புத்தகங்களையும் அப்படியே வைத்துவிட்டு வேறு ஒரு புதிய துறை சார்ந்த புத்தகத்துக்குத் தாவி, மீண்டும் பழைய புத்தகங்களை அடைவது வழக்கம். 'ஒரு நாளின் அனைத்து வேலை களையும் முடித்துவிட்டு வேறு எதுவும் மீதமில்லாத நிலையில் படிக்கிறேன். பகலில் செய்தித்தாள்களை ஓரளவுக்குப் படிக்கிறேன். நாளும் அவை குவிந்துகொண்டே வருகின்றன. செய்ய வேண்டியவை ஏராளமாறாக உள்ளன. முக்கியத்துவமுடைய ஒரு செய்தித்தாளுக்கு முதன்மை தராவிட்டால் என் எதிர்ப்பைத் தெரிவிக்கிறேன். ஏன் இதை முதலில் கண்ணில் படுமாறு வைக்க வில்லை? அது இவ்வளவு முக்கியத்துவம் வாய்ந்ததென்று ஏன் சொல்லவில்லை? என்று கேட்கிறேன்.'

பிரச்னை இதுதான். தினமும் தோழர்கள்தான் அவரது மேஜையில் அவர் வாசிக்க வேண்டிய செய்தித்தாள்களை வைப்பது வழக்கம். சில செய்திகளை, இது இவருக்கு வேண்டாமே என்று நினைத்து விட்டுவிடுவார்கள். மிகச் சரியாக அதைத்தான் தேடிப்பிடித்து படித்து விட்டு தோழர்களுடன் சண்டையிடுவார். இவருக்கு எது முக்கியம், எது முக்கியமல்ல என்று தீர்மானிப்பது மிக மிகச் சிரமமானது. கோழி வளர்ப்பு பற்றிய நீண்ட புத்தகம் இவருக்கு நிச்சயம் தேவையிருக்காது என்றுதான் தோழர்கள் நினைப்பார்கள். ஆனால் எங்காவது ஓர் அறிக்கையில் கோழி வளர்ப்பு பற்றிய விவாதம் எழுப்பப்படும் போது, அந்தப் புத்தகத்தை உடனடியாகக் கொண்டுவரச் சொல்லி கேட்பார்.

இலக்கியத்திலும் அவருக்கு மிகுந்த ஈடுபாடு உண்டு. செர்வான்தே, ஷேக்ஸ்பியர், மார்க்குவேஸ், பாப்லோ நெரூடா என்று அவரது வாசிப்பு நீளும். தற்போதைய க்யூப எழுத்தாளர்களுடன் உறவு கொள்ளவேண்டும் என்று அவருக்கு ஆசைதான். ஆனால் வேலைப்பளுவால் அது சாத்தியமாவதில்லை.

'நான் என்னை வேலைக்கு அர்ப்பணித்துவிட்டேன். நான் அதன் அடிமை. நான் பார்க்க நினைக்கிற, செய்ய நினைக்கிற பணிகளை நான் பிறருக்குத் தருவதில்லை. எனக்கு வேலை செய்யப் பிடிக்கும். காலம் முழுவதும் நான் அப்படி இருக்கவே விரும்பியிருக்கிறேன்.'

12. காஸ்ட்ரோவுக்குப் பிறகு?

எக்ஸிடோ (Exito) எனும் ஸ்பானியப் பத்திரிகையில் பணிபுரிபவர் அலெஜாண்ட்ரோ எஸ்கலோனா (Alejandro Escalona). இந்த பத்திரிகை சிகாகோ ட்ரிப்யூனுக்குச் சொந்தமானது. நவம்பர் 7, 1999 அன்று எஸ்கலோனா க்யூபா சென்றார். அங்கு ஹவானா பல்கலைக் கழகத்தில் காஸ்ட்ரோவை உரையாற்றிக் கொண்டிருந்தார். உரை முடிந்ததும், 'காஸ்ட்ரோ இன்று பத்திரிகையாளர்களைச் சந்திப்பார்' என்று அறிவிக்கப்பட்டது. சிறிது நேரத்திற்கெல்லாம் கேமிராக்களும், மைக்ரோ ரெக்கார்டர்களும், புகைப் படக் கருவிகளும் காஸ்ட்ரோவை சூழ்ந்து கொண்டன. கிட்டத்தட்ட 2 மணி நேரம். சளைக்காமல் அனைத்து கேள்விகளுக்கும் விடையளிக்கிறார் காஸ்ட்ரோ. எஸ்கலோனா மிகுந்த சிரமத்துடன் முண்டியடித்துக்கொண்டு காஸ்ட்ரோவை நெருங்குகிறார். ஏதோ ஒரு கேள்வியை அவர் கேட்க, காஸ்ட்ரோவால் அதைப் புரிந்துகொள்ள முடியவில்லை. 'நீங்கள் யார், உங்கள் பெயர் என்ன?' என்று கேட்கிறார். எஸ்கலோனா தன்னை அறிமுகப்படுத்திக் கொண்டதும், இருவரும் உரையாடத் தொடங்குகிறார்கள்.

எஸ்கலோனா: புரட்சி குறித்து மக்களிடையே வாக்கெடுப்பு நடத்தலாமே! அவர்களுக்கு இதில் சம்மதம் உண்டா இல்லையா என்று தெரிந்து கொள்ளலாம் அல்லவா?

காஸ்ட்ரோ: நீங்கள் எங்கிருந்து வருகிறீர்கள்?

எஸ்கலோனா: மெக்ஸிகோவிலிருந்து.

காஸ்ட்ரோ: மெக்ஸிகோவில் இது போல் எப்போதாவது வாக்கெடுப்புகள் நடத்தியிருக்கிறீர்களா? லத்தீன் அமெரிக்கா மீது கட்டுப்பாடுகள் விதிப்பதற்கு முன்பு யாராவது இங்கே வாக்கெடுப்பு நடத்தியிருக்கலாமே. ஏன் நடத்தவில்லை? சரி, இதைச் சொல்லுங்கள். நாங்கள் யாருக்காக இந்த வாக்கெடுப்பை நடத்த வேண்டும்? யாரை திருப்திப்படுத்துவதற்கு? எங்கள் மக்களைப் பற்றி எங்களுக்கு நன்றாகவே தெரியும்! மக்கள் புரட்சியை ஆதரிக்கிறார்களா இல்லையா என்பதைத் தெரிந்து கொள்ள எத்தனையோ வழிகள் உள்ளன.

வேண்டுமானால், மாணவர்கள் அனைவரையும் இங்கே வரச் சொல்லவா, எஸ்கலோனா? அவர்களிடமே கேட்டுவிடலாம். ஐந்து வருஷங்களுக்கு ஒரு முறை தேர்தல் நடத்துகிறோம். க்யூபாவில்தான் வோட்டுப்பதிவு செய்பவர்களின் எண்ணிக்கை அதிகம். வோட்டுப்பதிவு கட்டாயம் அல்ல என்றபோதிலும்! எந்தவொரு சிறு மாற்றத்தைக் கொண்டுவர வேண்டுமானாலும் மக்களைக் கலந்தாலோசித்து அவர்களது ஒப்புதலைப் பெற்ற பிறகே செய்கிறோம். நூற்றுக்கணக்கான, ஆயிரக்கணக்கான கூட்டங்களை இதுவரை கூட்டியிருக்கிறோம். மாணவர்களோடு பேசுகிறோம், விவாதிக்கிறோம். கிராமப்புறங்களுக்குச் சென்று விவசாயிகளைச் சந்திக்கிறோம். தொழிற்சாலைகளுக்குச் சென்று தொழிலாளிகளைச் சந்திக்கிறோம். யார் மீதும் நாங்கள் கருத்துகளைத் திணிப்பதில்லை.

எஸ்கலோனா: நாங்கள் சில க்யூபர்களைச் சந்தித்தோம். இங்கு வாழ்க்கை நடத்துவது மிகவும் சிரமமான வேலை என்று அவர்கள் சொல்கிறார்கள். இந்த நிலை நீடித்தால் வாழ்வதே சிரமமாகிவிடும் என்று சொல்கிறார்கள்.

காஸ்ட்ரோ: இந்த நிலை ஏற்படுவதற்கு என்ன காரணம் என்று நீங்கள் கேட்டிருக்கலாமே. கேட்டீர்களா? அவர்கள் ஏதாவது பதில் சொன்னார்களா? எங்கள் மீது விதிக்கப்பட்டுள்ள கட்டுப்பாடுகள் பற்றி ஏதாவது கேட்டீர்களா? ஆனால், நாங்கள் கேட்போம். நாங்கள் எங்கள் மக்களோடு எப்போதும் தொடர்பு வைத்திருக்கிறோம். அவர்களோடு விவாதிக்கிறோம். எங்களுக்கு உண்மை என்று படுவதை அவர்களிடம் கூறுவோம். நீங்கள் குறிப்பிட்டதைவிட மோசமான நிலைமைகளில் நாங்கள் வாழ்ந்திருக்கிறோம். ஆனால், அவற்றை நாங்கள் கடந்துவிட்டோம்.

எஸ்கலோனா: நீங்கள் ஒவ்வொரு நாளும் மக்களிடமிருந்து அதிகம் எதிர்பார்க்கிறீர்கள் என்று சொல்லப்படுகிறதே?

காஸ்ட்ரோ: நான் அவர்களை கட்டாயப்படுத்துவதில்லை. அவர்களை ஊக்குவிக்கிறேன். சில சமயங்களில் அவர்கள் சில சமரசங்களைச் செய்யவேண்டியிருக்கும். இதை நாங்கள் வேண்டுமென்றே திணிப்பதில்லை. உண்மை என்ன என்று அவர்களுக்குத் தெரியும். அவர்களுக்கு தேசப்பற்று உண்டு.

எஸ்கலோனா: நீங்கள் ஆட்சிக்கு வந்து இத்தனை வருஷங்கள் ஆகிவிட்டதே. இளைய தலைமுறைக்கு விட்டுக்கொடுக்கலாமே!

காஸ்ட்ரோ: இந்நாட்டின் அதிகாரம் ஒரு தனிப்பட்ட மனிதனுக்குச் சொந்தமானதல்ல. மக்களின் கையில்தான் அதிகாரம் உள்ளது. இளைய தலைமுறை ஆட்கள் அனைத்து இடங்களிலும் பரவியிருக்கிறார்கள் என்பதுதான் உண்மை. அவர்களை நீங்கள் அனைத்துப் பகுதிகளிலும் காணலாம். பணத்துக்காகவோ, புகழுக்காகவோ அல்லது ஏதோ ஒரு பெரிய லட்சியத்துக்காகவோ நான் பதவியில் ஒட்டிக்கொண்டிருக்க வில்லை. ஒரு செண்ட் அளவுக்குக்கூட இதுவரை யாரும் ஊழல் செய்தது கிடையாது.

மக்களிடம் கேட்கலாம். நான் வெளியேற வேண்டும் என்று அவர்கள் சொன்னால் நான் வெளியேறுகிறேன். கருத்துக்கணிப்பு வரை நீங்கள் போகவேண்டியதில்லை. இதோ இந்த இடத்திலேயே அவர்களைத் திரட்டுகிறேன். வெளிப்படையாக இங்கேயே பேசலாம்.

●

பேட்டி முடிவடைந்தவுடன் புகைப்படக்காரர்கள் காஸ்ட்ரோவை மொய்த்துக்கொள்கிறார்கள். பத்திரிகையாளர்களும் புகைப் படக்காரர்களும் போட்டி போட்டுக்கொண்டு அவரோடு புகைப்படம் எடுத்துக்கொள்கிறார்கள். 'அந்த மெக்ஸிகோகாரரையும் கூப்பிடுங்கள். அவரும் என்னோடு சேர்ந்து நிற்கட்டும்' என்கிறார் காஸ்ட்ரோ. எங்கோ ஒரு மூலையில் இருந்த எஸ்கலோனாவை தேடிப்பிடித்து அழைத்துவருகிறார்கள். புகைப்படம் எடுக்கப்படுகிறது.

அரங்கத்தை விட்டு வெளியேறிய காஸ்ட்ரோ தெருவில் இறங்கி நடக்கத்தொடங்குகிறார். பத்திரிகையாளர்கள் அவரைப் பின் தொடர்கிறார்கள். அவருக்காகக் காத்துக்கொண்டிருந்த மாணவர்கள் ஆர்ப்பாட்டத்துடன் கையசைக்கிறார்கள். 'அந்த மெக்ஸிகோ காரரையும் கூப்பிடுங்கள்' என்று மீண்டும் சொல்கிறார் காஸ்ட்ரோ.

காஸ்ட்ரோ: என்னிடம் ஏதோ கேட்டீர்களே. அதை இவர்களிடம் கேளுங்கள்.

எஸ்கலோனா: எதைப்பற்றி?

காஸ்ட்ரோ: கருத்துக்கணிப்புதான். வேறென்ன?

எஸ்கலோனா: அதாவது, நான் என்ன கேட்டேன் என்றால்... புரட்சி பற்றி மக்களிடம் கருத்துக்கணிப்பு நடத்தலாம், அவர்களுடைய கருத்துகளைத் தெரிந்துகொள்ளலாம். குறிப்பாக காஸ்ட்ரோ தன்னுடைய பதவியை இளையதலைமுறைக்கு விட்டுக் கொடுக்கலாமே என்றுதான்....

மாணவர்கள்: (ஒட்டுமொத்தமாக அலறுகிறார்கள்) வேண்டாம், வேண்டவே வேண்டாம்.

கூட்டத்திலிருந்து ஒரு மாணவர்: எங்களது ஆதரவு காஸ்ட்ரோவுக்கு எப்போதும் உண்டு. எங்களை அவர் நம்பலாம்.

எஸ்கலோனா: காஸ்ட்ரோ இங்கே இருக்கிறார் என்பதற்காகத் தானே இப்படிச் சொல்கிறீர்கள்?

அந்த மாணவர்: நிச்சயம் கிடையாது. நான் சொல்வது முற்றிலும் உண்மை. அவர் இங்கு இல்லையென்றாலும் நான் இதைத்தான் சொல்லியிருப்பேன்.

காஸ்ட்ரோ: மாணவர்களே! நான் சற்று முன்புவரையில் இந்த மெக்ஸிகோகாரரிடம் பேசிக்கொண்டிருந்தேன். நாம் ஒழுங்காகத் தேர்தல் நடத்துகிறோம். க்யூபாவைப் போல் வேறெந்த நாட்டிலும் வாக்குப்பதிவு நடைபெறுவதில்லை என்று கூறினேன். எந்தவொரு சட்டத்தை இயற்றினாலும், எந்தவொரு சிறு மாற்றத்தை ஏற்படுத்த வேண்டுமானாலும், மக்களாகிய உங்களைக் கலந்தாலோசித்த பிறகே அது நிறைவேற்றப்படும் என்று சொன்னேன்.

சிறிது நேரம் மாணவர்களுடன் பேசுகிறார். எஸ்கலோனா மீண்டும் விவாதத்தைக் கிளப்புகிறார்.

எஸ்கலோனா: நீங்கள் 40 வருஷங்களாக தொடர்ந்து ஆட்சியில் இருக்கிறீர்கள்.

காஸ்ட்ரோ: 40 வருஷங்களாக ஆட்சியில் இருப்பது நானல்ல, மக்கள்! புரட்சி முதலில் சாதித்தது என்ன தெரியுமா? ஆயுதங்களை மக்களிடமே திரும்ப வழங்கியதுதான். அவர்கள்தான் புரட்சியைக் கட்டிக்காப்பவர்கள். அது சரி. நீங்கள் வரலாறு படித்திருக்கிறீர்களா?

எஸ்கலோனா: மக்கள்தான் ஆள்கிறார்கள் என்பது உண்மையானால் நீங்கள் எதற்காக ஆட்சியில் நீடிக்கவேண்டும், விலகிவிடலாமே!

மாணவர்கள் 'ஃபிடல் ஃபிடல் ஃபிடல்' என்று சொல்லியபடி கரவொலி எழுப்புகிறார்கள்.

காஸ்ட்ரோ : உங்களுக்கு என்ன வேண்டும்? என்னுடைய ராஜினாவாமா? இவர்கள் கேட்கட்டும், கொடுத்துவிடுகிறேன்!

எஸ்கலோனா: அவர்கள் நிச்சயம் கேட்கமாட்டார்கள். நான் ஒரு க்யூபனிடம் பேசிக்கொண்டிருந்தபோது...

காஸ்ட்ரோ: (இடைமறிக்கிறார்) நீங்கள் யாரைப் பற்றி சொல்லிக் கொண்டிருக்கிறீர்கள்? யார் அந்த க்யூபன்? நீங்கள் குறிப்பிடும் க்யூபனைப் பார்க்கச் சொல்லி உங்களுக்கு யார் சொன்னது, அமெரிக்காவா? அவன் முகம் எப்படியிருந்தது?

மாணவர்கள் சத்தம் போட்டு சிரிக்கிறார்கள்.

எஸ்கலோனா: ... அவன் என்ன சொன்னான் தெரியுமா? 'நீங்கள் என்னிடம் கேள்வி கேட்டுவிட்டுப் போய்விடுவீர்கள். என்னால் எங்கே போகமுடியும்?' என்றான். இதன் பொருள் என்ன?

காஸ்ட்ரோ: ஆஹா! எவ்வளவு மெய்யான க்யூபன் அவன்! எத்தனை சிறந்த தேசபக்தன்! எத்தனை பெரிய பயந்தாங்கொள்ளி!

எஸ்கலோனா: இல்லை. இல்லை. அவன் பயந்துபோயிருக்கிறான். அவனைப் பயமுறுத்தியிருக்கிறார்கள். அவனைப் போலவே நிறைய பேர் இங்கு இருக்கிறார்கள்.

காஸ்ட்ரோ: ஓ! 500,000 பேர் சொல்லட்டுமே! நீங்கள் என்ன நினைக்கிறீர்கள்? உங்கள் மனத்தில் ஒரு சிறிய புழு நெளிந்து கொண்டிருக்கிறது. அதுதான் உங்களை இப்படி ஆட்டிப்படைக் கிறது. அது கிடக்கட்டும். நீங்கள் என்ன படித்திருக்கிறீர்கள்?

எஸ்கலோனா: இலக்கியம்.

காஸ்ட்ரோ: எங்கே?

எஸ்கலோனா: அமெரிக்காவில்!

காஸ்ட்ரோ: ஆ! எப்போது?

எஸ்கலோனா: இப்போதுதான்! சமீபமாக.

காஸ்ட்ரோ: நீங்கள் நெடுங்காலம் அங்கு வாழ்ந்திருக்கிறீர்கள். உங்களிடம்தான் இதைப் பற்றி கேட்கவேண்டும். யுகோஸ்லோவியா

மீது தாக்குதல் நடத்தப்பட்டதைப் பற்றி நீங்கள் என்ன நினைக்கிறீர்கள்?

எஸ்கலோனா: நான் க்யூபாவைப் பற்றி பேசவே விரும்புகிறேன்.

காஸ்ட்ரோ: பனாமா தாக்குதல் பற்றி உங்களது கருத்து என்ன?

எஸ்கலோனா: இல்லை. இல்லை. நாம் க்யூபாவைப் பற்றியே பேசுவோமே!

காஸ்ட்ரோ: நான் உங்களுடைய எண்ணங்கள் பற்றி தெரிந்து கொள்ள விரும்புகிறேன்.

எஸ்கலோனா: மிஸ்டர் பிரஸிடெண்ட், நாம் க்யூபாவைப் பற்றியே பேசுவோம்.

காஸ்ட்ரோ: கட்டாயம் பேசுவோம். நீங்கள் என்ன நினைக்கிறீர்கள் என்று தெரிந்துகொள்ளும் உரிமையும் எனக்கு உண்டல்லவா?

எஸ்கலோனா: க்யூபாவில் எல்லாவற்றையும் அளந்து அளந்துதான் கொடுக்கிறார்கள். ரேஷன் கார்ட் என்று ஒன்று இருக்கிறது. ஆனால் அது பத்து நாள்களுக்குக் கூட போதுமானதாக இல்லை. டாக்ஸி ஓட்டிபிழைக்கிறார்கள். வேறு ஏதேதோ வேலைகள் எல்லாம் செய்கிறார்கள். அவர்களுக்கு அதிகப் பணம் தேவைப்படுகிறது. இதைப்பற்றி நீங்கள் என்ன சொல்கிறீர்கள்?

காஸ்ட்ரோ: நீங்கள் சொல்வது சரிதான். புரட்சிக்குப் பிறகு வீடுகளைப் பிரித்துக்கொடுத்தோம். யாரிடமும் எந்த வாடகையும் நாங்கள் வாங்கவில்லை. சிலர் என்ன செய்கிறார்கள் தெரியுமா? அந்த வீடுகளை வாடகைக்கு விட்டு சம்பாதிக்கிறார்கள்.

எஸ்கலோனா: ஒரு ஆசிரியர் டாக்ஸி ஓட்டி சம்பாதிக்கிறார்.

காஸ்ட்ரோ: எங்களிடம் எத்தனை ஆசிரியர்கள் இருக்கிறார்கள் தெரியுமா? 250,000. ஆசிரியர்களின் சம்பளத்தை இப்போது சமீபத்தில் உயர்த்தியிருக்கிறோம். உங்களுடைய பிரச்னை என்ன தெரியுமா? நீங்கள் முற்றிலும் வேறுமாதிரியான மனோநிலையில் இருக்கிறீர்கள். உங்களுக்கென்று சில நிலையான கருத்துகள் இருக்கின்றன. அதன்படிதான் நீங்கள் அனைத்து விஷயங்களையும் பார்க்கிறீர்கள்.

எஸ்கலோனா: இல்லை. நான் என்னுடைய வேலையைத்தான் செய்கிறேன். கேள்வி கேட்பது என்னுடைய வேலை.

காஸ்ட்ரோ: உங்களுக்கென்று எந்தத் தனிப்பட்ட கொள்கைகளும் கிடையாதா?

எஸ்கலோனா: என்னுடையே வேலை கேள்வி கேட்பது மட்டும்தான்.

காஸ்ட்ரோ: உங்களுக்கென்று எந்தவித எண்ணங்களும் இருக்காதா? அரசியல் ரீதியாக எந்தவித நிலைப்பாடும் இருக்காதா?

எஸ்கலோனா: நான் கேள்விகள் மட்டுமே கேட்பேன்.

அப்போது ஒரு பெண் குறுக்கிடுகிறார். 'நாங்கள் என்ன நினைக்கிறோமோ அதை எங்களால் வெளிப்படையாகச் சொல்லமுடியும். க்யூபாவில் இப்படித்தான் எல்லோரும் இருக்கிறார்கள்!'

காஸ்ட்ரோ: (மாணவர்களிடம் திரும்பிச் சொல்கிறார்) இவரை நான் என்ன செய்வது? தனிப்பட்ட முறையில் இவருக்கு எந்தவிதக் கருத்துகளும் கிடையாதாம். அரசியல் ரீதியாக எந்தவிதக் கொள்கைகளும் கிடையாதாம். படித்தது இலக்கியம் என்கிறார். வரலாறு பற்றி எதுவும் தெரியாது என்கிறார். (எஸ்கலோனாவிடம் திரும்புகிறார்) என்னால் உங்களை கிராமப்புறத்துக்கு கூட்டிப்போக முடியும். புரட்சிக் கமிட்டிக்கு கூட்டிப்போக முடியும். தொழிலாளர்களை சந்திக்கவைக்க முடியும். ஆனால் எல்லாவற்றையும் பார்த்து விட்டு நீங்கள் என்ன சொல்வீர்கள்? ஷெர்லாக் ஹோம்ஸ் போல் மாறிவிட்ட உங்களுக்கு நான் எப்படி, எதைச் சொல்லி புரியவைப்பேன்?

எஸ்கலோனா: நாம் க்யூபாவைப் பற்றி பேசுவோம்.

ஒரு மாணவன் குறுக்கிடுகிறான்: அதெப்படி ஒரு பத்திரிகையாளரால் எதைப் பற்றியும் யோசிக்காமல், எந்தவித ஈடுபாடும் இல்லாமல் இருக்க முடியும்? பத்திரிகைத் தொழில் என்பது அரசியல் முக்கியத்துவம் வாய்ந்த ஒன்று. அப்படித்தானே?

மற்ற மாணவர்கள் ஆமோதித்துக் கைதட்டுகிறார்கள்.

காஸ்ட்ரோ: நீங்கள் மாணவர்களோடு பேசுங்கள், விவாதியுங்கள். நான் கிளம்புகிறேன்.

எஸ்கலோனாவின் கையைப் பிடித்து குலுக்கிவிட்டு விடைபெறுகிறார் காஸ்ட்ரோ.

விவாதம் முற்றுப்பெறுகிறது.

காஸ்ட்ரோவின் பயணம் இன்னும் தொடர்ந்துகொண்டுதான் இருக்கிறது.

13. ஃபிடல் இல்லாத உலகம்

ஃபிடல் காஸ்ட்ரோவின் மரணத்தோடு ஒரு சகாப்தம் முடிவுக்கு வந்திருக்கிறது. க்யூபாவுடனான அரசியல் உறவை முறித்துக்கொண்ட ஐசனோவர் தொடங்கி அந்த உறவைப் புதுப்பித்துக்கொள்ள முயன்ற பராக் ஒபாமா வரை 11 அமெரிக்க அதிபர்களைத் தன் வாழ்நாளில் கண்டுள்ளதோடு அவர்கள் அனைவரையும் தொடர்ச்சியாக எதிர்த்தும் வந்திருக்கிறார் காஸ்ட்ரோ. இந்த நூற்றாண்டின் மகத்தான ஆளுமையாகத் திரண்டு நிற்கும் அதே சமயம், அதிகம் வெறுக்கப்பட்ட, அதிகம் பேரால் தூற்றப்பட்ட ஒரு 'சர்வாதிகாரியாகவும்' ஃபிடல் காஸ்ட்ரோ நீடிக்கிறார்.

25 நவம்பர் 2016 அன்று 90 வயதில் நிகழ்ந்த மரணம் அவரை நேசித்தவர்களுக்கு மட்டுமல்ல வெறுத்தவர்களுக்கும்கூட ஓர் வெற்றிடத்தை ஏற்படுத்தியிருக்கிறது. மார்க்ஸ் கல்லறையில் எங்கெல்ஸ் ஆற்றிய உரையின் தொடக்கத்தைச் சற்றே மாற்றி காஸ்ட்ரோவுக்கும் இப்படிச் சொல்ல முடியும். 'ஓர் உன்னதமான தலைவர் போராடுவதை நிறுத்திக்கொண்டிருக்கிறார்.'

'க்யூப விடுதலைக்காக19ம் நூற்றாண்டில் போராடிய ஹொசே மார்த்திக்குப் பிறகு லத்தீன் அமெரிக்காவில் இருந்து உதயமான ஒரே தலைவர் ஃபிடல் காஸ்ட்ரோ. க்யூபாவில் மட்டுமல்ல தென்

அமெரிக்கக் கண்டம் முழுவதிலும் அவரைப் போல் ஆழமான தாக்கத்தைச் செலுத்திய இன்னொரு தலைவர் இல்லை.' என்கிறது தி நியூ யார்க் டைம்ஸ். வெறும் 11 மில்லியன் மக்களைக் கொண்டிருக்கும் ஒரு தீவிலிருந்து இத்தனை செல்வாக்குமிக்க ஒரு தலைவராக காஸ்ட்ரோ உயர்ந்தது இந்த நூற்றாண்டின் தீர்மானகர மான தருணங்களில் ஒன்று. க்யூபாவை மாற்றத் தொடங்கிய காஸ்ட்ரோ தவிர்க்கவியலாதபடி லத்தீன் அமெரிக்கா, வட அமெரிக்கா, ஆப்பிரிக்கா, ஐரோப்பா, ஆசியா என்று உலக உருண்டை முழுவதையுமே மாற்றியமைத்துவிட்டார். சோவியத் யூனியனின் சரிவுக்குப் பிறகு உலகெங்கிலுமுள்ள இடதுசாரிகளின் இதயம் லத்தீன் அமெரிக்காவுக்கு இடம்மாறி அங்கிருந்தபடியே துடிக்க ஆரம்பித்தது.

•

எதையும் முறைப்படிச் செய்து பழக்கப்பட்டுப்போன காஸ்ட்ரோ, ஏப்ரல் 2016ல் நடைபெற்ற ஏழாவது க்யூபக் கம்யூனிஸ்ட் கட்சி மாநாட்டில் தன் மக்களிடமிருந்தும், கட்சியினரிடமிருந்தும், தான் உருவாக்கிய புரட்சிகர தேசத்திடமிருந்தும் விடைபெற்றுக் கொண்டார். நீலநிற டிராக் சூட் அணிந்திருந்த அந்த மெலிந்த முதியவரின் விரல்கள் அப்போது நடுங்கிகொண்டிருந்தன. பேசத் தொடங்கியபோது அவர் குரலும் தேய்ந்துபோயிருந்தது புலப்பட்டது. 'விரைவில் நான் மற்ற எல்லோரையும்போல் ஆகிவிடுவேன். எல்லோரும் அவரவர் முடிவைச் சந்திக்கத்தான் வேண்டும்' என்றார் காஸ்ட்ரோ. உரையை முடித்துக்கொள்வதற்கு முன்னால் அழுத்தமாக அறிவித்தார். 'ஆனால் க்யூப கம்யூனிசம் எனக்குப் பிறகும் வாழும்.'

க்யூபாவில் புரட்சி வெற்றிபெற்றதைத் தொடர்ந்து 8 ஜனவரி 1959 அன்று தன் மக்களை முதல் முதலாக காஸ்ட்ரோ சந்தித்தபோது அவர் வயது 32. அமெரிக்காவின் ஆசியோடு க்யூபாவை ஆண்டுவந்த புல்ஜென்சியோ பாடிஸ்டாவின் ஆட்சியைக் கவிழ்த்ததன்மூலம் நீண்டகாலமாக நிலவிவந்த அந்நிய ஆதிக்கத்தை காஸ்ட்ரோ முடிவுக்குக் கொண்டுவந்தார். அதனிடத்தில் ஒரு புரட்சிகர அரசுக்கான அடித்தளத்தை அமைக்கும் பொருட்டு நீண்டதொரு உரையை அன்று நிகழ்த்தினார் காஸ்ட்ரோ. உற்சாகமும் நம்பிக்கையும் ஊற்றெடுக்க நள்ளிரவு கடந்தும் உரையாற்றிக்கொண்டிருந்த காஸ்ட்ரோவைத் தொலைவிலிருந்தவர்களால் பார்க்கமுடியாமல் போனதால் அவர்மீது மக்கள் ஒளியைப் பாய்ச்சினார்கள். உரை முடிந்ததும் க்யூபாவில் அமைதி திரும்பப்போவதை உணர்த்தும் வகையில் புறாக்கள் பறக்கவிடப்பட்டன. படபடவென்று பறந்து சென்ற

புறாக்களில் ஒன்று காஸ்ட்ரோவின் தோளில் மென்மையாக வந்து அமர்ந்தபோது உணர்ச்சிக் கொந்தளிப்போடு பலர், 'ஃபிடல் ஃபிடல்!' என்று குரலெழுப்பத் தொடங்கினர்.

ஐம்பதாண்டுகள் கழிந்தபிறகும், அவரைக் காணும் ஒவ்வொரு முறையும் அதே உற்சாகத்துடன் குரலெழுப்பி ஆர்ப்பரித்தார்கள் க்யூபர்கள். தன்மீது அன்று மக்கள் பாய்ச்சிய ஒளியைத் திரட்டி யெடுத்து அதைப் பலமடங்கு பிரகாசமாக்கி மக்கள்மீதே அவர் திரும்பவும் பாய்ச்சியபோது க்யூபா இருளில் இருந்து திடமான வெளிச்சத்துக்கு மாறியது. முந்தைய பாடிஸ்டா அரசை நினைவில் வைத்திருந்ததவர்கள் அனைவருக்கும் புரட்சி சாதித்தது என்ன என்பது தெளிவாகத் தெரிந்தது. இனி அந்த நாட்டில் மக்களின் அடிப்படை உரிமைகள் பறிக்கப்படாது. பசியோ வேலையில்லாத் திண்டாட்டமோ இராது. சிசுக்கள் ஊட்டச்சத்து குறைப்பாட்டால் இறக்கமாட்டார்கள். கல்லாதவர்கள் இருக்கமாட்டார்கள். சாலையோரங்களில் பிச்சையெடுக்கும் குழந்தைகளைக் காண முடியாது. போதை மருந்துக்கு அடிமையானவர்களைப் பார்க்க முடியாது. இனவெறியைக் காணமுடியாது. அதீத செல்வம், அதீத வறுமை இரண்டுக்கும் இடமில்லை.

இந்தப் புதிய க்யூபா ஃபிடலால் சாத்தியமானது என்பதை க்யூபர்கள் உணர்ந்திருந்தனர். அவர்களுடைய அத்தனைத் தேவைகளும் பூர்த்தி செய்யப்பட்டுவிட்டன என்பதல்ல இதன் பொருள். காஸ்ட்ரோ வந்தார், அதற்குப் பிறகு எல்லோரும் மகிழ்ச்சியுடன் வாழ்ந்தனர் என்று எழுதிமுடிக்க இது தேவதைக் கதையல்ல. கடுமையான போராட்டங்களுக்கு மத்தியில், கடும் எதிர்ப்புகளுக்கு மத்தியில்தான் இந்தப் புரட்சிகர மாற்றங்களை அவரால் ஏற்படுத்தமுடிந்தது. புரட்சியால் பலவீனமடைந்தவர்களும் ஆத்திரம் கொண்டவர்களும் புரட்சியின் பலனாளிகளை எதிர்க்கத் தொடங்கினர். வர்க்கப் போராட்டம் கூர்மையடைந்தது. க்யூபாவை உறிஞ்சிகொண்டிருந்த அமெரிக்க அட்டைகளைப் பொட்டலம் கட்டி தூக்கியெறிந்தார் காஸ்ட்ரோ. ஒவ்வொன்றும் ஆயிரம் கை ஆக்டோபஸாகத் திரும்பிவந்து தாக்கத் தொடங்கியது. ஒரு கையால் அவர்களோடு வாள் சுழற்றியபடியே இன்னொரு கரத்தால் அவர் க்யூபாவைப் பொத்திக் காக்க வேண்டியிருந்தது.

•

ஆயிரம் சொன்னாலும் அரை நூற்றாண்டுகாலம் க்யூபாவை ஆண்ட ஒருவரை, இரண்டாம் எலிஸபெத்துக்கு அடுத்தபடியாக அதிகாரத்தை அதிக ஆண்டுகள் கையில் வைத்திருந்த ஒருவரை சர்வாதிகாரி என்று

தானே அழைக்கமுடியும்? இந்தக் கேள்வியை காஸ்ட்ரோவே எதிர்கொண்டு, பதிலளித்திருக்கிறார். 'என்னைச் சர்வாதிகாரி என்றும் ஜார்ஜ் புஷ்ஷை ஜனநாயகவாதி என்றும் சொல்வதை எப்படிப் புரிந்தகொள்வதென்றே தெரியவில்லை. நான் தன்னிச்சையாக முடிவுகள் எடுப்பதில்லை. சட்டத்துக்கு மேலாக என்னை உயர்த்திக் கொண்டதில்லை. ஆனால் ஜார்ஜ் புஷ் ஒருவரையும் கேட்காமல் மோசமான முடிவுகளை எடுத்துள்ளார். ரோமப் பேரரசர்களிடமும் கூட இல்லாத அதிகாரம் அமெரிக்க அதிபரிடம் இருக்கிறது. நினைத்த நேரத்தில் புஷ் போன்றவர்கள் போர் தொடுக்கிறார்கள். என்னால் அப்படியெல்லாம் செய்யமுடியாது. நாங்கள் எல்லா பிரச்சினைகள் குறித்தும் விவாதிக்கிறோம், ஆராய்கிறோம். கூட்டாக முடிவெடுக் கிறோம். அமைச்சர்களையும் தூதுவர்களையும் மட்டுமல்ல ஆரம்பநிலை அரசு ஊழியர்களையும்கூட நான் நியமிப்பதில்லை. நானா சர்வாதிகாரி?'

தன் அதிகாரத்தைப் பயன்படுத்தி சொத்துகள் எதையும் சேர்த்து விடவில்லை என்பதை அவருடைய எதிரிகளும் ஒப்புக் கொள்கின்றனர். காஸ்ட்ரோவின் பிரமாண்டமான உருவப்படங் களையோ சிலைகளையோ அவர் உருவம் பொறிக்கப்பட்ட நாணயங்களையோ நான் க்யூபாவில் காணவில்லை என்கிறார் 100 மணி நேரங்களுக்கும் அதிகமாக காஸ்ட்ரோவோடு உரையாடி அவருடைய வாழ்க்கை வரலாற்றைத் தொகுத்துள்ள ஸ்பானிஷ் எழுத்தாளர் இக்னேஷியோ ரமோனெட். மதியம் தொடங்கி மாலை நீண்டு, நள்ளிரவு வரைகூட உரையாடல் தொடர்ந்திருக்கிறது. சில சமயம், அதிகாலை 2 மணிக்கு திடீரென்று மணி பார்த்துவிட்டு, 'மன்னிக்கவும் இப்போது எனக்கொரு முக்கிய அலுவலக சந்திப்பு இருக்கிறது' என்று சொல்லி விரைந்துசென்ற காஸ்ட்ரோவைக் கண்டு ஆச்சரியமடைந்திருக்கிறார் இக்னேஷியோ. ஓடிச்செல்லும் எண்பது வயது காஸ்ட்ரோவின் முப்பது வயது உதவியாளர்கள் நின்றபடியே உறங்குவதையும் இக்னேஷியோ கண்டிருக்கிறார்.

காஸ்ட்ரோவைப் பேட்டி காண சென்றவர்களுக்கு அடிக்கடி சிக்கல், அவரிடமிருந்து பதில்களைவிட கேள்விகளையே அதிகம் பெறமுடியும் என்பதுதான். உதாரணத்துக்கு பிரான்ஸ் நாட்டிலிருந்து செல்லும் ஒரு பத்திரிகையாளரிடமிருந்து அந்நாட்டின் பருவநிலை, வேளாண்மை, கால்நடை வளர்ப்பு, கல்வி, தொழில் கொள்கை, இலக்கியம், நாட்டுப்புறவியல் என்று பலவற்றைத் துருவித் துருவிக் கேட்பாராம். இந்த விவரங்களை அளிக்கமுடியாமல் திணறுபவர் களைக் கண்டு ஆச்சரியப்படுவாராம். 'மன்னிக்கவும், நீங்கள் பத்திரிகையாளர் என்பதால் நிறைய கேட்டுவிட்டேன். சரி, இந்த

அடிப்படைகளையெல்லாம் நீங்கள் தெரிந்துகொள்ளவேண்டிய அவசியமில்லையா?’

ஆனால் காஸ்டரோவுக்கு எல்லாவற்றையுமே தெரிந்துகொண்டாக வேண்டும். அமெரிக்காவின் பொருளாதாரத் தடைகள் குறித்தும் க்யூபாவின் அயலுறவுக் கொள்கை குறித்தும் எவ்வளவு மணி நேரம் தன் கட்சியினருடன் விவாதிப்பாரோ அதற்கு இணையாக சர்க்கரை சாகுபடி குறித்தும் பள்ளிக் குழந்தைகளின் சீருடை குறித்தும் பண்டைய இலக்கியம் குறித்தும் துறைசார்ந்த நிபுணர்களிடம் விவாதிப்பார். உங்களால் எப்படி இவ்வளவு உற்சாகமாக இருக்க முடிகிறது என்று முன்பொருமுறை கேட்கப்பட்டபோது காஸ்ட்ரோ அளித்த விடை, ‘புத்தகங்கள்.’ காஸ்ட்ரோவின் வாசிப்பு வழக்கத்தை நேரில் கண்ட தோழர்களின் குறிப்புகள் ஆச்சரியமளிக்கக்கூடியவை. ‘இவருக்கு எது முக்கியம், எது முக்கியமல்ல என்று தீர்மானிப்பது மிக மிக சிரமமானது!’ என்று அவர்கள் சலித்துக்கொள்கிறார்கள். கோழி வளர்ப்பு பற்றிய நீண்ட புத்தகம் இவருக்கு நிச்சயம் தேவையிருக்காது என்றுதான் தோழர்கள் நினைப்பார்கள். ஆனால் எங்காவது ஒரு அறிக்கையில் கோழி வளர்ப்புப் பற்றிய விவாதம் எழுப்பப்படும் போது, அந்தப் புத்தகத்தை உடனடியாக கொண்டு வரச் சொல்லி கேட்பார். வெப்பமண்டல விவசாயம் பற்றி சில விஷயங்களைத் தெரிந்துகொள்ள ஆசைப்பட்டு கிட்டத்தட்ட 100 புத்தகங்களைப் படித்துமுடித்திருக்கிறார்.

தொட்டுவிடும் தூரத்தில் இருக்கும் அமெரிக்காவை உதறித்தள்ளி விட்டு தொலைவில் எங்கோ உள்ள சோவியத் யூனியனையும் சோஷலிசத்தையும் காஸ்ட்ரோ அணைத்துக்கொண்டதற்கு அவருடைய தீவிர வாசிப்பும் ஒரு காரணம். சோஷலிசத்தை அப்படியே அள்ளியெடுத்து வந்து க்யூபாவில் படரவிடாமல், லத்தீன் அமெரிக்கச் சூழலுக்கு ஏற்ற ஒரு பிரத்தியேக வடிவத்துக்கு அதைக் கொண்டுவந்த பிறகு படிப்படியாக அறிமுகப்படுத்தியிருக்கிறார். மார்க்ஸ் முதல் மாவோ வரை கற்றிருந்தாலும், க்யூபப் புரட்சியும் க்யூப சோஷலிசமும் தனித்துவமான பண்புகளைக் கொண்டிருந் தமைக்குக் காரணம் காஸ்ட்ரோ.

உண்மையில் க்யூபாவில் மாற்றங்களை ஏற்படுத்துவது அல்ல அவர் திட்டம். க்யூபா என்பது ஒரு சாக்கு. லத்தீன் அமெரிக்காவும்கூட அல்ல அவருடைய இலக்கு. தன்னுடைய தோழர் சே குவேராவைப் போல் உலகம் முழுவதற்கும் சேர்த்து கனவு கண்டவர் அவர். நெல்சன் மண்டேலா, நேரு, ஹோ சி மின், பாட்ரிஸ் லுமும்பா, அமில்கார் கப்ரால், அலெண்டே என்று தொடங்கி தங்களுக்கே உரித்தான வழியில் சுதந்தரம், சமத்துவம், சமூகநீதி ஆகியவற்றுக்காகப்

போராடிய தலைவர்களோடும் அவர்களுடைய போராட்டங்களோடும் தன்னை காஸ்ட்ரோ இணைத்துக்கொண்டதற்கு அவருடைய கனவே அடிப்படைக் காரணம். ஒடுக்குமுறை எந்த வடிவத்தில் எங்கே தோன்றினாலும் அதற்கெதிரான கம்பீரமான குரல் காஸ்ட்ரோவிடமிருந்து தோன்றியது. காகிதத்தில் உள்ள கனவு சித்தாந்தமல்ல சோஷலிசம்; நடைமுறை சாத்தியம் கொண்ட மகத்தான செயல்திட்டம் அது என்பதை சொல், செயல் இரண்டின் மூலமும் உணர்த்தினார் காஸ்ட்ரோ. மொழி, தேசம், இனம் கடந்து உலகப் பாட்டாளி வர்க்கத்தின் தோழனாகவும் உயர்ந்தார். வெனிசூலாவின் ஹியூகோ சாவேஸ், பொலிவியாவின் ஈவோ மொரெல்ஸ் என்று தொடங்கி அவரிடமிருந்து நெருப்புப் பொறிகள் பெற்று வெளிச்சத்தை வளர்த்தவர்கள் பலர்.

அதனாலேயேஅமெரிக்காவின் முதன்மையான எதிரியாகவும் மாறிப்போனார். லத்தீன் அமெரிக்காமீதான தனது ஆதிக்கத்தைக் கைவிடவேண்டிய நெருக்கடியை க்யூபப் புரட்சி அமெரிக்காவுக்கு ஏற்படுத்தியது. அத்துடன் நில்லாமல் தார்மிக நெருக்கடிகளையும் காஸ்டேரா உருவாக்க ஆரம்பித்தார். ஓர் உதாரணம். அமெரிக்காவில் ஆப்பிரிக்க அமெரிக்கர்களின் சிவில் உரிமைப் போராட்டம் நடைபெற்றுவந்தபோது, க்யூபாவில் இருந்த ஆப்பிரிக்க அமெரிக்கர்களை அங்கீகரித்து அவர்களுடைய உரிமைகளை நிலைநாட்டினார் காஸ்ட்ரோ. அதன்மூலம் கறுப்பின மக்களுக்காகக் குரல் கொடுத்த முதல் வெள்ளை க்யூபத் தலைவராகவும் மாறினார். ஐ.நாவின் மாநாட்டில் கலந்துகொள்ள செப்டெம்பர் 1960ல் அமெரிக்கா சென்றிருந்தபோது, ஆப்பிரிக்க அமெரிக்கர்களின் சேரிப்பகுதியான ஹார்லெமில் தங்கியதன்மூலம் வெள்ளை அமெரிக்க அரசுக்குச் சங்கடத்தை ஏற்படுத்தினார்.

ஆலமரங்களை வெட்டிச்சாய்த்த அமெரிக்காவால் ஒரு சிறுமுள்ளை உடைக்கமுடியாதா என்ன? ஐ.நாவின் எதிர்ப்பையும் மீறி 1960 தொடங்கி க்யூபா மீது தொடர்ச்சியாகப் பொருளாதார யுத்தம் தொடுத்தது அமெரிக்கா. காஸ்ட்ரோவைக் கொல்ல 600 முறை முயன்று பார்த்தார்கள். பல மில்லியன் டாலரை அவருடைய ஆட்சிக் கவிழ்ப்புக்காகக் கொட்டினார்கள். காஸ்ட்ரோவை விரும்பாத க்யூபர்களுக்கும் அவரை எதிர்க்கும் பயங்கரவாத அமைப்புகள் சிலவற்றுக்கும் அமெரிக்காவில் இடம் கொடுத்தார்கள். சிஐஏவைக் கொண்டு குறைந்தபட்சம் ஒரு சிவில் யுத்தத்தையாவது மூட்டிவிட முடியுமா என்று முட்டி மோதினார்கள். காஸ்ட்ரோவுக்குப் பயங்கர வியாதி அவர் எப்போது வேண்டுமானாலும் இறந்துவிடுவார் என்று ஆரூடம் சொன்னார்கள். பிறகு ஆண்டுக்கொருமுறை அவர்

இறந்துவிட்டதாகக் கதை கட்டினார்கள். 1959ல் காஸ்ட்ரோவின் தோளில் அமர்ந்த புறாவை நம்பவேண்டாம், அது ஒரு நாடகம் என்றுகூடச் சொல்லிப் பார்த்தார்கள்.

இதற்கெல்லாம் காஸ்ட்ரோ புரிந்த எதிர்வினைகள் ஏன் அவர் மரணத்தால் அழியக்கூடியவர் அல்லர் என்பதைத் தெளிவாக உணர்த்துகின்றன. க்யூபாவில் அமெரிக்க எதிர்ப்பு வன்முறைக் குழுக்கள் உருவாவதை அவர் இறுதிவரை அனுமதிக்கவில்லை. அமெரிக்காவுக்கு எதிரான சக்திகளுடன் கரம்கோர்த்து அமெரிக்காவை வன்முறையால் வீழ்த்தும் திட்டங்கள் எதையும் அவர் தீட்டவில்லை. அத்தகைய திட்டங்களைப் பின்னாலிருந்து ஆதரிக்கவுமில்லை. செப்டெம்பர் 11 தாக்குதலின்போது, அமெரிக்க மக்களோடு கரம் கோர்த்து அமெரிக்க மக்களுக்காக வருந்தினார். அதே சமயம், ஜார்ஜ் புஷ்ஷின் அநீதியான போரைக் கடுமையாகச் சாடினார். காத்தரீனா சூறாவளி அமெரிக்காவைத் தாக்கியபோது அதற்கு உதவிக்கரம் நீட்டிய நாடுகளில் முதன்மையானது க்யூபா. 'எனக்கு அமெரிக்க அரசுடன் மட்டும்தான் முரண்பாடு, அமெரிக்க மக்களுடன் அல்ல' என்னும் தெளிவு காஸ்ட்ரோவுக்கு இருந்தது. அதனால்தான் புதிய க்யூபா சாத்தியமானது.

அந்தத் தெளிவு இல்லாததால் அமெரிக்கா அன்றுமுதல் இன்றுவரை அமெரிக்காவாகவே இருக்கிறது. 'மூர்க்கத்தனமான சர்வாதிகாரி' என்று காஸ்ட்ரோவை வர்ணித்துள்ள டொனால்ட் டிரம்ப், அவர் மரணத்தின்மூலம் 'க்யூபா இனி விடுதலை பெறும்' என்று சொல்லியிருக்கிறார். உண்மையில், டிரம்ப் மட்டுமல்ல நாம் யாருமே க்யூபா பற்றி கவலைப்பட வேண்டியதில்லை. 2008ம் ஆண்டு காஸ்ட்ரோ ஓய்வுபெற்றதைத் தொடர்ந்து அவருடைய 85 வயது சகோதரர் ரால் காஸ்ட்ரோவிடம் அந்நாட்டின் பொறுப்பு ஒப்படைக்கப்பட்டிருக்கிறது. 'க்யூபாவைப் பற்றி எனக்குப் பயமில்லை. முதல் தலைமுறையைச் சேர்ந்த எங்களைவிட மூன்றாவது, நான்காவது தலைமுறையைச் சேர்ந்தவர்கள் மூன்று அல்லது நான்கு மடங்கு அறிவு பெற்றிருக்கிறார்கள். அவர்கள்மீது எனக்கு நம்பிக்கையிருக்கிறது.' என்கிறார் காஸ்ட்ரோ.

க்யூபப் புரட்சி தோற்றுப்போகுமா என்றும்கூட யாரும் அஞ்சத்தேவையில்லை என்கிறார் காஸ்ட்ரோ. 'புரட்சி தானாகவே தோற்காது. ஆனால் நாம் நினைத்தால் அதைத் தோற்கடிக்கலாம். நம் தவறுகள் மூலம். நம் குறைபாடுகள்மூலம்.' காஸ்ட்ரோ தொடர்கிறார். 'நாங்கள் தவறுகளே செய்யாதவர்கள் இல்லை. எங்களுடையது ஒரு பரிசோதனை. அந்தப் பரிசோதனையை யார் வேண்டுமானாலும்

பிரதியெடுத்துக்கொள்ளாம். அதற்கு நாங்கள் காப்புரிமை எல்லாம் வாங்கி வைத்திருக்கவில்லை.'

மெக்ஸிகோவின் எல்லையில் சுவர் எழுப்புவன்; இஸ்லாமியர் களையும் குடியேறிகளையும் விரட்டுவேன் என்று சொல்லும் டிரம்பின் அமெரிக்காவோடு ஒப்பிடும்போது க்யூபா ஒரு சுண்டைக்காய். இருந்தாலும் காஸ்ட்ரோ சொல்கிறார். 'நாங்கள் பகிர்ந்தளிக்கத் தயாராக இருக்கிறோம். உதவி செய்யத் தயாராக இருக்கிறோம். மூன்றாமுலக நாடுகளைச் சேர்ந்தவர்களுக்குக் கல்வி அளிக்க விரும்புகிறோம். இன்னபிற உதவிகள் செய்ய விரும்புகிறோம். ஒவ்வொரு துறையிலும் பாய்ச்சல்களை நிகழ்த்த விரும்புகிறோம்.'ஒரு சர்வாதிகாரிக்கும் ஜனநாயகவாதிக்குமான வேறுபாட்டை இதைவிடத் தெளிவாக யாராலும் வரையறுத்துவிட முடியாது.

ஃபிடல் காஸ்ட்ரோ இல்லாத ஓர் உலகில் நாம் அடியெடுத்து வைத்திருக்கிறோம். துயரத்தை விழுங்கிவிட்டு நம்பிக்கையையும் போராட்டக் குணத்தையும் வளர்த்துக்கொள்ளவேண்டிய தருணம் இது. ஃபிடல் நம்மிடமிருந்து இதைத்தான் எதிர்பார்ப்பார். ஃபிடலின் தோளிலிருந்து பறந்துசென்றுவிட்ட புறாவை நாம் அழைத்தாக வேண்டும்.

பிற்சேர்க்கை

அமெரிக்காவின் குற்றச்சாட்டுகளும் காஸ்ட்ரோவின் பதில்களும்

குற்றச்சாட்டு 1:
க்யூபாவில் ஜனநாயகமே இல்லை.

காஸ்ட்ரோ :

வேறு எந்த நாட்டுடனும் ஒப்பிடமுடியாத அளவுக்கு அதிக ஜனநாயகத் தன்மை கொண்டது க்யூபாவின் அரசியல் அமைப்பு. ஜனநாயகம் என்பது என்ன? உண்மையான ஜனநாயகம் இருக்க வேண்டுமானால் மனிதனை மனிதன் சுரண்டுவது முற்றிலுமாக ஒழியவேண்டும். இதில் நான் மிகத் தெளிவாக இருக்கிறேன். மனிதர்களிடையே சமத்துவமின்மை இருக்கும்வரை எவ்வகை ஜனநாயகமும் இல்லை, இருக்கவும் முடியாது.

மக்களுக்குப் போதுமான சுகாதார வசதிகள் இல்லாமை, போதுமான பள்ளிகள் இல்லாமை, லட்சக்கணக்கானோருக்கு வேலையில்லாமை என்ற நிலையில் இருக்கும் ஒரு நாடு ஒருபோதும் ஜனநாயக நாடு ஆகாது. பெரும்பாலானவர்கள் ஆறாம் வகுப்பைக்கூடத் தாண்ட முடியாதபோது, மக்களுக்குத் தேவையான எதுவுமே கிடைக்காத போது எப்படி ஜனநாயகம் இருக்க முடியும்? ஜனநாயகம் பற்றி பேசவேண்டுமானால், ஐ.நா. சபையை முதலில் ஜனநாயகப்படுத்த வேண்டும். மக்களைப் பிரதிநிதித்துவம் செய்யும் ஜனநாயக வழிமுறைகளை உருவாக்கவேண்டுமானால், ஐ.நா. சபையின் கட்டமைப்பிலேயே பல மாற்றங்கள் செய்யப்படவேண்டும்.

சோஷலிஸத்தில் மட்டுமே ஜனநாயகம் தழைக்க முடியும். ஜனநாயகத்தின் உச்சநிலை பொதுவுடைமை. ஆனால், நாம் இன்னும் அதனை அடையவில்லை. எங்கள் நாட்டின் ஜனநாயகம் குறித்தும்,

ஜனநாயக அமைப்புகள் குறித்தும் ஏகப்பட்ட அறியாமை நிலவுகிறது. எங்கள் ஜனநாயகம் அப்பழுக்கற்றது என்று நான் சொல்ல வரவில்லை. அப்படி நான் உரிமை கொண்டாடவும் முடியாது. இருந்தாலும், எங்கள் அரசியல் அமைப்பையும் ஜனநாயகத்தையும் மேம்படுத்துவதற்காக நாங்கள் பெரும் முயற்சி செய்து வருகிறோம்.

குற்றச்சாட்டு 2 :

க்யூபாவில் எதிர்க் கட்சிகளே இல்லை.

காஸ்ட்ரோ :

ஒரு நாட்டில், ஒரு கட்சிக்கு மேல் இருப்பது தேவையே இல்லை. க்யூபா போன்ற நாடுகளில் முக்கியமான தேவை ஒற்றுமை. அதாவது எங்கள் படைகளின் ஒற்றுமை, நாடுகளுக்கு இடையேயான ஒற்றுமை. அதுதான், அமெரிக்காவின் அனைத்து அச்சுறுத்தல் களையும், ஆக்கிரமிப்பு நடவடிக்கைகளையும் எதிர்த்து எங்களை உறுதியாக நிற்கச் செய்துள்ளது.

ஒரு நாட்டின் அரசியல் அமைப்பின் வடிவம், இயன்றவரையில் ஒற்றுமையை ஊக்குவிக்கவேண்டும். பல அரசியல் கட்சிகள் உருவானால், அந்த ஒற்றுமைக்கு இடையூறு நேரலாம்.

குற்றச்சாட்டு 3 :

க்யூபாவில் மரணதண்டனை என்பது சர்வசாதாரணமான ஒன்றாக இருக்கிறது.

காஸ்ட்ரோ :

இது க்யூபா மட்டுமே சம்பந்தப்பட்ட விஷயம் கிடையாது. சர்வதேச அளவில் விவாதிக்கப்படவேண்டிய ஒரு விஷயம். க்யூபாவைப் பொறுத்தவரை, மரண தண்டனையை ஆதரிப்போர் யாரும் கிடையாது. மரண தண்டனை என்பது நீண்டகாலமாக சட்டத்தில் உள்ள ஓர் அம்சம். சட்டங்கள், நீதிமன்றங்கள் போன்றவை க்யூபா போன்ற சோஷலிஸ நாடுகளுக்கு ஆயுதங்கள் போன்றவை. சமூகத்தைப் பாதுகாக்க இத்தகைய ஆயுதங்களின் துணை தேவைப்படுகிறது.

க்யூபாவின் அமைதியைக் குலைக்கும் வகையில் பல முயற்சிகளை எதிரி நாடுகள் மேற்கொண்டு வருகின்றன. மக்கள் பாதுகாப்பாக இருக்கவேண்டும் என்றால், இத்தகைய முயற்சிகள் தடுக்கப்பட வேண்டியது மிகவும் அவசியம். சட்டங்களைப் பயன்படுத்தாமல் நாங்கள் எங்களை எப்படிப் பாதுகாத்துக்கொள்ள இயலும்?

உலக நாடுகள் அனைத்தும் மரண தண்டனையை ஒழிக்க ஒப்புதல் அளித்தால் நாங்களும் அதை முற்றிலுமாக நீக்கிவிடுவோம். ஆனால், தொடர்ச்சியாக எதிரி நாடுகளால் அச்சுறுத்தப்பட்டு, போராட்டத்தில் ஈடுபட்டு, வாழ்வா சாவா என்ற நிலையில், நாங்கள் மட்டும் தனி ஒரு நாடாக அதனைச் செய்ய முடியாது. தனி ஒரு நாடாக நாங்கள் மட்டும் ஆயுதங்களைத் துறந்துவிட்டு, மக்களுக்கு எதிராக இழைக்கப்படும் கொடுமையான குற்றங்களுக்குக் கடுமையான தண்டனை வழங்குவதை கைவிட்டுவிட முடியாது.

குற்றச்சாட்டு 4 :

மாற்று அரசியல் கருத்துகள் உடையவர்கள் சிறையில் அடைக்கப் படுகிறார்கள்.

காஸ்ட்ரோ :

நிச்சயமாகக் கிடையாது. அரசியல் கருத்துகளுக்காக யாரும் சிறையில் அடைக்கப்படுவதில்லை.

குற்றச்சாட்டு 5 :

க்யூபாவில் மனித உரிமைகள் சர்வசாதாரணமாக மீறப்படுகின்றன.

காஸ்ட்ரோ :

மனித உரிமைகளைப் பாதுகாப்பதில் க்யூபாவைவிட அதிகக் கவனம் செலுத்தும் நாடு உலகில் வேறு எதுவும் கிடையாது. பொதுவாக இன்றைய உலகம், குறிப்பாக மூன்றாம் உலகம்- வேலையற்ற மக்களாலும், குறிக்கோள் இல்லாத இளைஞர்களாலும், எவ்வித சமூகப் பாதுகாப்பும் அற்ற முதியவர்களாலும் நிரம்பியிருக்கிறது. ஆனால் க்யூபாவில், ஒவ்வொருவருக்கும் சரிசமமான வேலை வாய்ப்பும், சமூக அரவணைப்பும், ஓய்வூதியம் உள்ளிட்ட சமூகப் பாதுகாப்பும் இருக்கின்றன.

எங்கள் நாட்டு மக்கள் அனைவரும், தங்களுக்கு சமூகத்தில் மதிப்பு உண்டு என்றும், சமூகத்தில் தாமும் ஒரு பகுதி என்றும், தமக்கு ஒரு தேசிய கவுரவமும் ஒரு தாய்நாடும் உண்டு என்றும் உணர்கிறார்கள்.

முக்கியமாக, எந்த ஒரு பிரச்னையிலும், சிறு ஈயக்குண்டுகளைக்கூட நாங்கள் எங்களுடைய மக்களுக்கு எதிராக பயன்படுத்தியதில்லை.

குற்றச்சாட்டு 6 :

எப்போதும் 'புரட்சி', 'புரட்சி' என்று இருக்கும் நாட்டில் பெண்கள் எப்படிப் பாதுகாப்பாக இருக்க முடியும்?

காஸ்ட்ரோ :

புரட்சி என்பது ஆண்கள் சார்ந்தது மட்டும் அல்ல. க்யூபாவில், பெண்களும் புரட்சியில் பங்குகொண்டிருக்கிறார்கள். பெண்களுக்கு சரிசமமான வாய்ப்புகள் மட்டுமல்ல, பொறுப்புகளும் உள்ளன. க்யூபாவில் உள்ள தொழில்நுட்பப் பணியாளர்களில் அறுபது சதவிகிதத்தினர் பெண்கள். அவர்கள், ஆண்களுக்கு இணையான ஊதியம் பெறுகிறார்கள். எந்த வேறுபாடும் கிடையாது. க்யூபாவில் தான் விடுதலை அடைந்தவர்களாக, வேலை வாய்ப்பும் பாதுகாப்பும் கல்வியும் உடல்நலப் பராமரிப்பும் உள்ளவர்களாக பெண்கள் இருக்கின்றனர்.

குற்றச்சாட்டு 7 :

அரசாங்கத்தின் மீது மக்களுக்கு இன்னமும் முழுமையான திருப்தி ஏற்படவில்லை. அரசாங்கத்தை விமரிசிப்பவர்கள்தான் அதிகமாக இருக்கிறார்கள்.

காஸ்ட்ரோ :

க்யூபா நாட்டு மக்கள் முற்போக்கானவர்கள். அவர்களுக்கு உறுதி யான நடவடிக்கைகள், உறுதியான கோரிக்கைகள், உறுதியான தண்டனைகள் தேவை. பலமுறை புரட்சி கடுமையாகவும், அதிக எதிர்பார்ப்புகளைக் கொண்டதாகவும் இல்லை என்றே அவர்கள் விமரிசித்திருக்கிறார்கள். போராட்டத்தின் போதோ, எதிர்ப் புரட்சிக்கு எதிரான நடவடிக்கைகளின்போதோ, புரட்சி மிகவும் கடுமையாக இருந்ததாக ஒருபோதும் விமரிசிக்கப்பட்டதே இல்லை. க்யூபாவைப் பொறுத்தவரை, பொதுமக்கள் கருத்துகளுடன் சிக்கல் உண்டு என்றால், அது கடுமையான நடவடிக்கைகள் எடுக்காதது குறித்துதானே ஒழிய, மீறல்கள் குறித்து அல்ல.

குற்றச்சாட்டு 8 :

க்யூபாவில் பத்திரிகைகள் சுதந்தரமாகச் செயல்படுவதில்லை.

காஸ்ட்ரோ :

அமெரிக்காவைப்போல பத்திரிகைச் சுதந்தரம் க்யூபாவில் இல்லை என்பதை ஒப்புக்கொள்கிறேன். அமெரிக்காவில் பத்திரிகைகள் நடத்துவது தனியார்கள்தான். அவர்கள் சொல்வதுதான் செய்தி. ஆனால், க்யூபாவில் அப்படி கிடையாது. இங்கு பத்திரிகை என்பது சமுதாயத்துக்குச் சொந்தமானது. எங்கள் நாட்டு மக்களின் அரசியல் அறிவு உயர்ந்தது. அமெரிக்கர்களைப்போல் மோசம் அல்ல.

குற்றச்சாட்டு 9 :

காஸ்ட்ரோ சொல்வதுதான் சட்டம். மக்கள் மீது அவரது கருத்துகள் வலுக்கட்டாயமாகத் திணிக்கப்படுகின்றன.

காஸ்ட்ரோ :

என்னுடைய கருத்துகளை நான் யார் மீதும் திணிப்பதில்லை. என்னுடைய புகழை நானே பரப்பும் வேலையை நான் செய்வது கிடையாது. என்னை உயர்த்திக்கொள்ளும்படியான எந்தவொரு விஷயத்தையும் நான் செய்ததில்லை. எங்களுடைய மக்கள் எதைச் சொன்னாலும் நம்புபவர்கள் அல்ல, யோசிப்பவர்கள். நான் சொல்வதை ஏற்பதற்கும் மறுப்பதற்கும் அவர்களுக்கு முழு உரிமை உண்டு. இந்த அரசாங்கம் பொய் பேசாது என்று அவர்களுக்குத் தெரியும். அவர்கள் என்னை நம்புவதில்லை. உண்மையை நம்புகிறார்கள்.

குற்றச்சாட்டு 10 :

ஒரு க்யூபன் ஒரு நாளைக்கு எவ்வளவு உணவு சாப்பிடவேண்டும் என்பதைக்கூட அரசாங்கமே தீர்மானிக்கிறது. சாப்பிடுவதற்குக்கூட அளவுகோல் வைத்திருக்கிறார்கள். தேவைப்பட்டதை தேவைப்படும் போது வாங்கிச் சாப்பிடக்கூட உரிமை கிடையாது.

காஸ்ட்ரோ :

இதுபோன்ற எத்தனையோ சிக்கல்களை நாங்கள் சந்தித்துவிட்டோம். சிக்கல்கள் மிகப் பெரியவை. மக்கள் சாமான்யர்கள். ஆனால், புத்திசாலிகள். நாங்கள் தற்போது என்ன செய்து வருகிறோம் என்று மக்களிடம் சொல்கிறோம். மக்களும் எங்களுக்கு அதிகமான ஒத்துழைப்பைத் தருகிறார்கள். எங்கள் நோக்கம் நியாயமானது என்பதால் அதனைப் பாதுகாப்பது அவசியம் என்று அவர்களுக்குப் புரிகிறது.

உலகில் வேறு எந்த நாட்டிலும் இல்லாத ஒரு சூழலில் நாங்கள் வாழ்கிறோம். இங்கு நாங்கள் அனைத்தையும் பகிர்ந்து கொள்கிறோம். எங்கள் நாடு, எங்கள் அனைவருக்கும் சொந்தமானது. அதன் எல்லாச் செல்வங்களும் எங்களுக்குத்தான் சொந்தமானது.

குற்றச்சாட்டு 11 :

இத்தனை ஆண்டுகளுக்குப் பிறகும் பதவியில் காஸ்ட்ரோ ஒட்டிக் கொண்டிருப்பதற்குக் காரணம் அவரது நாற்காலி ஆசைதான்.

காஸ்ட்ரோ :

முதல்முறையாக நான் அரசாங்க அதிகாரத்தைக் கையில் எடுத்துக் கொண்டபோது, எனக்கு அனுபவம் குறைவாக இருந்தது. ஆனால் ஆண்டுகள் செல்லச் செல்ல, எண்ணற்ற விஷயங்களிலும் சிக்கல்களிலும் என்னுடைய அனுபவம் செழுமை அடைந்திருக்கிறது.

உண்மையில், அன்று புரட்சி தொடங்கியபோது இருந்த இளமையும், இன்றுள்ள அனுபவமும் எனக்கு ஒருசேர அமைந்திருக்க வேண்டும் என்று ஆசைப்படுகிறேன். மிக அதிகமான உழைப்பு தேவைப்படும் இன்றைய காலகட்டத்தில், எனக்கு அந்த இளமை இருந்தால் நன்றாக இருக்கும் என்று தோன்றுகிறது.

வெளிப்படையாகச் சொல்வதென்றால், என் கடமைகளை வேறு நபர்கள் ஏற்றுக்கொண்டால் நன்றாக இருக்கும் என்று நினைக்கிறேன். ஆனாலும், தொடர்ந்து போராடத் தேவையான வலிமை எனக்கு உண்டு. அந்தப் போராட்டத்தில் நான் தேவை என்று என் தோழர்கள் நம்பும்வரை, நான் அதைச் செய்வேன்.

குற்றச்சாட்டு 12 :

காஸ்ட்ரோவின் தனிப்பட்ட வாழ்க்கையில் பல அத்தியாயங்கள் ரகசியமாகவே வைக்கப்பட்டிருக்கின்றன.

காஸ்ட்ரோ :

எனக்கென்று நான் வைத்துக்கொண்டிருப்பது, எனது தனிப்பட்ட வாழ்க்கை மட்டும்தான். என்னிடம் அதைத்தவிர வேறு இல்லை. அதனை, நான் என் சொந்தப் பாதுகாப்பில் வைத்துள்ளேன். ஒரு நபரின் தனிப்பட்ட வாழ்க்கையை, விளம்பரத்துக்காகவோ அரசியலுக்காகவோ பயன்படுத்தக் கூடாது என்று நான் நினைக்கிறேன்.

ஆதாரங்கள்

நூல்கள்

1) Fidel Castro : A Critical Portrait, Tad Szulc (Harper Perennial)
2) My Early Years, Fidel Castro (Leftwood Books & Ocean Press)
3) A Short History of the United States, Allen Nevins and Henry Steele Commager (Scientific Book Agency)
4) Inside South America, John Gunther (Pocket Books)
5) The Crucial Decade and After America 1945-1960, Eric F Goldman (Vintage)
6) Notes of a War Correspondent, Richard Harding Davis
7) Lands of the Slave and the Free : Cuba, The United States and Canada, Henry A Murray
8) Cuba in War Time, Richard Harding Davis
9) Our War with Spain for Cuba's Freedom, Trumbull White
10) Cuba Old and New, Albert G Robinson
11) ஃபிடல் காஸ்ட்ரோ நேருக்கு நேர், தொமாஸ் போர்ஹே, தமிழில் : அமரந்த்தா (புதுமலர் பதிப்பகம்)
12) ஃபிடல் காஸ்ட்ரோ, தா. பாண்டியன் (குமரன் பதிப்பகம்)
13) ஹொஸே மார்த்தி ஓர் அறிமுகம், அமரந்த்தா (புதுமலர் பதிப்பகம்)
14) எர்னஸ்டோ சே குவேரா, லாவ்ரெட்ஸ்கி
15) சே குவேரா: அமெரிக்க உளவுத்துறையின் ரகசிய குறிப்புகளின் பின்னணியிலிருந்து, ஜா.மாதவராஜ் (பாரதி புத்தகாலயம்)
16) டாலர் தேசம், பா. ராகவன் (கிழக்கு பதிப்பகம்)
17) புரட்சிக்குள் புரட்சி, ரெஜி டெப்ரே, தமிழில் : சிங்கராயர் (விழுதுகள் பதிப்பகம்)
18) மரணத்தை வென்ற மாவீரன், தா. பாண்டியன் (அவ்வை)
19) வெற்றி நமதே : சே குவேரா படைப்புகளும் உரைகளும் (சக்கரம் புக்ஸ், சென்னை புக்ஸ்)

இணையத்தள கட்டுரைகள்

1) Castro Speech Database (http://lanic.utexas.edu/la/cb/cuba/castro.html)
2) History Will Abosolve Me by Fidel Castro (www.marxists.org/history/cuba/archive/castro/1953/10/16.htm)
3) Moncado, 50 Years Later by Fidel Castro (www.counterpunch.org/castro07282003.html)
4) U.S. Intervention in Cuba, 1898 by Thomas G Paterson, OAH Magazine of History, Volume 12, No.3, Spring, 1998
5) World History Archives : Exile Intervention in Cuba (www.hartford-hwp.com/archives/43b/index-bg.html)
6) Jose Marti Poems : Simple Verses (www.cubaheritage.com/cats.asp?cID=5)
7) Fidel Castro, Introductory essay by Gabriel Garcia Marquez
8) Episodes of the Cuban Revolutionary War by Che Guvera, Militant, Vol.59, No.48, 25 December 1995
9) Timetable History of Cuba (www.historyofcuba.com/history/time/index.html)
10) Early History of Cuba - An Introduction (www.historyofcuba.com/history/havana/early.htm)
11) The Bitter Memory of Cuban Sugar www.historyofcuba.com/history/havana/Sugar1.htm)
12) The Cuban Revolution : Present and Future by Pete Bohmer (http://www.zmag.org/content/showarticle.cfm?ItemID=6197)
13) Conversation with Castro (www.pbs.org/newshour/bb/latin_america/cuba/castro_2-12-85.html)
14) The New Revolutionary Peasantary (www.zmag.org/ZMag/articles/petrasoct98.htm)
15) A Brief History of United States Interventions, 1945 to the Present by William Blum (www.zmag.org/ZMag/articles/blum.htm)
16) Cuban Political Prisoners in the United States by Bill Blum (www.zmag.org/ZMag/articles/sep02blum.html)
17) Cuba Controversy (www.zmag.org/content/showarticle.cfm?ItemID=3534)
18) Invasion at Bay of Pigs by J.A. Sierra (www.historyofcuba.com/history/baypigs/pigs.htm)

19) A Visit with Castro by Arthur Miller (www.thenation.com/doc/20040112/miller)
20) No Castro nor his regime by Alejandro Escalona (http://nocastro.com/archives/encounter.htm)
21) Jose Marti : Apostle of Cuban Independence, Jerry A. Sierra (www.historyofcuba.com/history/marti2.htm)
22) U.S. Cuba Relations by Leslie Cagan (www.zmag.org/ZMag/articles/oldcagan.htm)
23) The Gratitude of a People by Mitchel Cohen www.zmag.org/ZMag/articles/nov96cohen.htm)
24) Karl Marx, Rosa Luxemburg and Che Guvera by Adrienne Rich (www.zmag.org/content/showarticle.cfm?ItemID=7073)
25) Cuba's Achievements and America's Wars, Fidel Castro (www.marxists.org/history/cuba/archive/castro/2003/05/01.htm)
26) Fourth Anniversary of the Cuban Revolution, Fidel Castro (www.marxists.org/history/cuba/archive/castro/1963/01/02.htm)
27) Myths of the Enemy: Castro, Cuba and Herbert L Matthews of The New York Times, Anthony DePalma (www.nd.edu/~kellogg/WPS/313.pdf)
28) CIA Inspector General's Report on Plots to Assassinate Fidel Castro, International Religious Freedom Report 2004 CUBA, Released by the Bureau of Democracy, Human Rights, and Labor. September 15, 2004.

ஆவணப்படம்

Fidel Castro : American Experience, (Alfred P Sloan Foundation, Ford Foundation, Corporation for Public Broadcasting)